நட்சத்திரவாசிகள்

நட்சத்திரவாசிகள்

கார்த்திக் பாலசுப்ரமணியன் (பி. 1987)

விருதுநகர் மாவட்டம் இராஜபாளையத்தில் பிறந்தார். கல்லூரிப் படிப்பைக் கோவையில் முடித்தவர். பணியின் நிமித்தம் நொய்டா, ஜோகன்ஸ்பர்க், சிட்னி போன்ற நகரங்களில் வசித்திருக்கிறார். தற்போது சென்னையில் மனைவி, மகனுடன் வசித்துவருகிறார்.

மென்பொருள் நிறுவனம் ஒன்றில் மேலாளராகப் பணிபுரிகிறார்.

இவருடைய முதல் சிறுகதைத் தொகுப்பு 'டொரினா' 2017ஆம் ஆண்டு வெளிவந்தது. 'ஒளிரும் பச்சைக் கண்கள்' (2021). முதல் நாவல் 'நட்சத்திரவாசிகள்' (2019). இந்நாவலுக்காக 2021ஆம் ஆண்டின் யுவ புரஸ்கார் விருதைப் பெற்றுள்ளார்.

மின்னஞ்சல்: karthikgurumuruganb@gmail.com

கார்த்திக் பாலசுப்ரமணியன்

நட்சத்திரவாசிகள்

காலச்சுவடு பதிப்பகம்

அன்பார்ந்த வாசகருக்கு,

வணக்கம்.

காலச்சுவடு நூலை வாங்கியமைக்கு நன்றி.

நூலின் உள்ளடக்கம், உருவாக்கம், அட்டைப்படம் இன்ன பிற அம்சங்கள் பற்றிய உங்கள் கருத்துகளையும் ஆலோசனைகளையும் காலச்சுவடு வரவேற்கிறது. தகவல், எழுத்து, வாக்கியப் பிழைகள் தென்பட்டால் கட்டாயம் தெரிவித்து உதவுங்கள். நூல் தயாரிப்பில் கடும் குறைபாடு இருப்பின் மாற்றுப் பிரதி உங்களுக்குக் கிடைக்கக் காலச்சுவடு ஏற்பாடு செய்யும்.

மின்னஞ்சல்: publisher@kalachuvadu.com

காலச்சுவடு நாகர்கோவில் அலுவலகத்திற்குக் கடிதம் அனுப்பலாம்.

தங்கள்
எஸ்.ஆர். சுந்தரம் (கண்ணன்)
பதிப்பாளர் — நிர்வாக இயக்குநர்

நட்சத்திரவாசிகள் ❖ நாவல் ❖ ஆசிரியர்: கார்த்திக் பாலசுப்ரமணியன் ❖ ©கார்த்திக் பாலசுப்ரமணியன் ❖ முதல் பதிப்பு: டிசம்பர் 2019, எட்டாம் பதிப்பு: டிசம்பர் 2023 ❖ வெளியீடு: காலச்சுவடு பப்ளிகேஷன்ஸ் (பி) லிட்., 669, கே.பி. சாலை, நாகர்கோவில் 629001

naTcattiravaacikaL ❖ Novel ❖ Author: Karthik Balasubramanian ❖ ©Karthik Balasubramanian ❖ Language: Tamil ❖ First Edition: December 2019, Eighth Edition: December 2023 ❖ Size: Demy 1 x 8 ❖ Paper: 18.6 kg maplitho ❖ Pages: 264

Published by Kalachuvadu Publications Pvt. Ltd., 669 K.P. Road, Nagercoil 629001, India ❖ Phone: 91-4652-278525 ❖ e-mail: publications @kalachuvadu.com ❖ Printed at Clicto Print, Jaleel Towers, 42 KB Dasan Road, Teynampet Chennai 600018

ISBN: 978-93-89820-06-5

12/2023.No. 941, kcp 5009, 18.6 (8) uss

தாளாத வெம்மைக்கும் தீராத இருளுக்கும் இடையில்
உழலும் எளிய மனிதர்களின் பலமும் பலவீனமுமாய்
வியாபித்திருக்கும் பாவனையற்ற அன்பை எழுதிய
வண்ணநிலவனின் கரங்களுக்கு

நன்றி

'யாவரும்' வெளியீடாக வந்த என்னுடைய முதல் சிறுகதைத் தொகுப்பான 'டொரினா'வை வாசித்துவிட்டு 'இந்தப் பையனை நாவல் எழுதச் சொல்லுங்கள்' என்று கூறி நாவல் எழுதத் தூண்டிய கவிஞர் பிரம்மராஜனுக்கும், அதை என்னிடம் சொல்லி எழுத உற்சாகமூட்டிய நண்பர் ஜீவ கரிகாலனுக்கும், நாவலின் முதல் வரைவிலிருந்து அச்சுக்குப் போகும்வரை ஒவ்வொரு நிலையிலும் வாசித்து, ஆலோசித்து, செம்மைப்படுத்த உதவிய எழுத்தாளர் எம். கோபாலகிருஷ்ணன், கவிஞர் க. மோகனரங்கன், கவிஞர் லாவண்யா சுந்தரராஜன், நண்பர்கள் சங்கர நாராயணன், சுனில் கிருஷ்ணன், சுரேஷ் பிரதீப், அரவிந்த் ராஜ், ஆர்.கே. ஆகியோருக்கும், அட்டைப்படம் வடிவமைத்து உதவிய நண்பர் அரி சங்கருக்கும், தலைப்புக்காக பெருங்கவி பிரமிளுக்கும், அதைப் பயன்படுத்திக்கொள்ள அனுமதியளித்த எழுத்தாளர் கால சுப்ரமணியத்துக்கும், நாவலைப் பதிப்பிக்கும் 'காலச்சுவடு' பதிப்பகத்தாருக்கும் நன்றிகள்!

1

இரவு கவியாதபோதும் மழையின் பொருட்டு வெளிச்சத்துக்காக அந்தக் காரின் முகப்பு விளக்குகள் ஒளிரவிடப்பட்டிருந்தன. டிரைவருக்குப் பக்கத்தில் ராமசுப்பு அமர்ந்திருந்தார். தொடர்ச்சியாக இரண்டு நாட்களாக சரியான தூக்கமில்லாததால் வரண்டிருந்த அவரது கண்களில் ஏசியிலிருந்து வந்த காற்றுப்பட்டு கண்ணீர் கசிந்தது. இவர்களுடைய காருக்கும் முன்னே சென்றுகொண்டிருந்த காருக்குமிடையிலிருந்த ஆள் புகவியலாத இடைவெளியில், மழையைப் பொருட்படுத்தாமல் ஆரஞ்சு வண்ண டீசர்ட் போட்ட 'ஸ்விகி' இளைஞன் ஒருவன் நுழைந்து விரைந்தான். அவன் வண்டியை வளைத்த விதத்தில் ஈரமான சாலையில் எங்கே வழுக்கி விழுந்து விடுவானோ என்று ராமசுப்பு பதறினார். காரின் பின்னிருக்கையில் அமர்ந்திருந்த அதிகாரி, சீட்டின் மேல் தலையைச் சாய்த்து அமைதியாக உறங்கிக் கொண்டிருந்தார். நிதானமான வேகத்தில் கார் நகர்ந்துகொண்டிருந்தது.

அன்று காலையில், தலைமாட்டில் வைத்திருந்த செல்போனில் அடித்த அலாரத்தை அணைக்க முற்பட்டபோதுதான் அது அலுவலகத்திலிருந்து வந்த அழைப்பு என்பதை ராமசுப்பு கவனித்தார். கண்களை ஒருமுறை அழுந்தத் துடைத்துவிட்டு தொண்டையைச் சரிசெய்துகொண்டார். செக்யூரிட்டி அலுவலகத்திலிருந்து மாணிக்கம் பேசினான்.

“அண்ணே, இன்னைக்கு உங்களுக்கு நைட் ஷிஃப்ட்தானே. அத மாத்தி, காலையில கொஞ்சம் சீக்கிரம் வந்துடுறீங்களா? எட்டு மணிக்குள்ள வந்துட்டா நல்லது. இன்னைக்கு ரொம்ப முக்கியமான வேலை ஒண்ணு இருக்கு. மத்த பசங்கெல்லாம் அதுக்கு சரிப்பட மாட்டாங்க. விளையாட்டா இருந்துட்டா வம்பாயிடும். நீங்கதான் சரியா இருப்பீங்கன்னு ரத்தினம் சார் சொல்லிட்டுப் போனார். அவர் ஒரு மணி நேரம் முன்னாடியே சொல்லிட்டார். நாந்தான் நீங்க தூங்கிட்டு இருப்பீங்கன்னு லேட்டா கால் பண்ணேன். கொஞ்சம் நேரத்துக்கு வந்துடுங்கண்ணே. லேட்டாயிடுச்சுன்னா உங்கள ஒண்ணும் சொல்ல மாட்டார். என்னைப் பிடிச்சுக் கத்துவார்.”

நைட் ஷிஃப்ட் முடிந்து அதிகாலை நான்கு மணிக்குத்தான் அலுவலகத்திலிருந்து திரும்பியிருந்தார். வராத தூக்கத்துக்காக மெனக்கெட்டு அப்போதுதான் சற்று கண் அயர்ந்தார். ஆறு மணிக்கு அழைப்பு வந்துவிட்டது. இப்படியான அழைப்புகள் வாடிக்கையில்லை. எப்போதாவது ஆள் இல்லாமலோ, கூடுதல் ஆட்கள் தேவையின் பொருட்டோதான் இப்படி அழைப்பார்கள். கடந்த மாதம் எதிர்க்கட்சிகள் இணைந்து வெள்ளிக்கிழமை முழு அடைப்பு அறிவித்திருந்தபோது ஊரோடு எல்லோரும் ஒரு நாள் அதிக விடுப்பு எடுத்திருந்தனர். அன்று, இவர் பாதுகாப்பின் பொருட்டு கூடுதலாக ஒரு ஷிஃப்ட் பார்க்க வேண்டியிருந்தது. இவர் மட்டுமல்ல; அந்த செக்யூரிட்டி நிறுவனத்தைச் சார்ந்த அனைவருமே கிட்டத்தட்ட வந்திருந்தனர்.

ஆனால், இன்று இவரை மட்டும் அழைத்திருக்கிறார்கள். ராமசுப்புவைப் பற்றி ரத்தினம் முதற்கொண்டு அனைவருக்கும் தெரியும். எதையும் பொறுப்பாக, சுத்தமாகச் செய்து முடிப்பவர். முக்கிய வேலையென்றால் ஆராயாமலே இவர்கண் விடலாம். சிவகங்கையில் அரசுப் பள்ளி ஒன்றில் ப்யூனாக வேலைபார்த்து ஓய்வுபெற்றவர். சிலர் செய்யும் சின்னச் சின்ன விசயங்களில்கூட ஒருவித ஒழுங்கும், நேர்த்தியும் தானாக வந்துசேர்ந்துகொள்ளும். இவர் அதில் ஒருவர்.

கடிகார எழுப்பல் எதுவும் தேவைப்படாமலேயே மிகச் சரியாக காலை ஐந்து மணிக்கு எழுந்துகொள்வார் ராமசுப்பு. பால் வாங்கிவருவதன் பொருட்டு சிறு நடை. அன்றாடக் கடமைகள் முடித்து துலக்கமாகக் குளித்து, சுத்தமாகத் துவைத்து தேய்த்து வைத்த சட்டை அணிந்து அவர் வாசலுக்கு வந்தால் கடிகாரத்தை ஆறரை என்று திருத்தி வைத்துக்கொள்ளலாம். அங்கிருந்து கிளம்பி பக்கத்திலிருக்கும் சிவன் கோவிலில் தரிசனம். கோவிலுக்குச் செல்லும்போது எப்போதும் துவைத்து மடித்து

வைத்த வெள்ளை வேஷ்டிதான் அணிவார். மஞ்சள்நிறக் கொன்றைப் பூக்கள் சிந்தியிருக்கும் கருங்கல் பிரவாகத்தில் பத்து நிமிட தியானம். அது முடித்து வீடு வந்து இரண்டு – மூன்று இட்லிகள் அல்லது தோசைகள். சரியாக ஏழரை மணிக்குத் தலைமை ஆசிரியர் அறையில் இருப்பார். அங்கு ஆசிரியர்களின் வருகைப் பதிவேடுகளை எடுத்துவைத்து, கலைந்திருக்கும் அறையை ஒதுக்குவார்.

சென்னைக்கு வந்து தனியார் செக்யூரிட்டி நிறுவனமொன்றில் வேலைக்குச் சேர்ந்த பின் எழுவது, உண்பது, உடுப்பது என்று எல்லாம் மாறிப்போனது. அவர் சார்ந்திருந்த நிறுவனம் சென்னையின் மிகப் பெரிய ஐ.டி. நிறுவனம் ஒன்றுடன் ஒப்பந்தத்தில் இருந்தார்கள். அப்படித்தான் ராமசுப்புவும் ஐ.டி.யில் வேலைக்குச் செல்ல ஆரம்பித்தார். மாதம் ஒரு முறை ஷிஃப்ட்டை மாற்றி விடுவார்கள். அதிகாலை ஷிஃப்ட், மதிய – இரவு ஷிஃப்ட் என்றால் பெரிய பிரச்சினையில்லை. சமாளிப்பது சுலபம். ஆனால், இப்போது போய்வருவதுபோல இரவு ஷிஃப்ட்டில்தான் பிரச்சினை. அவருக்கு மதியம் தூங்கிப் பழக்கமில்லை. உடலின் அலுப்பைப் போக்க படுத்தாலும்கூட தூக்கம் வர பெரும் பிரயத்தனப்பட வேண்டியிருக்கும். அப்படியே தூங்கினாலும் தொடர்ச்சியாகத் தூங்கிவிட முடியாது. அடிக்கடி விழிப்புத் தட்டிவிடும். பகல்நேரத்து அதீத வெளிச்சமும் இரைச்சல்களும் அவரைக் கனவுகளிலும் துரத்தின. அத்தகைய நாட்களில் ஷிஃப்ட் முடிந்து வந்ததும் வெயில் வருவதற்குள் ஒரு வாழைப்பழத்தைத் தின்றுவிட்டு வயிறு நிறைய தண்ணீர் குடித்துப் பின் படுத்தார் என்றால் நான்கைந்து மணி நேரம் தூங்குவார். அப்படியான தூக்கத்தைத்தான் இப்போது கலைத்துவிட்டான் மாணிக்கம்.

பகல் ஷிஃப்ட்களில் அலைச்சல் அதிகமாக இருக்கும். அவர் வேலைபார்க்கும் ஐ.டி. நிறுவனத்தின் ஒரு முனையிலிருந்து மறுமுனைக்குச் செல்லவே ஒன்றரை கி.மீ. தூரம் நடக்க வேண்டியிருக்கும். அப்படி ஒரு நாளுக்கு ஏழெட்டு முறைகூட வேறு வேறு காரணங்களுக்காக அலைய நேரிடும். இரவு ஷிஃப்டில் அந்தப் பிரச்சினை இருக்காது. தூக்கம் வரும்போது அதைக் கட்டுப்படுத்தத் தெரிய வேண்டும்; அவ்வளவுதான். அலைய வேண்டிய தேவையில்லை.

குளிர்ந்த நீரை அள்ளித் தலையில் கொட்டியதும் கண்ணெரிச்சல் சற்றுத் தணிந்தது. குளித்துக் கிளம்பி தலைவாரினார். வீடு கலைத்துப்போட்டதுபோல இருந்தது. இரவுணவு வாங்கிவந்திருந்த பிளாஸ்டிக் பையிலேயே உண்டு முடித்த மிச்சம் போட்டுக் கட்டப்பட்டு சுவரின் மூலையில் கிடந்தது. அதை

எடுத்து குப்பைத் தொட்டியில் போட்டார். அப்போதுதான் அங்கு மறைத்து ஒளித்துவைக்கப்பட்டிருந்த பீர் பாட்டில்களைக் கவனித்தார்.

"இன்னைக்கு என்ன காலையிலே டியூட்டியா?" குனிந்திருந்த தலையைக்கூட தூக்காமல் தரையில் விரிக்கப்பட்ட பாயில் பரப்பப்பட்டிருந்த அன்றைய நாளிதழில் பார்வையை ஓட விட்டபடியே அவன் கேட்டான்.

"ஆமாமா, ஏதோ அவசரம்போல. காலையிலேயே கால் பண்ணிட்டாங்க" சாமி படத்தின் முன்னால் இருந்த திருநீற்றை ஒரு விரலால், பட்டும் படாமல் ஒரு முறை தொட்டு நெற்றியில் இட்டுக்கொண்டார். அவர் சார்ந்திருக்கும் செக்யூரிட்டி நிறுவன நெறிமுறைகளின்படி எந்தவிதமான மதச் சின்னங்களுக்கும் அனுமதி கிடையாது.

"சரி, பத்து நிமிசம் பொறுங்க. நானே வந்து வண்டியில கொண்டுவந்து விடுறேன்."

"அதெல்லாம் ஒண்ணும் வேணாம். ஏன் நீ டிஸ்கஸனுக்குப் போகலியா?"

"இல்ல போல" அவரது கண்களைத் தவிர்க்க பேப்பரை வாசித்தபடியே பேசிக்கொண்டிருந்தான்.

"ஏன் என்னாச்சு?"

"ஒண்ணும் ஆகல, சும்மாதான் போகல. அதான் பைக் எடுத்துட்டு வரேன்றேன்."

பட வேலைகள் ஏதாவது நின்று போயிற்றா? இல்லை முந்தைய இயக்குநரைப்போல இவரிடமும் ஏதாவது முறித்துக் கொண்டுவந்து நிற்கிறானா? அறிவுச் செருக்கு அதிகம். முணுக்கென்றால் கோபம். முற்றிவிட்டால் சண்டை. எப்படியும் நல்ல வழி பிறக்கும் என்பதை மட்டும் திடமாக நம்பினார்.

"அப்போ அந்த சில்ட்ரன்ஸ் பார்க் பக்கத்துல வந்து விட்டுட்டுப் போ. கம்பெனியிலிருந்து கார் ஒண்ணு டிராப் முடிச்சுட்டு திரும்பி வருது. அவங்கூட அப்படியே நான் போயிப்பேன்."

அந்த நேரத்திற்கே பள்ளி வேன்களின் வருகைக்காக வரிசையாகக் குழந்தைகள் சிலரும் அவர்களின் அம்மாக்களும் பூங்காவுக்கு எதிரே காத்துக்கொண்டிருந்தனர். ராமசுப்பு அவர்களுக்குப் பக்கமாக ஒதுங்கி இறங்கிக்கொண்டார். சரியாகத் தூக்கம் கலையாமல் வீங்கிப்போயிருந்த அந்தச் சின்னஞ்சிறிய

கண்கள் அவரைத் தொந்தரவுசெய்தன. மகேந்திரன் வண்டியில் திரும்பிச் செல்வதைப் பார்த்துக்கொண்டிருந்தார். அவன் வேலை செய்த முந்தைய படத்தின் பாடல் வெளியீட்டின்போது கொடுத்த கறுப்புநிற டீ – சர்ட்டை அணிந்திருந்தான். அவன் கல்லூரி முடித்துக் கிட்டத்தட்ட ஆறு வருடங்களாகிவிட்டன. சினிமாவில் இயக்குனராகும் கனவில் சுற்றிக்கொண்டிருக்கிறான். ஒருவேளை அவனை பி.எஸ்.சி.யில் சேர்க்காமல் கொஞ்சம் சிரமப்பட்டு இன்ஜினியரிங் சேர்த்திருந்தால் இந்நேரம் அவனும் தான் வேலைபார்ப்பது போன்ற ஒரு பெரிய நிறுவனத்தில் வேலைபார்த்துக்கொண்டிருப்பானோ என்ற எண்ணம் அவருக்கு அடிக்கடி எழுவதுண்டு. ஆனால், கனவுகளைத் துரத்தும் வாழ்க்கை எத்தனைப் பேருக்கு வாய்க்கும் என்றெண்ணிச் சமாதானம் அடைவார்.

முந்தைய வாரம், இவர் பிளம்பர் ஒருவரை அழைக்க இந்தப் பக்கம் வந்தபோது, பூங்காவின் பக்கச் சுவர்களில் ஓவியம் தீட்டுவதற்கான ஏற்பாடுகளைச் செய்துகொண்டிருந்தனர். அவர்கள் ஓவியக் கல்லூரி மாணவர்கள்போல் இருந்தனர். ஓங்கி வளர்ந்த மரங்கள் அடர்ந்த காடுகள், புதர்களுக்கிடையே ஓடும் முள்ளம்பன்றிகள், மேகம் கூடி தோகை விரித்த ஆண் மயில் இப்படி வரிசையாக வண்ண ஓவியங்களால் நிரப்பியிருந்தனர். அவற்றில் ஒன்றாக குட்டிகளை வாஞ்சையுடன் வருடும் தாய்ப்புலியின் சித்திரம் வரையப்பட்டிருந்தது. அதையே ஒரு நிமிடம் உற்றுப் பார்த்துக்கொண்டிருந்தார். புலியின் உடல்வரிகள் தத்ரூபமாக வரையப்பட்டிருந்தன. ஆனால், அதன் கண்களில் நுணுக்கம் கூடி வராமல் இருந்ததுபோல் பட்டது. ஓவியத்தின் ஆன்மா அதன் கண்கள்தாம் என்பது அவருக்குத் தெரியும். அதை இன்னும் கொஞ்சம் திருத்தமாகப் போட்டிருக்கலாம் என்று நினைத்துக்கொண்டார். அவரை அறியாமல் அவரது விரல்கள் காற்றில் புலியின் கண்களைத் தீட்டின.

புலியை மறைத்தவாறு கார் வந்து நின்றது. ராமசுப்பு ஏறிக்கொண்டார். திருத்தப்பட்ட கண்களைக் கொண்ட புலி பின்னால் போனது.

○

2

சூரியனை மேகம் மூடுவதும் திறப்பதுமாக விளையாடிக்கொண்டிருந்தது. ஒவ்வொருமுறை திறக்கும்போதும் வெயில் முன்பக்கக் கண்ணாடி வழியே வந்து விழுந்தது. காரின் ஏசி குளிருக்கு இதமாக இருந்தது. 'ரெட்' எஃப்எம் – ல் பி.பி. ஸ்ரீனிவாஸ் 'நிலவே என்னிடம் நெருங்காதே' என்று இழைந்து கொண்டிருந்தார். அதில் தன்னை மறந்து ராமசுப்பு லயித்துக் கொண்டிருந்தபோதுதான் அவன் சட்டென பிரேக்கை அழுத்தினான். சாலையைக் கடக்க முற்பட்டவளின் கணிப்புக்கும், அவளுக்கு முன் அதைக் கடந்துவிடும் இவனுடைய முனைப்புக்கும் இடையில் நேர்ந்துவிட்ட சிறு பிசகில் அவர் முன்னால் வந்து காரின் டாஸ்போர்டில் இடித்துக்கொள்ள வேண்டியிருந்தது. நெற்றியைத் தடவிக்கொடுத்தால் காரோட்டுபவன் சங்கடப்படக்கூடும் என்று கருதி அவர் அமைதி காத்தார். அவனோ அதைப் பற்றிய எந்த பிரக்ஞையுமற்று கார் ஓட்டிக்கொண்டிருந்தான்.

ஏழு மணி என்பதே இங்கு அதிகாலை. மெதுவாகச் சோம்பல் முறித்து நகரம் விழித்துக் கொண்டிருந்தது. சாலைகளில் கூட்டம் அதிகமிருக்கவில்லை. நடைபாதைகளில் சிலர் சார்ட்ஸுடன் ஓடிக்கொண்டிருந்தனர். முக்கியமான சிக்னல்கள் கூட செயல்பட ஆரம்பிக்காமல் ஆரஞ்சு வண்ண விளக்குகள் அணைந்தணைந்து ஒளிர்ந்துகொண் டிருந்தன. ஒருசில மளிகைக் கடைகள், மருந்துக் கடைகளைத் தவிர பெரும்பாலான கடைகள் அடைக்கப்பட்டிருந்தன. கட்டட வேலைக்குச் செல்பவர்கள் கூட்டமாக ஓரிடத்தில் தங்களுக்கான

பேருந்துக்காகக் காத்துக்கொண்டிருந்தார்கள். பக்கத்தில் மூடப்பட்டிருந்த டாஸ்மாக் கடை வாசலில் ஒருவர் நெடுஞ்சாண்கிடையாகப் படுத்திருந்தார். நல்ல சட்டையும் பேண்ட்டும் அணிந்து முகத்தை மண்ணில் புதைத்துப் படுத்திருந்த அந்த நபரின் நிலையைப் பார்த்ததும் ராமசுப்பு தன்னையறியாமல் தலையில் அடித்துக்கொண்டார்.

மேகம் சூரியனை மறைக்கும்போது ஒரு வண்ணத்தையும், திறக்கும்போது ஒரு வண்ணத்தையும் பூமி மேல் வாரி இறைத்துக்கொண்டிருந்தது. சோர்ந்துபோயிருந்த அவனது கண்களை ஒருமுறை ஏறிட்டுப் பார்த்தார். காருக்குள் ஏறி பத்து நிமிடங்களுக்கும் மேல் ஆகிவிட்டது. ஆனால், அவன் அதுவரை ஒரு வார்த்தைகூட பேசவில்லை. அவர், தங்கள் இருவருக்குமிடையே பனிபோல உறைந்துபோயிருந்த மௌனத்தை உடைக்கும் ஒரு சொல்லைத் தேடிக்கொண்டிருந்தார்.

“தம்பி, உங்களுக்கு எந்த ஊரு?”

“தஞ்சாவூர் பக்கம் ஒரு கிராமம்” பெரிதாக வாகனப் போக்குவரத்து இல்லாத சாலையிலிருந்து கண்களை நகர்த்தாமல் பதில் சொன்னான்.

“படிச்சது வளர்ந்தது எல்லாம் அங்கதானா?”

“ஆமாங்க.”

“அடடே, தஞ்சாவூர் மாவட்டமே நல்ல செழிப்பான பகுதியாச்சே. நெல் விளையிற பூமியில்ல அது?” என்றபடி எதையோ ரசிக்கும் பாவனையில் இடவலமாக மெதுவாகத் தலையை அசைத்தார்.

“இல்ல, இப்போலாம் அப்படியில்லங்க” என்று சொல்லி விட்டு அவன் கசப்பாகச் சிரித்ததைப்போல் இருந்தது.

“அதுவும் சரிதான். ஒரு பக்கம் மழையில்ல தண்ணியில்ல. அப்படியே வந்தாலும் ஒரேடியா போட்டுத் தாக்கிடுது. அடிச்சா மொட்டை வச்சா குடுமின்னு இருக்கு. அவனுங்களும் மனசாரத் தர மாட்டிக்கான். அதுக்குள்ள ஆயிரம் அரசியல். இது போதாதுன்னு ரோடு போடுறேன் பாலம் கட்டுறேன்னு மிச்சம் மீதி இருக்கிறதையும் இவனுங்களே பிடுங்கிக்கிறானுங்க. விவசாயி மட்டும் ஒத்தையாளா என்ன பண்ணுவான் பாவம்.”

சில நொடி இடைவெளிக்குப் பிறகு, “உங்களுக்கு காடு கரையெல்லாம் எதுவுங் கிடையாதுங்களா?” என்றார்.

பதில் எதுவும் கூறாமல் சாலையை வெறித்தபடி இருந்தான். அவரின் கண்களை ஒருமுறை பார்த்துவிட்டு மறுபடியும் சாலையைப் பார்த்தான். ஸ்டியரிங்கை மெதுவாகத் தடவிக் கொடுத்தான். அவன் அதைப் பிடித்திருந்த விதம் நெளியும் பாம்பொன்றைக் கையில் பிடித்திருப்பதைப் போன்று இருந்தது.

மறுபடியும் மௌனம் இருவருக்குமான இடைவெளியை இட்டு நிரப்பியது. கொஞ்ச நேரத்தில், வண்டியின் வேகம் மிகவும் தணிந்துபோனது. அவர் மறுபடியும் அவனது கண்களைப் பார்த்தார். இமைகள் தன்னுடைய கட்டுப்பாட்டை மீறி தன்னிச்சையாக மூடிக்கொள்வதைத் தவிர்க்க பெரும் பிரயத்தனப்பட்டுக்கொண்டிருந்தான்.

இரவு பகல் என்று பிரித்தறிந்து பழக்கப்படாத இவர்களின் உலகம் பற்றி அவருக்குக் கொஞ்சம் பரிச்சயம் உண்டு. எனவே, அவரே மறுபடியும் பேச்சைத் தொடங்கினார்.

"இப்போ எங்க தங்கியிருக்கீங்க தம்பி?"

"..."

"எங்க இருக்கீங்கன்னு கேட்டேன்"

"..."

"தம்பி" என்றபடி அவனைத் தொட்டதும் ஒருமுறை பதறிப் பின் சுதாகரித்துக்கொண்டான்.

"நல்ல டீக்கடையா பாத்து நிறுத்துறீங்களா? ஒரு டீ சாப்பிட்டுப் போயிடலாம்?" என்றார்.

"இல்லங்க, இன்னும் ஒரே ஒரு ட்ரிப் மட்டும் ஏழேகாலுக்கு பிக்அப் பண்ணி டிராப் பண்ணிட்டா வீடு போய் சேர்ந்துடுவேன். இப்போவே நேரமாச்சு. போயிடலாமா?"

"அதுக்கில்ல தம்பி, காலைல இருந்து ஒண்ணும் சாப்பிடல. வயிறு இப்பவே கொண்டா கொண்டான்னு கத்துது. கேட்டுக்குள்ள நுழைஞ்சிட்டா அப்புறம் ஒண்ணும் கிடைக்காது. அதான்" என்று இழுத்தார். அவரால் பச்சைத் தண்ணீர்கூட குடிக்காமல் நாள் முழுவதும் பட்டினி கிடக்க முடியும்.

அடுத்து வந்த டீக்கடை பக்கமாக மெதுவாகக் காரை ஒதுக்கினான். ஆளுக்கு ஒரு டீயும் வடையும் சொல்லிவிட்டு, கையோடு எடுத்துவந்திருந்த தண்ணீர் பாட்டிலைத் திறந்து நீரை முகத்தில் அடித்தான்.

டீ வந்தது. அவன் டீயை மிகவும் ரசித்துக் குடிப்பதுபோல் தெரிந்தது. 'சரட் சரட்' என்ற சத்தம் வர டீயை உறிஞ்சினான்.

பாதி டீ காலியானவுடன் அவனே ஆரம்பித்தான் "இங்க ஓ.எம்.ஆர். – ல ஒரு ஜென்ஸ் பி.ஜி. ஒண்ணுல தங்கியிருக்கேன் சார். மாசம் நாலாயிரம் ரூபா வாடகை. காலைல நைட்ல அங்கேயே சாப்பாடு போட்டுறுவாங்க. பசிச்சா மதியம் அப்படியே எங்காவது வழியில சாப்பிட்டுப்பேன். நேரம் காலமெல்லாம் கிடையாது. என்ன எட்டுக்கு எட்டு அடிகூட இல்லாத ரூம்ல ஆறு பேரு தங்கியிருக்கோம். அதுல மூணு பேரு எங்க ஊர்காரங்கதான். அதனால மாத்தி மாத்தி அட்ஜஸ்ட் செஞ்சுப்போம். அவங்க மூணு பேரும் ஏ.சி.மெக்கானிக்கா இருக்காங்க."

"ஒரு தம் அடிச்சுக்கவா?" என்று அவரிடம் கேட்டுவிட்டு பவ்யமாக சிகரெட்டைப் பற்றவைத்தான். இரண்டு முறை இழுத்துப் புகையை அவர் மீது படாதவாறு தன் இடது தோள் பக்கமாக ஊதிவிட்டு மெதுவாகச் சிரித்தான். "எப்பவும் இப்படி ஆகாது சார். நேத்து சாயந்திரம் அஞ்சு மணியிலருந்து கார் ஓட்டிட்டு இருக்கேன். காலைல மூணு மணியோட டூட்டி முடியணும். ஃப்ரெண்டு ஒருத்தனோட பொண்டாட்டிக்கு உடம்பு சரியில்ல. அவனோட டிரிப்பையும் சேர்த்து நான் எடுத்து ஓட்டிட்டு இருக்கேன். அதான் கொஞ்சம் அசத்திடுச்சு" என்றான்.

சிகரெட்டைக் கீழேபோட்டு காலால் நசுக்கினான். அவர் எவ்வளவு சொல்லியும் கேட்காமல் அவருடைய டீக்கும் சேர்த்து இவனே காசு கொடுத்தான். உள்ளே ஏறி காரைக் கிளப்பியதும் எதையோ யோசித்தபடி வந்தான். அடுத்த பத்து நிமிடங்களில் அவர்கள் இறங்க வேண்டிய இடம் வந்துவிடும்.

சட்டென்று யோசனையிலிருந்து தன்னை அறுத்துக்கொண்டு அவனே ஆரம்பித்தான், "ஊர்ல எங்க வீடு மொத்தம் ஒன்றரை கிரவுண்ட் சார். பின்னாடி தோட்டம் கிணறெல்லாம் உண்டு. ஒரே சமயத்துல இருபது பேர் அடுத்தவங்க மேல கை கால் படாம படுத்துத் தூங்கலாம்."

❍

சென்னையின் பெயர் சொல்லும் எத்தனையோ சாலைகளில் ஓ.எம்.ஆர். என்றழைக்கப்படும் பழைய மகாபலிபுரம் சாலைக்கு ஒரு பிரத்தியேக இடம் உண்டு. 'ராஜீவ் காந்தி சாலை' என்று பெயர் மாற்றம் பெற்றாலும் இன்றும் பலருக்கு அது பழைய

ஓ.எம்.ஆர்.தான். கடந்த இருபது ஆண்டுகளில் சென்னையின் வேறெந்த சாலையையும்விட மிக அதிக மாற்றங்களைச் சந்தித்த சாலை இதுவாகவே இருக்கக்கூடும். ஒருகாலத்தில் புழுதி பறக்கும் மண் தரை. இருபக்கங்களிலும் செறிந்து வளர்ந்திருந்த மரங்கள். முதலில், மண் தரை ஒருவழித் தார்ச்சாலையாகியது. பின்பு, ஆங்காங்கே ஒருசில நிறுவனங்கள், கடைகண்ணிகள், கட்டடங்கள், கல்லூரிகள் என்று வரிசையாக வந்துசேர்ந்தன. இப்போது, இருவழிச் சாலை, வருவோர் போவோர் தலையில் புழுதி வாரி இறைத்தவண்ணம் சீறிப் பறக்கும் வாகனங்கள், மரங்களே இல்லாதுபோனாலும் சாலையின் மீது வெயில் படாதவாறு வழி நெடுக இருபக்கமும் வான்தொட்டு நிற்கும் கட்டடங்கள்.

போதாமைக்கு, புதிது புதிதாக கட்டட வேலைகள் நடந்த படியே இருக்கின்றன. காரப்பாக்கத்தைத் தாண்டியதும், பிரதான சாலையிலிருந்து சிலஅடி தூரத்தில், இத்தனை நாள் இல்லாமல் எங்கிருந்து முளைத்தது இத்தனை பெரிய கட்டடம் என்று அந்தப் பக்கம் வருபவர்கள் போகிறவர்கள் எல்லாம் வியந்து அண்ணார்ந்து பார்க்கும்படி அமைந்திருந்தது அந்த அடுக்குமாடிக் குடியிருப்பு. முப்பது மாடிகளுக்குக் குறையாமல் இருக்கும். இன்னும் முழுதாகக் குடிவந்ததுபோல் தெரியவில்லை. 'ஆரஞ்ச் ஹோம்ஸ்' என்ற பெயர் தாங்கிய பெரிய பதாகை வெளியே தொங்கிக்கொண்டிருந்தது. அதற்கேற்றார்போல அக்கட்டடம் முழுவதையும் ஆரஞ்சு வண்ணத்தால் நிரப்பியிருந்தனர்.

இப்படியாகப் புதிதாய்த் தோன்றிய அத்தனை மாற்றங் களையும் உள்ளடக்கி, முற்றிலும் வேறொன்றாகத் தன்னை தகவமைத்துக்கொண்டு நிற்கும் பழைய மகாபலிபுரம் சாலையில், சிறப்புப் பொருளாதார மண்டலத்தில் அமைந்திருக்கிறது 'நியோ டெக் சொலுசன்ஸ்.'

சிறப்புப் பொருளாதார மண்டலத்தின் பிரம்மாண்டமான நுழைவுவாயிலில் கார் நுழைந்தது. நுழைவுவாயிலின் இருபக்கங் களிலும் பக்கத்துக்கு ஒன்று என இரண்டு டீக்கடைகள் இருக்கின்றன. மற்ற நேரங்களில் அவற்றில் ஆட்கள் சூழ்ந்து புகைத்துத் தள்ளிக்கொண்டிருப்பார்கள். அந்த நேரத்துக்கு ஒன்றிரண்டு பேர் மட்டுமே இருந்தனர். அவர்களும் இரவு ஷிஃப்ட் முடிந்து வீடு செல்பவர்களாகவோ, அதிகாலை ஷிஃப்ட்டுக்கு வந்தவர்களாகவோ இருக்க வேண்டும். மற்றபடி காலை ஒன்பது மணிக்கு மேல்தான் அந்த இடம் பரபரப்படையத் தொடங்கும். மண்டலத்துக்குள் வரிசையாக வீற்றிருக்கும் அந்த நிறுவனங்களில் தான் அமெரிக்க வங்கிகளின் ஆதார மென்பொருட்கள் பலவும்

பழுதுபார்க்கப்படுகின்றன. ஆஸ்திரேலியாவில் இருக்கும் அத்தனை வாகனங்களின் உரிமங்களும் உரிமையாளர்களின் தகவல்களும் பாதுகாக்கப்படுகின்றன. இவைதாம் ஐரோப்பிய நகரமொன்றிலிருந்து ஒருவர் வாங்கும் உணவுப் பொருட்களின் விலைப்பட்டியலை வலையேற்றுகின்றன. இதுகுறித்து எதையும் லட்சியம் செய்யும் அவசியமற்ற அந்தக் காரும் அதிலிருந்த இருவரும் அந்த நிறுவனத்தினுள் நுழைந்தனர்.

ராமசுப்பு செக்யூரிட்டி அலுவலகம் சென்றவுடனே மாணிக்கம் அவரிடம் அந்த செல்போனைத் தன் டிராவிலிருந்து எடுத்துக் கொடுத்தான். அதை அவரிடம் ஒப்படைப்பதற்காகவே அவனுடைய ஷிஃப்ட் முடிந்தும்கூட காத்துக்கொண்டிருக்கிறான் என்பதை அவன் காட்டிய அவசரத்திலேயே புரிந்துகொண்டார். இந்த எண்ணுக்கு ஹெச்.ஆர் அலுவலகத்திலிருந்து அழைப்பு வரும், அவர்கள் சொல்லும் வேலையைச் செய்து முடித்துவிடவும், அதற்கு மேல் தனக்கு ஒன்றும் தெரியாது என்றான். அவனுக்குத் தெரிந்திருந்தாலும் அதைப் பற்றிக் கூறுவதற்கு அனுமதி மறுக்கப்பட்டிருக்கும். செக்யூரிட்டிகள் யாரும் செல்போன் வைத்துக்கொள்ள அனுமதியில்லை. எத்தனை அவசரம் என்றாலும் மற்ற ஐ.டி. ஊழியர்கள் பயன்படுத்தும் கழிப்பறையை உபயோகிக்க அனுமதியில்லை. இப்படியான பல அனுமதி மறுப்புகளுக்கிடையே அதுவும் ஒன்று. பொதுவாக, கட்டடத்துக்கு வெளியே என்றால் வாக்கி டாக்கியைக் கொடுத்து அனுப்புவார்கள். கட்டடத்துக்குள் காவல் வேலை என்பதால் செல்போன் கொடுத்துவிட்டிருக்கிறார்கள்.

ஏற்கெனவே துடைத்துவைத்தாற்போலிருந்த பளபளத்த மார்பிள் பதித்த வராண்டாவை பிச்சைமணி அவள் உயரத்துக்கு இரண்டு மடங்கு இருந்த துடைப்பத்தால் மெதுவாகத் துடைத்து இழுத்துக்கொண்டு வந்தாள். ஒவ்வொருமுறை துடைக்கும்போதும் அந்த மார்பிளின் பளபளப்பு அவளுள் ஏதேதோ நினைவுகளைக் கிளறிவிடும். ஊரில் பெரிய முதலாளி வீட்டில்தான் இப்படியான சலவைக்கல்லை முதல் முதலாகப் பார்த்திருக்கிறாள். தந்தத்தை இழைத்துத் தரையில் புதைத்ததுபோன்ற நிறத்தில் ஆங்காங்கே பச்சைத் திட்டுகள் தீட்டப்பெற்றிருக்கும். ஒவ்வொரு கல்லும் நான்குக்கு நான்கு அடி நீளமும் அகலமும் கொண்ட பெரிய பெரிய கற்கள். அந்த வீட்டின் பரந்து விரிந்திருக்கும் முகப்பறைக்கு அது நிறையவே பொருத்தமாக இருந்தது. எல்லாவற்றுக்கும் மேலாக ஒரு கல்லுக்கும் அடுத்த கல்லுக்குமான இடைவெளியில் பித்தளையை உருக்கி ஊற்றியிருப்பார்கள். அது மட்டுமே அந்த வீட்டுக்குத் தனித்ததொரு ராஜகளையைக் கொடுத்தது.

முதல் முறையாக அந்தத் தரையில் உள்ளங்கால்கள் பட்டதும் உச்சந்தலையில் ஏறிய குளிர்ச்சியை இப்போதும்கூட பிச்சைமணியால் உணர முடிந்தது. உடல் ஒருமுறை சிலிர்த்து அடங்கியது.

"என்ன பிச்சைமணி, காலையிலேயே முகத்துல ஒரே சிரிப்பாணியா இருக்கே?"

வெட்கச் சிரிப்பை மென்று விழுங்கி, "வாண்ணே, சும்மா நான் பாட்டுக்கு எதையோ நினைச்சு சிரிச்சுட்டு இருந்தேன். அப்போ பாத்து சரியா உன் கண்ணுல உழுந்துட்டேன். இன்னைக் கென்ன உள் டூட்டியா?"

"அதான் எனக்கே புரியல. கஷ்டமர் யாராச்சும் வந்தாத்தான் இந்தப் பக்கம் என்னையப் பாக்கச் சொல்லுவாங்க. அதுவும்கூட முதல் நாளே நேரத்துக்கு வரச்சொல்லி சொல்லிவிட்டுருவாங்க. நேத்தைக்கு அப்படி ஒண்ணும் சொல்லியும்விடல. என்னவா இருந்தா நமக்கென்ன? அங்க போயி நில்லுன்னா நிக்கப்போறேன். இங்க உட்காருன்னா உட்காரப்போறேன். என்ன ஒண்ணு, வாசல்ல செக்யூரிட்டி கேட்ல நல்ல காத்தோட்டமா வர்றபோற மக்களப் பாத்துட்டு, நாலு வார்த்தை பேசிட்டு அப்படியே பொழுதுபோயிடும். உள் ட்யூட்டி போட்டாங்கன்னா இந்த ரூமைக் காத்துக்கிட்டு வராண்டாலயே நிக்கணும். இந்த ஏசி குளிரு வேற நமக்கு ஒத்துக்கிறதில்ல. மூச்சு முட்டுற மாதிரி இருக்கு. என்னைப் போட்டு ஏதோ கூண்டுக்குள்ள அடைச்சா மாதிரி ஒரு பீலிங்கு" இதைச் சொல்லும்போதே தனது சட்டைக் காலர் சரியாக இருக்கிறதா என்று திரும்பத் திரும்ப இழுத்துப்பார்த்துக்கொண்டார். சட்டையை மேலிருந்து கீழாகத் திரும்பத் திரும்ப நீவி விட்டுக்கொண்டார்.

"ஆமாண்ணே, நீ சொல்றது நூத்துக்கு நூறு உண்மை. காத்தும் வெயிலும் படாம என்னத்தைக் காணப்போறோம் சொல்லு. எப்படித்தான் நாள் முழுக்க இந்த அடைச்ச ரூமுக்குள்ள வேலை செய்யுதுங்களோ தெரியல. அதுனாலதான், என்னமோ வெளியில வந்தா இதுக அந்தக் கூத்தடிக்குதுங்க" இதைச் சொல்லும்போது தன் குரலைத் தாழ்த்திக்கொண்டாள். "அந்த ப்ரேக் அவுட் ஏரியால நேத்து யாருக்கோ பொறந்தநாள் கேக் வெட்டியிருப்பாங்கபோல. அந்த எடத்தையே நாசக்காடு பண்ணி வச்சுருக்குதுங்க. அம்பூட்டு காசு கொடுத்து வாங்குறாங்களே அதையாவது நாலு வாயி திங்குதுகளா? ஒருத்தர் மூஞ்சில ஒருத்தர் அப்பிக்கிறதும் ஓடுறதும் ஆடுறதும் ஒரே அதகளம். இதுல ஆம்பிள பொம்பள வித்தியாசமில்ல, ம்ம்ம்."

ராமசுப்பு தனக்குள்ளே சிரித்துக்கொண்டார். "சரிதேன், ஆனா அவுக பொழப்பும் பாவம் நாய்படாத பாடுதான்."

"அதான் அப்பப்ப அப்படிக் குரைக்குதுகளோ என்னவோ" தனக்குள்ளே முணுமுணுத்துக்கொண்டாள். அங்கேயே எதையோ பார்த்து அப்படியே நின்றுவிட்டவள், உணர்வு திரும்பியவளாய் மீண்டும் தலையைக் குனிந்து தரையைத் துடைக்க ஆரம்பித்தாள்.

முந்தைய நாள் இதேபோலவே பிச்சைமணி சிறு இளைப்பாறலுக்கென்று ஒதுக்கப்பட்ட பகுதியில் சிந்தியிருந்த கேக்குத்துண்டுகளைச் சுத்தப்படுத்திக்கொண்டிருந்தாள். அப்போது கவனப்பிசகில் அங்கே அமர்ந்திருந்த ஒருவனின் ஷூவில் துடைப்பத் துணி தெரியாமல் பட்டுவிட்டது. ஏதாவது ஓரிரு வார்த்தைகள் திட்டியிருந்தால்கூட பரவாயில்லை. சத்தமாக உச்சுக்கொட்டிவிட்டு, தான் உட்கார்ந்திருந்த சேரை விருட்டென்று பின்னால் இழுத்துத்தள்ளி அங்கிருந்து நகர்ந்து போய்விட்டான். திரும்பிக்கூட பார்க்கவில்லை. பிச்சைமணிக்கு சுருக்கென்று இருந்தது.

பிச்சைமணி தரையைத் துடைத்தவாறே அங்கிருந்து நகர்ந்துவிட்டிருந்தாள். அப்போதுதான் ராமசுப்பு அதைக் கவனித்தார். அத்தனை கவனமாகப் பார்த்துப் பார்த்து அவள் துடைத்துப் போனபோதும், ஹச்.ஆர். அறைக்கதவை ஒட்டி தரையில் சிறு கறை ஒன்று அப்படியே மிச்சமிருந்தது.

○

3

நித்திலனின் கையில் கட்டியிருந்த ஸ்மார்ட் வாட்ச் மெதுவாக இரண்டு முறை அதிர்ந்தடங்கியது. மணி அதிகாலை நான்கைத் தொட்டிருந்தது. நாலரையுடன் இவனுடைய ஷிஃப்ட் முடிகிறது. ஆனால், ஜெஃப் இவனுக்கென்று வேலைகளைக் குவித்துவைத்திருந்தான். ஜெஃப்பும் நித்திலனும் வேலை என்ற அளவில் ஒரே படிநிலையில் இருப்பவர்கள். இருவருக்கும் பாஸ் ஒருவர்தான். உண்மையில், நித்திலனைவிட ஜெஃப் அனுபவத்தில் இரண்டு வருடங்கள் சிறியவன். ஆனால், அவன் அமெரிக்கன். மேலும், அந்த அமெரிக்க வங்கியின் நேரடி ஐ.டி. பணியாளன். அதனால், ஜெஃப்தான் இருவரும் எடுத்துச்செய்ய வேண்டிய வேலைகளைப் பிரித்துக்கொடுப்பான். எப்போதும், சுலபமாக எடுத்து முடித்துவிடக்கூடிய வேலைகளைத் தன் பெயரிலும், அதிக உழைப்பும் பொறுமையும் கோரக் கூடிய வேலைகளை நித்திலனின் பெயரிலும் ஒதுக்கி விடுவான். முதலில், ஜெஃப் அமெரிக்கப் பகல் நேரத்திலும், நித்திலன் இந்தியப் பகல் நேரத்திலும் தான் வேலையைப் பகிர்ந்து வந்தார்கள். பின்னர், அமெரிக்கப் பகல்பொழுதுகளில்தான் அதிக வேலை வருகிறது, அப்போது அவற்றை எடுத்துச்செய்ய ஆட்கள் போதவில்லை போன்ற காரணங்களைச் சொல்லி நித்திலனையும் அவர்களின் பகல்பொழுதில் வேலைபார்க்கும்படி செய்துவிட்டான்.

முதலில், இப்படியான வேலைப்பகுப்பை அவர்களுடைய பாஸ் ஜான் பிராண்டன்தான் பார்த்துக்கொண்டிருந்தார். திடீரென்று ஒரு நாளில்

எல்லாம் மாறிவிட்டிருந்தது. அவர் அடுத்த நிலைக்குப் பதவி உயர்வு பெற்றிருந்தார். அதன் வழியே அதிகாரம் ஜெஃப்பின் கைகளுக்கு வந்துசேர்ந்தது. அவனுக்குத் தனிப்பட்ட முறையில் இந்திய ஐ.டி. நிறுவனங்களின் மீது கொஞ்சமும் மதிப்பு கிடையாது. குறைந்த கூலிக்கு ஆள் பிடிக்கும் நிறுவனங்கள் என்பதே அவற்றைப் பற்றிய அவனின் அபிப்பிராயம். இந்திய நிறுவனங்களைப் பற்றிப் பேச நேரும் சமயங்களிலெல்லாம் அவன் பேச்சில் உள்ளோடும் காழ்ப்பினை உணர முடியும். இந்தியர்களெல்லாம் அவனைப் போன்றோருடைய வேலையைப் பறிக்க வந்தவர்கள் என்ற எண்ணம் அவனுள் ஆழப் பதிந்திருந்தது. நித்திலனை மட்டம் தட்டுவதற்கான வாய்ப்பையும், முடிந்தால் அந்தப் பணியை அவனிடமிருந்து பறித்துக்கொள்ளும் சந்தர்ப்பத்தையும் ஒவ்வொரு நாளும் எதிர்பார்த்தபடியே இருப்பான். அதேநேரத்தில் அதற்கான காய் நகர்த்தல்களை மிகவும் நாசூக்காக, யாருக்கும் உறுத்தாமல் ஆனால், உரியவர் மட்டும் உணரும்படி செய்வதில் ஜெஃப் மிகவும் கெட்டிக்காரனாய் இருந்தான்.

ஏதேனும் ஒருநாள் தனிப்பட்ட காரணங்களுக்காக நித்திலன் சற்றுத் தாமதமாக வர நேர்ந்தால், அதைப் பற்றி முன்னரே தெரிவித்து இருந்தாலும்கூட, அடுத்த நாளே அன்றைய நாளுக்கும் சேர்த்து கூடுதலாக வேலைகளை ஒதுக்கிவிடுவான். அது முந்தைய நாள் செய்யாமல்போன வேலையைவிட அதிகமாக இருக்கும். செய்யும் வேலையில் சிறு பிசகு ஏற்பட்டாலும் ஊருக்கே தெரியும்படி மெயில் வழி தம்பட்டம் அடிப்பான். அதேநேரத்தில் திறமையாக செய்து முடிக்கப்பட்ட எத்தனை பெரிய வேலைக்கும் அங்கீகாரம் இருக்காது. சில நேரங்களில் அவை ஜெஃப்பின் கணக்கில் வரவுவைக்கப்பட்டும் இருக்கும்.

முக்கியமான தகவல் பரிமாற்றங்களில் நித்திலனை வேண்டுமென்றே சாமர்த்தியமாகத் தவிர்த்துவிடுவான். அதன் மூலம் ஒவ்வொரு சின்னச் சின்ன முடிவுக்கும்கூட அவனுடைய தயவை எதிர்பார்த்து இருக்க வேண்டிய நெருக்கடியைக் கொஞ்சம் கொஞ்சமாகக் கட்டமைத்து வைத்திருந்தான். இதுகுறித்த புகார்களை நித்திலன் தான் சார்ந்திருக்கும் நிறுவனத்திடம்கூட வைக்க முடியாது. மீறி வைத்தாலும், ‘கஸ்டமர்களிடம் நல்லபடியாக நடந்துகொள்ள நீ கற்றுக்கொள்ள வேண்டும்’ என்பதைத்தான் சுற்றிச்சுற்றி சொல்வார்கள் என்பதும் அவனுக்குத் தெரியும். எனவே, போகும்வரை போகட்டும் என்று விட்டுவிட்டான்.

இவன் எடுத்துவைக்கப்போகும் ஒரே ஒரு தவறான அடிக்காகக் கண்ணில் கனல் கொண்டு அலையும் காட்டு

விலங்கைப்போல ஜெஃப் காத்திருக்க ஆரம்பித்தான். இதனால், சின்னச் சின்ன விசயங்களிலும்கூட நித்திலன் அதீத கவனம் செலுத்த வேண்டியிருந்தது. சொல்லப்போனால் இப்படி யான அறிவிக்கப்படாத பனிப்போர் கொஞ்சம் கொஞ்சமாக அவனுக்குப் பிடிக்க ஆரம்பித்தது. ஜெஃப் அடுத்து எடுக்கப் போகும் கணை குறித்த ஆர்வம் பெருக ஆரம்பித்தது. அவன் தொடுப்பதும் அதை முன் தீர்மானித்து இவன் மறுப்பதுமான விளையாட்டாக ஆகிப்போனது.

இதுபோன்ற தருணங்களிலெல்லாம் டெய்ஸியின் நினைவு வந்துபோவதை அவனால் தவிர்க்க முடியவில்லை. ஆனால், ஜெஃப்பையும் டெய்ஸியையும் ஒரே கோட்டில் வைக்க முடியாது. இருவரும் எதிரெதிர் துருவங்கள். டெய்ஸியின் கோபத்தில் காழ்ப்பின் சிறுதுளியைக்கூட இவன் உணர்ந்ததில்லை. ஆனால், ஜெஃப் தன் வேர்முதல் நுனிவரை காழ்ப்பின் விசமேறிய காட்டு மரம்.

நித்திலன் அன்றைய தின அலுவலை முடித்து, அதுகுறித்த விவரங்கள் அடங்கிய மின்னஞ்சலையும் அனுப்ப வேண்டிய அத்தனை பேருக்கும் அனுப்பிவைத்தபோது மணி நான்கரை ஆகியிருந்தது. அந்த மின்னஞ்சலை ஒருமுறைக்கு நான்குமுறை வாசித்துப்பார்த்து திருத்திய பின்பே அனுப்புவான். சோர்வும் களைப்பும் அழுத்தினாலும் கண்களில் துளியும் தூக்கம் கூடவில்லை.

முந்தைய நாள் விவேக்கை ஏர்போர்ட்டில் ஏற்றிவிடப் போயிருந்தான். மற்ற அனைவருக்கும் வேலை நேரம் என்பதால் வேறு நண்பர்கள் யாரும் வரவில்லை. இங்கிருந்தவரையில் எப்போதும் 'அண்ணா அண்ணா' என்று சுற்றி வந்தவன். இரண்டு வருடங்கள் கழித்து விடுமுறைக்கு வந்திருந்தபோதும் அவனிடத்தே அதே நெருக்கத்தை உணர முடிந்தது. விடுப்பு முடிந்து முகம் சோர்ந்து அவன் கிளம்பியதைப் பார்க்கவே பாவமாக இருந்தது. அவனை அனுப்பிவிட்டு, இரவு எட்டு மணிக்குத் தொடங்க வேண்டிய ஷிஃப்ட்டுக்கு, வேணுவின் பிறந்தநாள் கொண்டாட்டத்துக்காக நண்பர்கள் அழைத்ததன் காரணமாக மாலை ஐந்து மணிக்கே அலுவலகத்துக்கு வந்து விட்டிருந்தான். கேக் வெட்டி, கதையாடி முடித்து அனைவரும் வீட்டுக்குக் கிளம்பவும் இவன் ஓ.டி.சி.[1]க்கு உள்ளே வந்தான்.

---

1. ஓ.டி.சி. (*ODC– Offshore Development Centre*): அமெரிக்கா/ஆஸ்திரேலியா போன்ற வெளிநாட்டிலிருக்கும் நிறுவனங்களுக்கு இந்தியாவிலிருந்து மென்பொருள் சேவையை வழங்கும் நிறுவனங்கள் இங்கேயிருந்து செயல்படும் அலுவலகத்தின் ஒரு பகுதி.

கிட்டத்தட்ட பன்னிரண்டுமணி நேரமாக அலுவலகத்தை விட்டு வெளியே செல்லவில்லை. நான்கு மணி நேரமாக உட்கார்ந்த இடத்திலிருந்து எழுந்திருக்கக்கூட இல்லை. அதிகாலை ஐந்தேகாலுக்குக் கூட்டிச்செல்ல வரும் வண்டியை விட்டுவிட்டால் அடுத்த 'கேப்' காலை ஏழேகாலுக்குத்தான். அவனுக்கு வீட்டுக்குச் செல்லப் பிடிக்கவில்லை. மெதுவாக ஏழேகால் வண்டியிலேயே செல்லலாம். அதுவும் இல்லாவிட்டால் பேருந்து பிடித்து வீட்டுக்குப் போய்க்கொள்ளலாம் என்று முடிவுசெய்துகொண்டான்.

அலுவலகத்தை விட்டு வெளியே வந்தான். மழைபெய்து தண்ணீர் தேங்கியிருந்தது. வெப்பச்சலனத்தின் பொருட்டு வந்த கோடை மழை. சாயுங்காலம் எட்டு மணிக்கு ஷிஃப்ட் தொடங்கும். பெரும்பாலும் இரவு உணவையும் முடித்துவிட்டே உள்ளே வருவான். உள்ளே வந்துவிட்டால், அதன் பின் இடி, மழை, புயல் எதுவும் கணக்கில்லை. அத்தனை பெரிய சாலையில் எண்ணிச் சொல்லும்படி ஒருசிலரைத் தவிர வேறு யாருமில்லை. எப்போதும் துள்ளி அலைந்துகொண்டிருக்கும் நாய்க்குட்டிகள் இரண்டுகூட மழையின் பொருட்டு, சாத்தப்பட்டிருந்த பெட்டிக்கடையின் ஓர் ஓரத்தில் ஒடுங்கிப்போய் தூங்கிக்கொண்டிருந்தன. ஆங்காங்கே தேங்கியிருந்த மழைநீரில் எதிரொளித்த நியான் விளக்கொளி அந்த இடத்தை ரம்மியமாக்கப் போதுமானதாக இருந்தது. ஆனால், அதையெல்லாம் ரசிக்கும் மனநிலையில் அவனில்லை. அலுவலகத்தை விட்டு வெளியே வந்ததும் மனம் பழைய குரங்காய் மாறிப்போனது.

முந்தைய நாள் சாயுங்காலம், பிறந்தநாள் கொண்டாட்டத்தின் பொருட்டு உண்ட கேக்கும், பப்ஸூம் வயிற்றை நிறைக்கவே இரவுணவு எதையும் அவன் எடுத்துக்கொள்ளவில்லை. அடுத்தடுத்து வந்து குவிந்திருந்த வேலைகளால் பசி தெரிய வில்லை. எல்லாவற்றையும் முடித்துவிட்டு வெளியே வந்ததும் அகோரப்பசி எழுந்தது. அலுவலகத்துக்கு எதிர்ப்பக்கம் சாலை யில், சைக்கிளில் ஒருவர் அந்த நேரத்திலும் கேன் வைத்து டீ கொடுத்துக்கொண்டிருந்தார். அப்போதுதான் வியாபாரத்தை ஆரம்பித்திருப்பார்போல் இருந்தது. டீ கேனில் திருநீற்றால் பட்டை போட்டிருந்தார். ஆவி பறக்க அவர் கொடுத்த டீ அந்த நேரத் தனிமைக்கும் பசிக்கும் இதமாய் இருந்தது.

மழை பெய்து நின்றுபோன வானத்தை வெறித்துப் பார்த்துக் கொண்டிருந்தான். மேகங்களை யாரோ வந்து துடைத்து எடுத்ததுபோல வானம் தெள்ளமாகத் தெளிந்திருந்தது. முந்தைய நாள் மழையைக் கொட்டித்தீர்த்த வானம் இதுதான் என்று

சொன்னால் யாரும் நம்ப மாட்டார்கள். இந்த நகரத்தின் வான் நிலை அப்படி. மேகம் ஏதும் இல்லாமல் உரத்து வெயிலடித்துக் கொண்டிருக்கும். ஒரு தேநீர் குடித்துத் திரும்பும் நேரத்தில் இருட்டி வந்து மழை கொட்டித்தீர்க்கும்.

நியான் விளக்கின் ஒளிச்சிதறலை மீறி ஒருசில நட்சத்திரங்கள் அவன் கண்களுக்குத் தெரிந்தன. இப்படி ஆற அமர வானம் பார்த்து எத்தனை நாட்களாயிற்று? பால்ய நாட்களில், மொட்டை மாடிகளில் பாய் விரித்துப் படுக்கும்போது இப்படியான காட்சி களை அவன் கண்டதுண்டு. அவனும் தங்கையும் சேர்ந்து அந்த நட்சத்திரங்களைக் கையில் வரையும் கோடுகளால் இணைத்து, புதிய புதிய வடிவங்களையும், உருவங்களையும் கண்டுபிடித்து விளையாடிக்கொண்டிருப்பார்கள்.

முந்தைய நாள் மீராவிடமிருந்து வந்த மெயிலை மீண்டும் ஒருமுறை எடுத்துத் திறந்து படித்தான். எல்லாம் சரியாகத்தான் போய்க்கொண்டிருந்தது. ஆறே மாதங்களில் வாழ்க்கை முற்றிலும் மாறிவிட முடியுமா? சின்னச் சின்ன புரிதற்குறைகள் மொத்த வாழ்வையும் புரட்டிப்போடுமா? முடிந்தது. இவன் விசயத்தில் புரட்டியும் போட்டது. சின்னச் சின்ன விசயங்களில்தான் எல்லாம் ஆரம்பித்தது. அது, தேனிலவின்போதே தொடங்கியது அவனுடைய துரதிர்ஷ்டம்.

தேனிலவுக்கு முசோரி செல்வது என்று முடிவாகியது. அதையும் மீராவே ஒவ்வொன்றாகப் பார்த்துப் பார்த்து புக் செய்திருந்தாள். அவளுக்கு இந்தியா முழுவதும் நண்பர்கள் இருந்தார்கள். மதுரையிலிருந்து டெல்லிவரை விமானப் பயணம். பின்பு காரில் அங்கிருந்து முசோரி. கூர்காவுனிலிருந்த அவளுடைய ஸ்நேகிதன் விஜய் கன்னா டெல்லியிலிருந்து ஒரு வாடகைக் கார் அமர்த்திக்கொள்ள உதவினான்.

செஸ்நட் மரங்களும், செடார் மரங்களும் நிறைந்த மலைத்தொடரின் 'தூன்' பள்ளத்தாக்கைப் பார்த்து ரசிக்கும் படியான பால்கனி கொண்ட ஹனிமூன் சூட் ஒன்று ஏற்கெனவே பதிவு செய்யப்பட்டு இவர்களின் வருகைக்காகக் காத்துக் கொண்டிருந்தது. தொடர்ச்சியான பயணக்களைப்பைப் பச்சை போர்த்திய பள்ளத்தாக்குகள் இருந்த இடம் இல்லாமல் செய்தன. குளித்துச் சுத்தமாகி வெளிக்கிளம்பத் திட்டம்.

குளிர் தாங்கும் பொருட்டு மர நிற மைக்காவைத் தரை முழுவதும் பாவியிருந்தார்கள். கச்சிதமாகச் சுருக்கமின்றி விரிக்கப்பட்டிருந்த மெத்தைவிரிப்பு சுற்றியிருந்த சுவரின் வண்ணத்தைப் பிரதிபலித்தது. படுக்கை அறையைத் திறந்தால்

வரும் பால்கனி அதன் மறுபக்கத்தில் மாபெரும் கானகத்தைத் திறந்தது. அனைத்துக் கதவுகளும் சாத்தப்பட்டும் மெல்லிய குளிர் அந்த அறையை நிறைத்தது.

மீராவுடைய தேர்வுகளெல்லாம் ஏதேனும் ஒருவகையில் சிறப்பானதாக இருந்திருக்கின்றன. அவள் சொல்லிச் சொல்லி இவன் பல விசயங்களை மாற்றிக்கொண்டிருந்தான். பெல்ட் நிறத்தில் ஷூ, பெல்ட்டின் இரும்பு வளையத்தின் நிறத்தில் வாட்ச், கச்சிதமாய்ப் பொருந்தும் ஆடைகள். அதனதற்கு உரிய சிறப்பான பிராண்டுகள் என்று அவன் மேற்கொண்ட மாறுதல்கள் ஒவ்வொன்றிலும் அவள் பின்னால் இருந்தாள்.

பாத்டப்பில் குளிக்கும் உற்சாகத்தில் உள்ளே போனவளுக்கு உதவும் பொருட்டு மீராவின் துணிகள் இருந்த பெட்டியைத் திறந்தான். சட்டென ஒரு நொடியில் உள்ளே அடுக்கியிருந்த மொத்தத் துணிகளும் பெட்டி வைக்கப்பட்டிருந்த படுக்கையி லிருந்து கீழே சரிந்து விழுந்தன. அந்தப் பெட்டியின் அமைப்பு அத்தகையது. அப்படி விழுந்ததில், அவனுக்காக அவளே தன் கைப்படச் செய்து வந்திருந்த ‘பெர்ஃப்யூம்‘ பாட்டில் ஒன்று உடைந்து சிதறியது. அறை முழுவதும் வாசனை பரவியது.

குளியலறையிலிருந்து முகத்தைத் துடைத்தவாறே வெளியே வந்தவளுக்கு அங்கு நடந்த எல்லாவற்றையும் யூகிக்க ஒரே ஒரு கணம் போதுமாக இருந்தது. அவள், பார்த்துப் பார்த்து தானே அவனுக்காகக் கைப்பட செய்து வந்திருந்த பெர்ஃப்யூம் உடைந்துவிட்டிருந்தது. அவளின் அத்தனை ஆடைகளிலும் சிந்திவிட்டிருந்தது. அதுவும் ஆண்களுக்கே உரித்தான் மஸ்க் பெர்ஃப்யூம்.

மிதமான தெளிப்பில் மயக்கும் வாசனை எழுப்பும் அதே பெர்ஃப்யூம் உடைந்து தெறித்ததில் பரவிய நெடி மூக்கைத் துளைத்து எரிச்சலைக் கிளப்பியது.

“நித்தில்! ப்ச்ச்ச். என்ன பண்ணியிருக்க? ஏன் இந்த வேண்டாத வேல?”

பெர்ஃப்யூம் படாத துணிகளை மெதுவாக அங்கிருந்த சேரில் அடுக்கியபடி மறுபடியும் “ஸாரி மீரா ஸாரி ஸாரி” என்றான். கவனப்பிசகில் உடைந்த பாட்டிலின் சிறுதுண்டு ஒன்று சட்டென்று அவன் கையைக் கீறியது. கையை உதறிக் கொண்டான். ரத்தம் வந்த விரலை கர்ச்சீஃப்பால் இறுக்கிக் கட்டிக்கொண்டான்.

“மொத்த டிரெஸ்ஸும் ஸ்பாயில் ஆயிடுச்சு. இப்போ ஸாரின்னா மட்டும் சரியாயிடுமா? கொண்டுவந்த அத்தனை

துணியிலயும் ப்ர்ஃப்யூம். இந்தக் கிளைமேட்ல இங்க துவைச்சு காய வைக்கக்கூட முடியாது. துவைச்சாக்கூட அந்த பெர்ஃப்யூம் வாசம் போக ரண்டு நாள் ஆகும். வெளியே போக, ரண்டு பேருக்கும் மேட்சுக்கு மேட்சாப் போட்டு ஃபோட்டோ எடுக்கன்னு ஒவ்வொண்ணா பாத்து பாத்து வாங்கிவச்சிருந்தேன். எல்லாம் போச்சு. அய்யோ!" என்று தலையைப் பிடித்தபடி அங்கிருந்த மெத்தை மேல் உட்கார்ந்தாள். கவிழ்த்துவைக்கப்பட்டிருந்த பெட்டியைப் பார்த்தாள். நீண்டதொரு பெருமூச்சுக்குப் பிறகு அவனை முறைத்தபடி "ஒரு பெட்டியை எப்படித் திறக்கணும்னு கூட தெரியாதா? தலைகீழா வச்சுத் திறந்திருக்க" என்றாள்.

அப்போதுதான் அவன் அதைக் கவனித்தான். பெட்டி தலைகீழாக இருந்திருக்கிறது.

"ஓ என்ன பண்றது மேடம் நான் படிச்ச இன்ஜினியரிங்ல பெட்டியை எப்படித் திறக்குறதுன்னு சொல்லித் தரலியே" என்றான். அந்த நேரத்துக்குப் பொருத்தமில்லாத ஒரு அசட்டுச் சிரிப்புடன். அந்தச் சூழலை இலகுவாக்க அவனெடுத்த முயற்சி அந்த நேரத்துக்கு சுத்த அபத்தமாக இருந்தது. கையில் பட்ட கீறல் ஆழமாக உள்ளிறங்கியிருக்க வேண்டும். விரலைச் சுற்றி கட்டியிருந்த கர்ச்சிப்பை மீறி ரத்தப் பொட்டுகள் வெளியே தெரிந்தன.

"அதுக்கு முதல்ல நல்ல காலேஜ்ல இன்ஜினியரிங் படிச்சுருக்கணும். சும்மா குண்டுச் சட்டியில குதிரை ஓட்டிட்டு இருந்தா அவ்வளவுதான் தெரியும்" எரிச்சலும் கோபமுமாக வார்த்தைகள் அவளிடமிருந்து தெறித்து விழுந்தன. போனில் போடும் சண்டைக்கும், எதிரே நின்று முகத்தைச் சுளித்தபடி போடும் சண்டைக்கும் வித்தியாசம் அதிகம் இருந்தது. முன்னதில் மன்னிப்பதும் அதைவிட முக்கியமாக சுயகௌரவத்தை விடுத்து மன்னிப்பு கேட்பதும் எளிதாக இருந்தது. ஆனால், அதுவே கண்ணுக்கு முன் முகம் பார்த்து நிற்கும்போது அவ்விரண்டுக்கும் அங்கே இடம் இருக்கவில்லை.

இந்த முறை அவனுடைய ஈகோவினுள் கூரிய ஊசி யொன்று இறங்கியது. தன்மேல் படிந்திருந்த குற்ற உணர்வை உதறிக்கொள்ளும் வாய்ப்பாக அதைப் பயன்படுத்திக்கொண்டான். "அடடா நான் என்ன செய்யட்டும். ஆண்டவன், எனக்கு அறிவை அளந்துதான் கொடுத்திருக்கான். நிறைய வச்சிருக்கிறவங்க, நல்ல காலேஜ்ல படிச்சவங்க, எதுக்கு குண்டு சண்டிக்குள்ள குதிக்கணும்? வக்கிருந்தா வழியில்லாமலா இருந்திருக்கும்? அப்படியே ஆமதாபாத், ஆக்ரா, பெங்களூருன்னு வேற எங்கெ யாவது பாத்திருக்கலாமே?"

"நீ தேவையில்லாம பழசையெல்லாம் இப்போ இழுக்காதே" அவளது குரல் உடையத் தொடங்கியிருந்தது.

"நான் எந்தப் பழசையும் இழுக்கல. சும்மா பொதுவா சொன்னேன். உனக்கு சுருக்குன்னு இருக்குன்னா அது என் தப்பில்ல" அவளைக் கொஞ்சமும் பொருட்படுத்தாமல் அறையின் ஜன்னலை வெறித்தபடி பேசிக்கொண்டிருந்தான்.

"போதும். இதோட நிறுத்திக்கோ" என்றவளின் கண்களில் நீர் திரண்டு நின்றது. மெத்தையில் குப்புறக் கவிழ்ந்து அழ ஆரம்பித்தாள். உடல் ஒட்டியிருந்த நைட்டியில் அவள் முதுகு குலுங்கிக்கொண்டிருந்தது. அவன் கையில் அகப்பட்ட டீ – சர்ட்டை எடுத்து மாட்டிக்கொண்டு, வெளியே கிளம்பினான். அவன் வேண்டுமென்றே செய்யாதபோதும், கதவு ஓங்கி அடித்து டப்பென்ற ஓசையுடன் சாத்திக்கொண்டது.

சப்தம் வந்த திசையை நோக்கித் திரும்பினான். சாத்தப்பட்ட காரின் கதவைத் தாண்டி வயதான செக்யூரிட்டி ஒருவர் நடந்து கம்பெனிக்குள் நுழைந்துகொண்டிருந்தார். அவன் அந்தக் காலையின் மூன்றாவது டீயைக் குடித்து முடிக்கும்போது மணி ஏழாகியிருந்தது.

அவர் இறங்கிப்போன அதே கேப்பில் நித்திலன் சென்று ஏறிக்கொண்டான்.

4

மிக முக்கியமான சந்திப்புகள், விவாதங்கள் நடைபெறும் வெவ்வேறு அளவிலான சந்திப்பு அறைகளை வரிசையாகக் கொண்ட தளம் அது. அந்தத் தளத்திற்கு என்று தனியே நிர்வாகப் பணியாளர் இருக்கிறார். அங்கு நடைபெறும் முக்கிய சந்திப்புகளுக்கான ஏற்பாடுகளைச் செய்வது அவரது வேலை. குடிப்பதற்குத் தண்ணீர் பாட்டில்கள், கொறிப்பதற்கு பிஸ்கட்டுகள், இடைவெளிகளில் டீ, காபி, முழு நாள் கருத்தரங்கு என்றால் மதிய உணவும் அங்கேயே பரிமாறப்படும். அதற்கென்று ராஜ மாளிகையில் இருப்பதைப் போன்ற நீண்ட உணவு மேசையைக் கொண்ட தனிக்கூடம் அங்கு உண்டு. இப்படியான எல்லாவற்றையும் கவனித்துக் கொள்வது அவர் பொறுப்பு. உள்ளே கொண்டு செல்லப்படும் பலகாரங்களை வைத்தே அங்கே வரப்போகிறவர்கள் எத்தகையவர்கள், அந்த அலுவலகத்தில் அவர்களின் செல்வாக்கு என்ன என்பதை யூகித்துவிடலாம்.

அவ்வப்போது, வெளிநாடுகளிலிருந்து வாடிக்கையாளர்கள் இந்தியாவில் இருக்கும் நிறுவனங்களுக்கு வருவது வழக்கம். அப்படி ஏதேனும் ஒரு ப்ராஜெக்ட்டின் வாடிக்கையாளர்கள் யாராவது வருகிறார்கள் என்றால் அந்தக் குறிப்பிட்ட அணியிடத்தில் ஒருவித திருவிழாக்களை வந்து விடும். அதுவரை கிழித்துவிடப்பட்ட ஜீன்ஸில் சுற்றிக்கொண்டிருந்தவர்கள் முதன்முதலாக நேர்முகத்தேர்வுக்குச் செல்லும் ஒரு கல்லூரி மாணவனைப்போல உடையணிந்து திரிவார்கள்.

அவர்கள் இருக்கும் தளம் முழுவதும் ஏசி பதினெட்டு டிகிரிக்கு குறைத்துவைக்கப்பட்டிருக்கும். ஓய்வறைகளில் நறுமணமூட்டிகளின் மணம் கமழும். துடைத்தெறியும் பேப்பர்கள் வைக்கப்படும். அதுவரை பழுதுபார்க்கப்படாமல் விடப்பட்ட குழாய்களெல்லாம் மாற்றிப் புனரமைக்கப்படும். அப்பகுதிக்கு கரப்பான்கள் ஓடாத புதிய தானியங்கி காஃபி மெசின்கள் வந்துசேரும். அந்தத் தளம் முழுவதும் செக்யூரிட்டிகள் வருவதும் போவதுமாக இருப்பார்கள்.

அதுபோன்ற சமயங்களில் நடக்கும் சந்திப்புகளுக்குத் தண்ணீர் பாட்டில்கள், பிஸ்கட்டுகள், நேரத்துக்கு டீ, காபி அல்லது கோக் பாட்டில்கள், டிஷ்யூ பேப்பர்கள் என எல்லாம் போகும். அந்நிறுவனத்தின் உயர்நிலை அதிகாரிகள் கூட்டத்திற்குத் தண்ணீர் பாட்டில்கள் மட்டும் உண்டு. அங்கு கடைநிலையில் இருக்கும் பொறியாளர்களின் கூட்டம் என்றால் அதுவும் கிடையாது.

அங்கு 'கம்பர்' என்று பெயரிடப்பட்டிருந்த அறையின் வாசலில்தான் ராமசுப்புவைக் காத்திருக்கச் சொல்லியிருந்தார்கள். சுற்றிலும் தமிழ்ப்புலவர்களின் பெயர்களைத் தாங்கிய சந்திப்புக் கூடங்கள். ஒவ்வொருமுறையும் இவற்றின் பெயர்களைப் பார்க்கும்போதும் ஒருமுறை அவர் தனக்குள்ளே புன்னகைத்துக் கொள்வார்.

கடந்த மாதம் ஒருநாள் நடைபெற்ற கூட்டத்தின்போது, பரிசாரகர்கள் இல்லாத காரணத்தால், கீழ்தளத்தில் காவலுக்கு நின்ற இவரை அழைத்து அங்கு இருந்த சந்திப்பு அறைக்கு தண்ணீர் பாட்டில்களைக் கொடுத்துவரச் சொன்னார்கள். அப்போது, உள்ளே தகித்துக்கொண்டிருந்த நெருப்பின் கனல் துண்டொன்று இவர் மீதும் தெறித்து விழுந்தது.

வேணுகோபால் சர்மா உள்ளே நுழையவும் அந்தச் சந்திப்பு அறையின் விளக்குகள் மின்னி எரிந்தன. ஆள் நடமாட்டத்தை அவதானித்து தாமே இயங்கும் விளக்குகள் அவை. எப்போதும் சிரித்த முகத்துடன் முகமன் கூறும் சத்தியமூர்த்தி இறுக்கமாக அமர்ந்திருந்தார். வேணு வந்ததைக்கூட கவனித்ததாகக் காட்டிக் கொள்ளவில்லை. அந்த அறை ஏசியின் குளிரால் ஜில்லிட்டு இருந்தது. அதுவரை விளக்குகள் அணைந்து இருந்ததையும் கணக்கில் கொண்டால் அவர் குறைந்தது பத்து நிமிடங்களுக்கு முன்னரே அங்கு வந்திருக்க வேண்டும்.

இன்றைய தேதிக்கு லட்சத்திச் சொச்சம் தொழிலாளர்கள் பணியாற்றும் 'நியோ டெக் சொலுசன்ஸ்' நிறுவனத்தின் மொத்த

எண்ணிக்கை சில நூறுகளாக இருந்தபோது, சத்தியமூர்த்தி ஒரு சாதாரண மென்பொருள் பொறியாளராகக் கல்லூரியிலிருந்து தேர்ந்தெடுக்கப்பட்டு இந்நிறுவனத்துக்குள் வந்தார். இன்று, மூன்று துணை பொதுமேலாளர்கள் உள்ளிட்ட ஆயிரத்துக்கும் மேற்பட்டவர்கள் தனக்குக் கீழே வேலைபார்க்கும் நிலையில் இருக்கிறார். நிறுவனத்தின் சென்னை மண்டலத்தின் முக்கியமான பெருந்தலைகளில் ஒருவர். இவர் திட்ட மேலாளராகப் பணியாற்றியபோது அவர் அணிக்கு ஓர் இளம் பணியாளராக வந்துசேர்ந்தவர் வேணுகோபால் சர்மா. அன்று தொடங்கி இன்றுவரை கிட்டத்தட்ட பதினைந்து வருடங்களாக சத்திய மூர்த்தியின் கீழ்தான் வேலைபார்க்கிறார். வேணுகோபால் தொழில்நுட்பங்களில் கைதேர்ந்தவர். இப்போது அத்தொழில் நுட்பங்களெல்லாம் பழையதாகிப் போய்விட்டன. அன்றைய காலத்தில் அவருக்கு தொழில்நுட்பத்தில் இருந்த செல்வாக்கே வேறு. சத்தியமூர்த்தி ஏறிய ஏணியில் அவரைப் பின்தொடர்ந்து மேலேறியவர்களில் வேணுவும் ஒருவர். முக்கியமான சந்திப்புகள், கூட்டங்கள், நிகழ்வுகள் என எல்லாவற்றிலும் சத்தியமூர்த்தியுடன் வேணுவைப் பார்க்கலாம்.

மீட்டிங் தொடங்குவதற்கு இன்னும் சரியாக இரண்டு நிமிடங்களே இருந்தபோதும், அவர்கள் இருவரைத் தவிர வேறு யாரும் வந்துசேர்ந்திருக்கவில்லை. மிகச் சரியாக மீட்டிங் தொடங்கும் நேரத்தில் அர்ச்சனா உள்ளே வந்தார். வேணுவைப் பார்த்து புன்னகைத்துவிட்டு அவருக்கு எதிரே இருந்த நாற்காலியைச் சத்தம் வராமல் இழுத்துப்போட்டு அமர்ந்தார். சத்தியமூர்த்தி அப்போதும் தனது லேப்டாப்பிலிருந்து கண்களை நகர்த்தவில்லை. அர்ச்சனாவும் வேணுவும் ஒரே நேரத்தில் பணியில் சேர்ந்தவர்கள். தங்கள் பெயரை நிலைநாட்டி தனித்ததொரு இடத்தை அங்கே நிறுவிக்கொள்வதில் இருவருக்கும் ஆரம்ப நாட்களிலிருந்து கடும் போட்டி இருந்தது. சில நேரங்களில் மெல்லிய காழ்ப்பாகவும் அது வெளிப்படும். வெளிப்பார்வைக்குத் தெரியாவிட்டாலும் அவர்கள் இருவருக்கும் அது நன்றாகத் தெரியும். வேணு தொழில்நுட்பங்களில் வல்லவர் என்றால் அர்ச்சனா பணியாட்களையும் வாடிக்கையாளர்களையும் கையாள்வதில் விற்பன்னர். ஆனாலும், தற்போதைய படி நிலையின்படி அர்ச்சனா, வேணுவைவிட ஒரு படி கீழே இருக்கிறார். கடந்தமுறை பணி உயர்வின்போது இருவரில் ஒருவருக்கே பணி உயர்வு சாத்தியம் என்றபோது அது வேணுவுக்குப் போனது. அதில் அர்ச்சனாவுக்கு வருத்தம் என்றாலும் அவரால் முடிந்ததெல்லாம் ஒரு வாரம் விடுப்பெடுத்து வீட்டில் உட்கார்ந்தது மட்டுமே. இங்கே வழங்கப்படும் பதவி

உயர்வுகளுக்குப் பின்னர் மிகப் பெரிய கணக்குகள் உண்டு என்பதை அர்ச்சனா நன்கு அறிவார்.

சத்தியமூர்த்தி முகம் சிடுசிடுத்திருந்தது. சுத்த வெள்ளையில் மெல்லிய நீலக்கோடுகள் போட்ட முழுக்கைச் சட்டை, அதற்கு ஏற்றார் போல் கருநீல நிற பேண்ட் அணிந்திருந்தார். அவர் அணியும் உடையிலிருந்து செய்யும் வேலைவரை எல்லாவற்றிலும் துல்லியமும் கச்சிதமும் கூடியிருக்கும். குறித்த நேரத்திலிருந்து ஐந்து நிமிடம் கழிந்த பின் அறை பாதி நிரம்பியிருந்தது. ஒருமுறை தனது வாட்சைப் பார்த்தார். முகம் மேலும் கூம்பியது. அறையில் பெரும் அமைதி சூழ்ந்திருந்தது. அடுத்த ஐந்து நிமிடத்தில் மற்றவர்களும் வந்துசேர்ந்தனர். கூடியிருந்த அனைவரும் சத்தியமூர்த்தியின் கீழ் இருக்கும் பெரிய பெரிய செயற்திட்டங் களின் தலைமைப் பொறுப்பில் இருப்பவர்கள்.

சத்தியமூர்த்திக்கு ஒடிசலான தேகம். நல்ல உயரம். பொதுவாக அதிர்ந்து பேசாத சுபாவம். எப்போதும் சிரித்த முகத்துடன் இருக்கும் அவர் கோபம் தெறிக்கும் கணங்களில் முற்றிலும் வேறோர் ஆளாக மாறியிருப்பார். அங்கிருந்த ஒவ்வொருவரும் அப்படியானதொரு அவருடைய முகத்தை வெவ்வேறு தருணங்களில் பார்த்திருக்கிறார்கள். வழக்கமாக, சமீபத்திய ஏதேனுமொரு நடப்பு நிகழ்வு பற்றிய விவாதத்துடனோ அல்லது அங்கிருப்பவர்கள் யாராவது ஒருவரைப் பற்றிய மெல்லிய கிண்டலுடனோ இதுபோன்ற சந்திப்புகளைத் தொடங்குவார். அதை அங்கு கூடியிருப்பவர்கள் அனைவரையும் தன்னுடைய பேச்சில் கவனப்படுத்தும் ஓர் உத்தியாகவே கையாண்டு வந்தார்.

ஆனால், அன்று நேரடியாக ஆங்கிலத்தில் ஆரம்பித்தார்.

“நேற்று நமது வாடிக்கையாளர் நிறுவனங்களுள் ஒன்றான ‘வுல்வொர்த் அமெரிக்க வங்கி’யைச் சார்ந்த தகவல் தொழில்நுட்ப இயக்குனரிடமிருந்து எனக்கொரு மின்னஞ்சல் வந்திருந்தது.” இதைச் சொல்லிவிட்டு வேணுகோபால் சர்மாவை ஒருமுறை பார்த்தார். “அது முழுக்க முழுக்க நம்மிடம் இருக்கும் குறைகளை மட்டுமே சுட்டிக்காட்டியிருந்தது. அவர்களுடனான நமது ஒப்பந்தம் அடுத்த இரண்டு மாதங்களில் முடியப்போகிறது என்பது இங்கு மிக முக்கியமாகக் கவனத்தில் கொள்ளப்பட வேண்டிய விசயம். அது தொடர்ந்து நீடிப்பதும், இத்துடன் முறிந்துபோவதும் நாம் அடுத்து எடுக்கப்போகும் நடவடிக்கைகளைப் பொறுத்தே அமையக்கூடும்.” என்று கூறி தனது மடிக்கணினியை அங்கிருந்த புரஜக்டரில் இணைத்தார். அவரது மின்னஞ்சல் பெட்டியைத் திறந்து அவருக்கு வந்த அந்த மெயிலை எடுத்துக் காட்டினார்.

அன்றைய அவரது ஒவ்வொரு நடவடிக்கையிலும் இருந்த அதீத நிதானம் நிலைமையின் தீவிரத்தை உணர்த்தியது.

சத்தி,

உங்களுடைய கவனத்துக்குச் சில விசயங்களைக் கொண்டுவர வேண்டிய நிலையில் இருக்கிறேன். எங்களது வங்கிக்குச் சேவை அளிக்கும் ஒரு நிறுவனம் என்பதையும் தாண்டி உங்களை எங்களுடைய சக பங்குதாரராகவே பார்க்கிறோம். பதினைந்து வருடங்களுக்கும் மேலாகத் தொடரும் நமக்கிடையேயான உறவே இதை நிரூபிக்கப் போதுமானது என்றெண்ணுகிறேன். அவ்வாறு இருக்கையில், அதற்குரிய அர்ப்பணிப்பையும் உழைப்பையும் தங்களிடம் எதிர்பார்ப்பதில் தவறில்லைதானே?

1. *நாங்கள் கொடுக்கும் எட்டு மணி நேர ஊதியத்துக்கு ஏற்ப உங்கள் தொழிலாளிகள் வேலைசெய்வதில்லை. ஒன்று, அவர்கள் மிகக் குறைந்த நேரமே வேலைசெய்து கொண்டிருக்கிறார்கள் அல்லது கொடுத்த காலத்தில் வேலையை முடிக்கும் திறனற்றவர்களாக இருக்கிறார்கள்.*
2. *பெரும்பாலான மீட்டிங்குகளில் உங்கள் நிறுவனத்தைச் சார்ந்தவர்கள் யாரும் குறித்த நேரத்துக்குக் கலந்து கொள்வதில்லை. இதன் வழியே மற்றவர்களின் நேரத்தை அத்துமீறிக் கொல்கிறார்கள். இதை எங்களை அவமானப் படுத்தும் செயலாகவே பார்க்க வேண்டியிருக்கிறது.*
3. *உங்களவர்களின் தாமதத்தால் எங்களுடைய முக்கியமான புதிய செயலி ஒன்று உரிய நேரத்தில் சந்தைக்குப் போய்ச் சேருமா என்று எனக்குச் சந்தேகமாக இருக்கிறது. அது வருவதில் ஏற்படும் ஒவ்வொரு நாள் தாமதத்துக்கும் நாங்கள் கொடுக்க வேண்டிய விலை மிக அதிகம்.*

கவனத்தில் கொள்ளுங்கள்.

நன்றி
மார்க்.

முழுமையான நிசப்தத்தில் அறை அமிழ்ந்திருந்தது. ஆங்கிலத்திலிருந்து மாறி தமிழிலேயே பேசத் தொடங்கினார். அங்கிருந்த பெரும்பாலானவர்கள் தமிழைத் தாய்மொழியாகக் கொண்டவர்கள். அப்படியில்லாத ஓரிருவரும்கூட பல வருடங் களாக சென்னையில் வசிப்பதால் தமிழ் அங்கிருக்கும் யாருக்கும் பெரிய பிரச்சினையில்லை.

“இப்படி ஒரு மெயிலைப் பார்க்கும்போதே அசிங்கமா இருக்குல. அதுவும் அந்த நிறுவனத்தின் ஐ.டி. டிரைக்டர்கிட்டேந்து

வர்ற நேரடி மெயில். கூசிப்போயிடுது. அவர் சொன்ன இரண்டாவது விசயத்துல எங்க பிரச்சனைங்கிறத இதோ இந்த மீட்டிங்லயே புரிஞ்சுகிட்டேன்.” அவர் பேசி நிறுத்திய இடைவெளியில் அவ்வறையில் அழுத்தமான மூச்சொலிகள் மட்டுமே கேட்டன.

அவரே தொடர்ந்தார், “அன்னைக்கு நான் அஞ்சு மணி போல அன்புவோட காபி குடிச்சுட்டு திரும்ப வர்றேன். இங்க நம்ம டீமிலேருந்து ஒருத்தன் பேக்கைத் தூக்கிட்டு ஹாயா வீட்டுக்குப் போயிட்டு இருக்கிறான். நான் எதிர வர்றதக்கூட கவனிக்கல. இல்ல கவனிச்சும் கண்டுக்கிடலயா தெரியல. ஒரு மணி நேரம் லஞ்ச். காலைல அரை மணி நேரம், சாயந்தரம் அரை மணி நேரம் ப்ரேக். அதைக் கண்காணிச்சு விசாரிக்க வேண்டியவங்களும் அதே தப்பைப் பண்றாங்க. அப்புறம் நம்மகிட்ட காசு கொடுத்து வேலை வாங்குறவன் சட்டையைப் பிடிச்சு கேள்வி கேட்கத்தான் செய்வான். இன்னைக்குத் தேதி மார்ச் 2. அடுத்து ஏப்ரல் 1ஆம் தேதி இங்க இருக்கிற மொத்த எம்ப்ளாயிசோட செக்–இன் செக்–அவுட் டேட்டா எனக்கு வேணும். ப்ரேக்கெல்லாம் கழிச்சுட்டு அத்தனை பேரும் கட்டாயமா எட்டு மணி நேரம் சீட்ல உட்கார்ந்திருக்கணும். நீ வேலைபார்க்கிற பார்க்கலங்கிறது அடுத்த விசயம். மொதல்ல ஓ.டி.சி.–க்கு உள்ளயாவது இருக்கப் பாருங்க. வெள்ளிக்கிழமை ஆறு மணிக்கு மேல மொத்த ஓ.டி.சி.–க்கு சேர்த்து நாலு பேரு இருந்தாலே அதிசயம். எனக்கு எல்லோரோட டேட்டாவும் வேணும். இங்க இருக்கிறவங்களோடதும் சேர்த்து. இதுக்கு மேலயும் இதைச் சாதாரணமாக எடுத்துக்க முடியாது.”

அறைக்கதவு தட்டப்பட்டது. தண்ணீர் பாட்டில்களைக் கொண்டுவந்து வைத்தார் ராமசுப்பு.

“ஹெலோ ஸார், தண்ணியெல்லாம் மீட்டிங் ஆரம்பிச்சப்போ வைச்சிருக்கணும். முடியும் போதில்ல. புரியுதா?” அவரிடத்தும் சீறினார்.

“ஓ.கே. சார். சா . . . சாரி சார்.”

“சரி அப்படி வைச்சுட்டுப் போங்க.”

வைக்கப்பட்ட பாட்டிலை எடுத்து, மூடியைத் திருகி வீசிவிட்டு, தண்ணீர் குடித்தார். கை நடுங்கியது. தண்ணீர் தெறித்து இடது கடைவாய் வழியே வழிந்தது. பின் பாக்கெட்டிலிருந்து கர்ச்சீஃபை எடுத்துத் துடைத்தவாறே மறுபடியும் ஆங்கிலத்தில் தொடர்ந்தார். “இந்தச் சந்திப்பு இப்போது பேசினோமே அதற்காகக் கூட்டப்பட்டதே இல்லை. நேற்று வந்த மின்னஞ்ச

லின் பொருட்டு அதைப் பற்றி பேச வேண்டியதாகப் போயிற்று. இருக்கட்டும். கடந்த வாரம் நமது நிறுவனத்துடைய காலாண்டு முடிவுகள் வந்தன. உங்களுக்கும் தெரிந்திருக்கலாம். வழக்கமாக வரும் லாபத்தைவிட மிகக் குறைவான லாப சதவீதத்தைத்தான் பதிவு செய்திருக்கிறோம். நம்முடைய சக போட்டியாளர்களோடு ஒப்பிடும்போது இது மிகவும் குறைவு. அப்ரைஸல்[1] நேரத்தில் இதுபோன்ற முடிவுகள் எந்த விதமான பாதிப்புகளை ஏற்படுத்தும் என்று உங்களுக்கு நான் சொல்லித் தெரியவேண்டியதில்லை" இப்போது அங்கு கூடியிருந்தவர்கள், ஒருவர் முகத்தை ஒருவர் பார்த்துக்கொண்டனர்.

"லாபத்தைப் பெருக்க இரண்டு வழிகள் உண்டு. ஒன்று, புதிய புதிய ப்ராஜக்ட்டுகளை வாங்கி வர வேண்டும். அதை நம்முடைய சேல்ஸ் டீம் மக்கள் பார்த்துக்கொள்வார்கள். இரண்டாவது, நமக்கு ஆகும் செலவைக் குறைப்பது. அதை மேலிருந்து கீழ்வரை ஒவ்வொரு படிநிலையிலும் செயல்படுத்துவது. நான்கைந்து வருடங்களுக்கு முன்னர் இதே தளத்தில் இரண்டு மூன்று பாதுகாவலர்கள் இருப்பார்கள். இப்போது மொத்த ப்ளாக்கிற்கும் சேர்த்தே அவ்வளவுதான் இருக்கிறார்கள். இதோ, இப்போது தண்ணீர் பாட்டில்கள் கொண்டுவந்தாரே அது அவர் வேலையா? போதிய ஆட்கள் இல்லாமல் அவரைப் பிடித்து அனுப்பியிருப்பார்கள். முன்பு, இலவசமாக எல்லோருக்கும் காபி, டீ தருவார்கள். தீபாவளிக்கு பரிசுகள் கொடுப்பார்கள். போனஸாகப் பங்குகள் தருவார்கள். இன்று, இவை எதுவுமே கிடையாது என்பதை நான் சொல்லித்தான் உங்களுக்குத் தெரியவேண்டும் என்பதில்லை. இதன் தொடர்ச்சியாக உங்களுடைய அணிகளிலும் இதேபோன்ற செலவைக் குறைக்கும் நடவடிக்கைகள் எடுக்கப்போகிறோம். பயப்பட வேண்டாம். நம்முடைய இலக்கு ஏழிலிருந்து பத்து வருடங்கள்வரையான பணி அனுபவம் கொண்ட நபர்கள்தாம். இவர்களை இரண்டு மூன்று வருட அனுபவம் கொண்டவர்கள் மூலமாகப் பதிலீடு செய்யப் போகிறோம். இந்த வகைமையில் இருப்பவர்களில் யாரெல்லாம் தவிர்க்கவே இயலாதவர்கள் என்ற பட்டியல் வேண்டும். அந்த எண்ணிக்கை ஒவ்வொரு அணியிலும் இரண்டுக்கு மேல் போகக் கூடாது. புரிகிறதா? மேலும் இந்தத் தகவல் வெளியே சிறிதும் கசியாமல் பாதுகாக்க வேண்டிய முழுப் பொறுப்பும் உங்களுடையது. இல்லாவிடில் உங்கள்

1. அப்ரைசல் *(Appraisal)*: வேலைபார்க்கும் ஒவ்வொருவரின் செயல்திறனை மதிப்பீடு செய்யும் முறைமை. இந்த மதிப்பீடுகளின் அடிப்படையிலேயே ஒருவருக்கு சம்பள உயர்வும், பதவி உயர்வும் வழங்கப்படும்.

வேலை இன்னும் சிக்கலாகப் போய் முடியும். இப்போது உங்களுக்கு ஏதேனும் கேள்விகள் இருந்தால் கேட்கலாம்."

"அணிக்கு இரண்டு பேர் என்பது மிகவும் குறைவு சத்தி. என்னுடைய அணியில் மட்டுமே ஏழு பேர் இருக்கிறார்கள். அதை வெறும் இரண்டாகக் குறைப்பது மிகவும் கடினமான காரியம்" வேணு கேட்டார்.

"கடினமான காரியங்களைச் செய்து முடிக்கத்தானே நீங்கள் இருக்கிறீர்கள்?"

"இந்த நிலையில் இருக்கும் பெரும்பாலானோர் சமீபத்தில் தான் திருமணம் முடித்தவர்களாகவோ அல்லது சிறு குழந்தை களைக் கொண்டவர்களாகவோ இருப்பார்கள். அதிலும் முழுக்க முழுக்க இங்கேயே தனது அலுவலக வாழ்வைத் தொடங்கியவர்களே அநேகம். அப்படியிருக்கும்போது இது போன்ற திடீர் நடவடிக்கைகள் அவர்களைத் தனிப்பட்ட முறையில் மிகக் கடுமையாக பாதிக்கக் கூடும் இல்லையா?" சக தொழிலாளியின் மீதிருந்த உண்மையான கரிசனத்துடன் ராம்குமார் கேட்டார்.

"மிஸ்டர் ஆர்.கே. உங்களின் அணியினர் மீதான உண்மை யான அக்கறையை நான் பாராட்டுகிறேன். இது என்னுடைய முடிவு கிடையாது. என்னுடைய பாஸுக்கும் பாஸிடமிருந்து வந்திருக்கிறது. நம்மால் இதில் பெரிதாக எதுவும் செய்ய முடியாது. அவர்களுக்குச் சேர வேண்டிய தகுந்த இழப்பீடுகளைத் தந்து விடுவார்கள் என்றே நினைக்கிறேன்."

இதேபோன்ற கேள்விகளே திரும்பத் திரும்ப கேட்கப் பட்டன. சந்திப்பு முடிந்து சோர்ந்த முகங்களுடனும், தொங்கிய தலைகளுடனும் ஒவ்வொருவராக வெளியேறத் தொடங்கினர். அப்போது வேணுவை மட்டும் அங்கேயே இருக்கும்படியும் மற்றவர்கள் செல்லலாம் என்றும் சத்தியமூர்த்தி கட்டளை யிட்டார்.

அன்று உள்ளே போய் தண்ணீர் அளித்துவிட்டு வந்த அதே அறையின் முன்தான் இப்போது ராமசுப்பு நின்றுகொண்டிருந்தார். வாடிக்கையாளர்கள் யாரும் வந்திருப்பதுபோல் தெரியவில்லை. அதற்கான எந்த அறிகுறியும் தென்படவில்லை. போனில் அழைப்பு வரும்போது பார்த்துக்கொள்ளலாம் என்று விட்டு விட்டார்.

◯

5

பருந்துப்பார்வையில் இரண்டு அறுங் கோணங்கள் ஒன்றையொன்று வெட்டிக்கொள்வது போன்ற கட்டமைப்பு கொண்ட அந்த நிறுவனத்தில், அவை வெட்டிக்கொள்ளுமிடத்தில் குட்டியாக ஒரு வட்டம் போட்டதுபோல அந்த 'காஃபே' அமைந்திருந்தது. அது, எல்லாக் கட்டடங்களில் இருப்பவர்களுக்கும் சமதூரத்தில் இருக்கும்படி அமைக்கப்பட்டிருந்தது. காஃபேயைச் சுற்றிலும் செயற்கை புற்கள் ஒரே சீரான உயரத்துக்கு வளர்க்கப் பட்டிருந்தன. வடிவ நேர்த்தியுடன் அலங்காரச் செடிகள் வெட்டிவிடப்பட்டிருந்தன. அதன் பிரதான வாசலுக்கு முன்னே சிறிய செயற்கை ஊற்று ஒன்று வைக்கப்பட்டு சலசலத்துக்கொண்டிருந்தது. எல்லாம் சேர்ந்து, பார்வைக்கு ஒரு நட்சத்திர விடுதியைப் போன்ற தோற்றத்தைக் கொடுத்தது. மதிய நேரத்திலும் மாலையிலும் உட்கார்ந்து சாப்பிடக்கூட இடம் கிடைக்காத அளவுக்குக் கூட்டம் நிறைந்து வழியும். அதுவும் புதிதாக ஏதேனும் ஒரு கடை திறக்கப்பட்டுவிட்டால் சொல்லவே வேண்டியதில்லை.

அப்படிப் புதிதாகத் திறக்கப்பட்ட சிறுதானிய பலகாரக்கடை முன்புதான் ஆர்.கேயும், அர்ச்சனா வும் உட்கார்ந்திருந்தார்கள். அங்கு கிடைக்கும் கருப்பட்டிக் காபி சுவையாக இருக்கிறது என்று கூறி ஆர்.கே. அர்ச்சனாவைக் கூட்டி வந்திருந்தார். ஆர்.கே., அர்ச்சனா, வேணு மூவரும் ஒரே காலத்தில் நிறுவனத்தில் சேர்ந்தவர்கள். ஆர்.கேயும், அர்ச்சனா

வும் ஒரே மாதிரியான பதவி நிலையில் இருக்கையில் வேணு அவர்களைவிட ஒரு படி அடுத்த நிலையில் இருந்தார்.

மணி பன்னிரண்டைத் தொட்டிருந்தது. அதனால், டீ காபிக் கடைகளில் கூட்டம் அதிகம் இருக்கவில்லை. மற்ற கடைகளில் மதிய உணவுக்கான ஆயத்தங்கள் நடைபெற்றுக்கொண்டிருந்தன. ஆங்காங்கே ஒரு சிலர் கூட்டமாகவும் தனியாகவும் டீயுடன் அமர்ந்திருந்தனர். பொதுவாக, இருபது இருபத்தைந்து வயதில் இருப்பவர்கள் கூட்டமாக உற்சாகத்துடனும், முப்பது முப்பத்தைந்தை நெருங்கியவர்கள் தனியாக ஏதேனும் ஓர் ஆழ்ந்த யோசனையுடனும் இருப்பதாக அவ்விடம் தோற்றமளித்தது.

அர்ச்சனா சிவப்பு பார்டர் வைத்த கறுப்புப் புடவை அணிந்திருந்தாள். கழுத்தை ஒட்டி மெல்லிய தங்கச் சங்கிலி. அதிக மேக்கப் இல்லாமல் அப்போதுதான் கழுவினாற்போன்ற துலக்கமான முகம். கறுப்புநிறப் புடவை அவரது நிறத்தை இன்னும் சற்று உயர்த்திக் காட்டியது. சீனியர் மேனேஜராக ஆன நாள்முதல் சுரிதாரிலிருந்து புடவைக்கு மாறிக்கொண்டாள். புடவை அவருக்குத் தனித்ததொரு அடையாளத்தையும் கம்பீரத்தையும் கொடுத்தது. முப்பத்தைந்து வயது ஆகியிருந்தாலும் அவ்வாறு மதிப்பிட முடியாத உடல்வாகு அர்ச்சனாவுக்கு. ஒல்லியாகவும் இல்லாமல் குண்டாகவும் இல்லாமல் சற்றே பூசினாற்போல் உருவம். நேர்த்தியாக உடுத்தப்பட்டிருக்கும் புடவையும், அதற்குப் பொருத்தமான அணிகலன்களும் சேர்ந்து அவரிடத்தே ஒருவித உயர்குடி பாவனையைக் கொண்டுவந்து சேர்த்தது.

அர்ச்சனாவும் ஆர்.கே.யும் பதினைந்து வருடங்களாக நண்பர்களாக இருந்தாலும் கண்ணுக்குப் புலப்படாத ஏதோவொரு கோடொன்றுக்குக் கட்டுப்பட்ட பரஸ்பர மரியாதை மிகுந்த உரையாடல்களே அவர்களிடையே எப்போதும் சாத்தியப் பட்டிருக்கிறது. அவ்வப்போது இப்படிச் சந்தித்துக்கொண்டாலும், அர்ச்சனாவை ஒருமுறை பார்த்ததுபோல் மறுமுறை பார்க்க முடியாது ஆர்.கே.வுக்கு. இறுக்கியிருந்த கறுப்பு ஜாக்கெட்டில் சற்றே மேலெழுந்திருந்த வெண்மையான தோள்களில் கவிந்து திரிந்த பார்வையை அடக்கி அர்ச்சனாவின் முகத்தைப் பார்த்துப் பேசுவதற்குப் பெரும் பிரயத்தனப்பட வேண்டியிருந்தது.

காபியிலிருந்து எழுந்து மெல்லப் பரவிய ஆவியை ரசித்து நுகர்ந்தபடி அர்ச்சனா, "இன்னைக்கு என்ன பெரியவரு ருத்ர தாண்டவம் ஆடிட்டாரு" என்று சிரித்தபடி தன் புருவத்தை உயர்த்தினாள்.

"தெரியலீங்க அர்ச்சனா. செம கடுப்புல இருந்துருப்பார் போல. அநேகமா அது வேணுவோட ப்ராஜெக்ட்தான்னு நினைக்கிறேன். நீங்க என்ன நினைக்கிறீங்க?"

"கமான் ஆர்.கே... இதுல என்ன சந்தேகம்? வேணுவோட ப்ராஜெக்ட்டேதான். அதைப் பத்திச் சொல்லும்போது அவரு வேணுவத்தான் மாத்தி மாத்தி பார்த்துட்டே இருந்தார். கடைசியா எல்லாரும் கிளம்பும்போதுகூட அவரை மட்டும் இருக்கச் சொன்னார். நீங்க கவனிக்கலயா?"

"ஆமாமா ஆனா, வேணுவோட டீம் ரொம்ப நல்ல டீம். எப்பவும்போல இருக்கிற ரிசோர்சஸ்ல பார்த்துப் பார்த்துப் பொறுக்கி எடுத்திருப்பார். அதுபோக அந்த மெயில்ல சொல்லிருந்த விசயமெல்லாம் எல்லா ப்ராஜெக்ட்ஸ்லையும் நடக்குகிறதுதான். அந்த கிளையண்ட் கொஞ்சம் கடுமையானவங்க. ரொம்ப பெர்ஃபெக்ட்டா எல்லாத்தையும் எதிர்பார்க்கிறாங்கபோல. அதான் அந்த அளவுக்குப் போயிட்டாங்கன்னு நினைக்கிறேன். சத்தி சும்மா நம்ம முன்னாடி திட்டுற மாதிரி திட்டுவார். அவ்ளோதான்."

"அதுவும் சரிதான். இந்த மாதிரி எஸ்கலேசன்ஸ் நம்ம ப்ராஜெக்ட்ல வந்திருந்தா இந்நேரத்துக்கு உண்டு இல்லைன்னு பண்ணிருப்பார் இல்ல?"

"ஆமாமா, சத்திக்கு வேணு மேல எப்பவும் ஒரு சாஃப்ட் கார்னர் உண்டு. அந்த மலையாளப் பொண்ணு விசயத்துலகூட பெருசா எதாவது நடக்கப்போகுதுன்னுதான் நினைச்சேன் அர்ச்சனா, ஆனா சத்தமே இல்லாம அந்த விசயத்தை முடிச்சு விட்டாங்க."

"அதெல்லாம் ரொம்பப் பாவம் ஆர்.கே. வேணு டெக்னிக்கலா ரொம்ப ஸ்ட்ராங்க் ஒத்துக்கிறேன். இல்லைன்னு சொல்லல. இப்பவும் ப்ராஜெக்ட்ல ஏதாவது ஒரு பிரச்சனைன்னா அவரளவுக்கு யாரும் இறங்கி வேலைபார்க்க முடியாது. ஆனா, அவர் பீபிள் மேனேஜ்மண்ட்ல ரொம்ப மோசம். அதுவும் இப்போ உள்ள பசங்களை சமாளிக்கிறது அவ்ளோ சுலபமில்ல. கொஞ்சம் வளைஞ்சு கொடுத்துத்தான் போகணும். ஆனா, அவரு பழைய மாதிரியே எதிர்பார்ப்பார். நில்லுன்னா நிக்கணும்பார். உட்காருன்னா உட்காரணும்பார். அதெல்லாம் இப்போ வேலைக்கே ஆகாது."

"ரொம்ப கரெக்ட் அர்ச்சனா. எனக்கே பல சமயங்கள்ல கண்ணைக்கட்டுது. என் டீம்ல ஒருத்தன் இருக்கான். விபின் அவன் பேரு. ஒரு வருசம்கூட எக்ஸ்பீரியன்ஸ் இருக்காது. தினம்

பதினோரு மணிக்குத்தான் ஆபிஸ் வருவான். நானே இரண்டு மூணுவாட்டி பார்த்துருக்கேன். அவன் டீம் லீடக் கூப்பிட்டு விசாரிச்சேன். ஒண்ணும் வேலைக்கு ஆகல. சரின்னு நானே அவன நேர்ல கூப்பிட்டேன். 'பத்து மணிக்கு ஆபிஸ்ல இருக்கிற மாதிரி பார்த்துக்கோப்பா'ன்னு சொன்னேன். நேரடியாவே 'இல்ல, ரொம்பக் கஷ்டம்' அப்படின்னான். ஏன்டான்னு கேட்டா 'தூரத்துல இருந்து வரேன்'னான். எங்க தெரியுமா? இங்க இருக்கிற பி.டி.சி.யில இருந்து வர்றதுதான் சாருக்குத் தூரமாம். அவனவன் அம்பத்தூர், வண்ணாரப்பேட்டைன்னு எங்கெங்கோ இருந்து வர்றானுங்க. இங்க இருந்து வர்றதுக்கு இவனுக்கு முடியல. 'தம்பி, நீ இப்போத்தான் ஐ.டி.ல சேர்ந்துருக்க. ஒரு ஃப்ரெஷரா இன்னும் கொஞ்சம் ஃபிளக்ஸிபிலா இருக்கணும். அப்போதான் இங்க முன்னேற முடியும். இங்கன்னு இல்ல இது எல்லா இடத்துக்கும் பொருந்தும். கத்துக்கிற வயசுல கத்துக்கலன்னா பின்னாடி ரொம்பவே கஷ்டம்' இப்படியெல்லாம் ஒவ்வொண்ணா எடுத்துச்சொல்லி ஒரு அரைமணி நேரம் பேசிருப்பேன். பதிலே பேசாம சிரிச்சுட்டே நின்னான். அதுவும் அந்த சிரிப்பு இருக்கு பாருங்க. போடா டேய் எனக்கு எல்லாம் தெரியுங்கிற மாதிரி ஒரு சிரிப்பு. அடுத்த நாளும் ஹாயா வழக்கம்போல பதினோரு மணிக்குத்தான் வந்தான்." இதைச் சொல்லிவிட்டு தலையை ஆட்டி ஆட்டி தனக்குள் சிரித்துக்கொண்டார்.

"ஒரு சீனியர் மேனேஜர்ட்ட பேசுறோம்ன்னு கொஞ்சம்கூட பயமே இல்லல இப்போ உள்ள பசங்களுக்கு."

"பயமெல்லாம் வேணாம் அர்ச்சனா. குறைஞ்சபட்ச மரியாதை இருந்தாலேபோதும். அதுகூட கிடைக்கிறதில்ல. ஆனா இவங்கள வச்சுக்கிட்டுத்தான் லீட் லெவல்ல இருக்குறவங்கள மாத்தப்பாக்குறாங்க. மேல இருக்குறவங்களுக்கெல்லாம் இங்க உள்ள கள நிலவரம் தெரியாது. கடைசில எல்லாம் நம்ம தலைமேல வந்து விடியும்."

"அதை நெனச்சா எனக்கும் கொஞ்சம் பக்குன்னுதான் இருக்கு. ஆனா அப்படியெல்லாம் அதிரடியா மாத்திட முடியாது ஆர்.கே. ஏழெட்டு வருசம் எக்ஸ்பீரியன்ஸ் உள்ளவங்க பண்ற வேலைய இப்போ வர்ற பசங்க ரொம்ப சாதாரணமா பண்ணிடுவாங்க. இதுல எனக்கு சந்தேகமே இல்ல. தே ஆர் வெரி ஸ்மார்ட். ஆனா அதுக்குமேல சில விசயங்கள் இருக்கு. ரெஸ்பான்சிபிலிட்டி! ஓனர்ஷிப்! வால்யூஸ்! அது இப்போ உள்ளவங்களுக்கு சுத்தமா இல்ல. நீங்க சொன்ன அந்தப் பையன் கிட்ட இருக்கிறதும் இதே பிரச்சனைதான். நீ கொடுக்கிற காசுக்கு நான் வேலைபார்க்குறேன். அதுக்கு மேல உனக்கும்

எனக்கும் என்ன இருக்கு அப்படிங்கிற மனப்பான்மை. இப்போ இது அதிகமா இருக்கு. நீங்க இன்னொரு தடவ அவன் கிட்ட பேசுனீங்கன்னா இதைத்தான் அவன் சொல்லுவான். இவங்களுக்கு நாம டெக்னாலஜிய சொல்லித்தரவே தேவையில்ல. ஆனா வால்யூஸைக் கத்துக்கொடுக்கணும். சொல்லப்போனா இதெல்லாம் ஸ்கூல் காலேஜ்லயே சொல்லிக்கொடுத்துருக்கணும். இன்னும் சரியா சொல்லப்போனா வீட்டில இருந்தே வரணும். எங்கேயோ அது மிஸ்ஸாகிடுது. நாமதான் கொஞ்சம் கொஞ் சமா பொறுமையா இவங்க தோள்ல கைப்போட்டு சொல்லிக் கொடுக்கணும். அப்போத்தான் நீங்க சொல்றத காது கொடுத்தே கேட்பாங்க. இல்லன்ன போய்யா யோவ்ன்னு போய்ட்டே இருப்பாங்க."

"ஆனா, அதெல்லாம் சொல்லிக்கொடுக்கிற அளவுக்கு இங்க யாருக்கும் நேரமோ பொறுமையோ கிடையாது அர்ச்சனா. அது உங்களுக்கே தெரியும்."

"இல்ல ஆர்.கே. நமக்கு வேற வழியே இல்ல. சொல்றவிதமா சொன்னா பசங்க புரிஞ்சுப்பாங்க. அதே நேரத்துல நாமளும் நம்ம கிரீடத்தக் கொஞ்சம் இறக்கி வச்சுட்டு நாலு எட்டு கீழ இறங்கி வரணும். இல்லன்னா ரொம்பவே கஷ்டம். இது உங்களுக்கு எனக்குன்னு இல்ல. சத்திக்கும் அவர் பாஸுக்கும்கூட பொருந்தும்."

"வாஸ்தவம்தான் அர்ச்சனா. மனுசங்களப் புரிஞ்சுக்கிறது உங்களுக்கு ரொம்ப இயல்பா வருது. அதுதான் உங்க சக்ஸஸ் ஃபார்முலா."

இதைக் கேட்டதும் அர்ச்சனா குலுங்கி குலுங்கிச் சிரித்தாள். ஆர்.கே.வுக்கு அர்ச்சனா அப்படி அபத்தமாகச் சிரிக்கும்படி தான் என்ன பேசினோம் என்பது புரியவில்லை.

"அர்ச்சனா!"

அவரின் முன்னால் கர்ச்சீப் மடித்துவைத்திருந்த கையை நீட்டி "ஸாரி ஆர்.கே" என்றாள். அப்போது லேசாக விலகிய புடவையில் குவிந்த தன் கண்களை ஆர்.கே. சட்டென்று வேறுபக்கம் நகர்த்தினார். அர்ச்சனாவே தொடர்ந்தாள், "ஒரு டிவோர்ஸியா நீங்க சொன்னதை யோசிக்கும்போது என்னயறியாம சிரிச்சுட்டேன்" இதைச் சொல்லும்போது அர்ச்சனாவின் சிரிப்பு முற்றிலுமாக மறைந்திருந்தது.

"ஸாரி ஸாரி அர்ச்சனா."

"இல்ல தட்ஸ் ஓக்கே. உங்க தப்பில்ல."

ஆர்.கே.வுக்கு அர்ச்சனாவின் மீது நட்பையும் மீறி பெரும் மதிப்பு இருந்தது. அது அர்ச்சனாவுக்கும் தெரியும். பணியிடத்தில் மிகவும் அரிதாக வாய்க்கும் நட்பு அவர்களுடையது. பல இடங்களில் அதற்கான விலையை அவர்கள் நேரடியாகவும், மறைமுகமாகவும் கொடுக்க வேண்டியிருந்தது.

“சரி, பவிக்குட்டி இப்போ எப்படி இருக்கா?”

“பவி இப்போ ரொம்பவே பரவாயில்ல ஆர்.கே. சூழ்நிலைய நல்லா புரிஞ்சுக்கிறா. அவ வயசுக்கு அவ காட்டுற மெச்சூரிட்டி நானே எதிர்பார்க்காதது. மாசத்துல ஒரு தடவை அருண் வீட்டுக்குப் போய்ட்டு வரும்போதோ, அவர் வந்து எங்கேயாவது வெளியே கூட்டிப் போயிட்டு வீட்டுக்கு வரும்போதா அப்சட் ஆயிடுவா. அப்போலாம் அதிகம் பேச மாட்டா. ஒண்ணு ரெண்டு நாள்ல அவளே சரியாயிடுவா. முன்னல்லாம் நடுராத்திரில எந்திருச்சு ஏங்கி ஏங்கி அழுவா. இப்போலாம் அப்படிப் பண்றது கிட்டத்தட்ட நின்னுபோச்சு. அடுத்த ரெண்டு மாசத்துல அம்மாவுக்கும் சர்வீஸ் முடியுது. அப்புறம் இங்க எங்க கூடவே வந்து இருந்துப்பாங்க. அவங்க வந்துட்டா எனக்கும் இன்னும் கொஞ்சம் தெம்பா இருக்கும். பவி ரொம்ப நாளா ஒரு நாய்க்குட்டி வளர்க்கணும்ன்னு சொல்லிட்டே இருக்கா. அம்மா வந்ததுக்கு அப்புறம் வாங்கிக் கொடுக்கலாம்ன்னு இருக்கேன். எனக்கும்கூட ஒரு புது ஜீவன் வந்தா நல்லாருக்கும்ன்னு தோணுது. இங்க ஆபிஸ்ல இப்போதான் மனசுக்குப் பிடிச்ச மாதிரி ஒரு ப்ராஜெக்ட் அமைஞ்சுருக்கு.” என்று சொல்லியபடி காபியின் கடைசி மிடறை அருந்திவிட்டு நிறுத்தினாள். பின்பு, வேறெங்கோ பார்த்தபடி அர்ச்சனாவே தொடர்ந்தாள், “அது என்னவோ தெரியல ஆர்.கே. லைஃப் நல்லா போயிட்டு இருந்தா ப்ராஜெக்ட் படுதிராபையா, தினம் ஒரு பிரச்சனை டென்சன் எரிச்சல்ன்னு போயிட்டு இருக்கும். சரின்னு ஒருவழியா நல்ல ப்ராஜெக்ட் கிடைச்சு செட்டில் ஆனா தனிப்பட்ட வாழ்க்கை தள்ளாடுது. என் ராசிக்கு ஒருநேரத்துல ஏதாவது ஒண்ணுதான் சரியா வரும்போல இருக்கு.”

அர்ச்சனா இதைச் சொல்லி முடிக்கும்போது டப்பர்வேர் டப்பாக்களில் அடைக்கப்பட்ட மதிய உணவுகள் காஃபேக்குள் அணிவகுக்கத் தொடங்கின. கூட்டம் கூடவும் இவர்கள் கலைந்து செல்லவும் சரியாக இருந்தது.

6

அவர்கள் இருவரும் கால்கள் வெடவெடக்க வேணுவின் கேபினுக்குள் நின்றுகொண்டிருந்தனர். இருவருக்கும் மீசைகூட அரும்ப ஆரம்பிக்கவில்லை. பன்னிரண்டாம் வகுப்பு முடித்ததும் நேரடியாக இங்கே வந்து நிற்கிறார்கள்.

தகவல் தொழில்நுட்ப நிறுவனங்கள் பலவும் தலைசிறந்த பொறியியல் கல்லூரிகளைத் தேர்ந்தெடுத்து அங்கே படிப்பு, பேச்சு, கலந்தாய்வு என்று சிறந்து விளங்கும் மாணவர்களைத் தரம் பிரித்து, வடிகட்டி, பார்த்துப் பார்த்துப் பொறுக்கி ஆட்களை வேலைக்கு எடுப்பதைத்தான் வழக்கமாக வைத்திருந்தனர். ஆனால், அப்படி வருபவர்களுக்கு ஆறு மாதத்திலிருந்து கிட்டத்தட்ட ஒரு வருடம் தொழில்நுட்பப் பயிற்சி கொடுப்பதிலேயே செலவிட வேண்டியிருக்கிறது. அடுத்த ஓரிரு வருடங்களில் தொழிலைக் கற்றுத் தேர்ந்துகொண்டு வேறு நிறுவனம் பார்த்துப் போய்விடுகிறார்கள். இரண்டு வருடங்களுக்கு மேல் ஒப்பந்தம் போட்டாலும் நிறுவனத்தின் பெயர் கெட்டுவிடும். அடுத்த முறை கல்லூரிகளில் வாய்ப்பளிக்க மாட்டார்கள். ஆட்களைத் தேர்ந்தெடுப்பதில் சிக்கல் வந்துவிடும்.

எனவே, இப்போது நிறைய ஐ.டி. நிறுவனங்கள் இப்படி ஆளுக்கொரு உத்தியைக் கையாளத் தொடங்கியிருக்கின்றனர். இவர்களின் நிறுவனமும் அதிலொன்று. கல்லூரியிலிருந்து நிறுவனத்துக்கு ஆள் எடுப்பதைக் குறைத்துக்கொண்டு, நேரடியாகப் பள்ளி முடித்த மாணவர்களைத் தேர்வுசெய்து கொள்கின்றனர். அப்படிச் சேர்ந்தவர்களுக்கு

நிறுவனத்தில் வேலையோடு ஏதேனும் பல்கலைக்கழகம் ஒன்றுடன் இணைந்துகொண்டு அவர்கள் விரும்பும் பட்டமும் கிடைக்கச் செய்கின்றனர். வாரத்தில் நான்கு அல்லது ஐந்து நாட்கள் வேலை. சனிக்கிழமை பாடம். இப்படி வந்து இணைபவர் களுக்குப் படித்து முடிக்கும்வரை ஒரு குறிப்பிட்ட தொகையை ஊக்கத் தொகையாக நிறுவனமே கொடுத்துவிடும். பட்டம் வாங்கியவுடன் அவர்களை நேரடிப் பணியாளர்களாக மாற்றி புதிய பணி ஆணையும் தந்துவிடுவார்கள். இதில், அவர்கள் டிகிரி முடிக்கும்வரை நான்கைந்து வருடங்கள் கண்டிப்பாக நிறுவனத்தை விட்டு வெளியேற மாட்டார்கள். டிகிரி முடித்த கையோடு இரண்டோ மூன்றோ வருடங்கள் ஒப்பந்தம் செய்து கொள்வார்கள். எல்லாவற்றுக்கும் மேல் மற்றவர்களுக்குத் தரும் சம்பளத்தில் பாதிக்கும் குறைவாகக் கொடுத்தாலே போதுமானது. அவர்களோ இளம் வயது என்பதால் நேரம் காலம் பார்க்காமல் கடின உழைப்பைக் கொட்டத் தயங்க மாட்டார்கள்.

அந்த ஆண்டுக்கு அப்படித் தேர்ந்தெடுக்கப்பட்டவர்களை இரண்டிரண்டு பேர்களாய் ஒவ்வொரு ப்ராஜெக்ட்டுக்கும் பிரித்துக் கொடுத்துவிட்டார்கள். தங்கள் முன்னால் நின்று கொண்டிருந்தவர்களைப் பார்க்கும்போது ஏனோ வேணுவுக்கு மிகவும் பரிதாபமாக இருந்தது. எத்தனை கோடி கொட்டிக் கொடுத்தாலும் திரும்பக் கிடைக்காத கல்லூரிக்காலம் என்ற அற்புதமான பருவத்தை வெறும் சில ஆயிரங்களுக்காக விற்று விட்டு வந்து நின்றுகொண்டிருந்தார்கள்.

“உங்க பேரு என்னப்பா?”

சதைப்பிடிப்பே இல்லாமல் நெடுநெடுவென்று வளர்ந்து, துறுதுறுப்பு கண்களில் கொப்பளிக்க நின்றவன் “விமல்” என்றான். அவனால் இரு கால்களையும் ஒரே நேரத்தில் ஓரிடத்தில் ஊன்றி நிற்க இயலவில்லை. கால்களை மாற்றி மாற்றி ஆடிக் கொண்டிருந்தான். அவனுடன் ஒப்பிட்டுப் பார்க்க குள்ளமாய் பயமும் பதற்றமும் தேங்கிய கண்களைக் கொண்ட மற்றவன் “ரா . . . ராக்கேஷ்” என்றான்.

விமலைப் பார்த்து வேணு, “எந்த ஊரு? அப்பா அம்மா என்ன பண்றாங்க?” என்றார்.

“சென்னைதான் சார். அப்பா, ஸ்கூல் ஹெட்மாஸ்டர். அம்மா டீச்சரா இருந்தாங்க. நான் பத்தாவது வந்ததும் அம்மா எனக்காக வேலைய விட்டுட்டு இப்போ வீட்லதான் இருக்காங்க.”

“முதல்ல ஒண்ணு தெரிஞ்சுக்கணும். இங்க யாரையும் ‘சார்’ போட்டுக் கூப்பிடக் கூடாது. வேணு, ராம், சத்யான்னு நேரா பேர் சொல்லித்தான் கூப்பிடணும். புரிஞ்சதா?” இருவரும் ஒருசேரத் தலையாட்டினார்கள். “ஹெட்மாஸ்டர் பையனா இருந்துட்டு ஏன்டா இங்கே வந்த? எங்க ஹெட்மாஸ்டர் பசங்க எல்லாம் இப்போ சிட்டில பெரிய பெரிய டாக்டர்ஸ் தெரியுமா?”

“இல்ல சார். எனக்கும் பிடிஎஸ் கிடைச்சது. பிரைவேட் காலேஜ்ல எம்.பி.பி.எஸ்.கூட கிடைச்சது. கவுன்சிலிங் போயிருந்தா கிண்டி கேம்பஸ், பி.எஸ்.ஜி. இப்படி ஏதாவது ஒரு இன்ஜினியரிங் காலேஜ் கிடைச்சிருக்கும். எனக்குத்தான் புதுசா ஏதாவது பண்ணனும்ன்னு ஆசை. எல்லாரும் வழக்கமா பண்றத பண்ணப் பிடிக்கல. அதான்”

“அதான் இங்க வந்துட்டீங்களாக்கும். பிளஸ் டூல எவ்வளோ மார்க்?”

“தவ்சண்ட் ஒன் எய்ட்டி சிக்ஸ் சார்.” இதைச் சொன்னதும் சாய்ந்திருந்த தன் இருக்கையிலிருந்து முன்னால் நகர்ந்து மேசையில் கைகளை ஊன்றிக்கொண்டார். அவரிடமிருந்து மெலிதாகப் பெருமூச்சு எழுந்தது. உதட்டைப் பிதுக்கிப் புன்னகைத்தார். புதிதாக ஏதாவது சாதிக்க வேண்டும் என்ற லட்சியத்துடன் ஐ.டி.யில் அதுவும் இவர்களுடையதைப் போன்ற பெரும் நிறுவனத்துக்குள் நுழைவதைப் போன்ற மடத்தனம் ஒன்று இருக்கவே முடியாது என்பதை வேணு நன்றாக அறிவார். இதே போன்ற துடிப்பும் லட்சியமும் கொண்ட இளைஞனாகத்தான் அவரும் உள்ளே வந்தார். அன்று இந்த வேலை மட்டும் இல்லாவிட்டால் அவரின் அப்பா பட்ட கடனை அடைத்து, குடும்பத்தைக் கரைசேர்த்து, விருப்பப்பட்ட பெண்ணைக் கைப்பிடித்து இன்று பெயர் சொன்னால் ஊரில் நான்கு பேருக்குத் தெரிகிறாற்போன்ற வாழ்வெல்லாம் சாத்தியப்பட்டிருக்குமா என்பதும் சந்தேகமே. ஆனால் அதையெல்லாம் மீறி தான் நினைத்ததைச் சாதித்தாரா என்றால் இல்லையென்றே சொல்ல வேண்டும். தன்னுடைய கனவைச் சாத்தியப்படுத்துவதற்கான முயற்சி, கடைசி நிமிடத்தில் கை நழுவிப்போனதன் வலி மட்டும் என்றைக்குமாய் நிலைத்துவிட்டது.

சுற்றியிருந்த இடத்தை வெறித்துப் பார்த்துக்கொண்டிருந்த அந்தக் குட்டிப்பையனைப் பார்த்து, “நீங்க எவ்ளோ சார் மார்க்?” என்றார்.

“ஆயிரத்து நூத்தி எழுபது சார்.”

“இங்கிலிஷ்!”

“தவ்சண்ட் ஹண்ட்ரடன் செவண்ட்டி சார்” என்று முந்திக்கொண்டு விமல் பதில் கூறினான்.

அவனைப் பார்த்து மெதுவாகப் புன்னகைத்துவிட்டு, படபடப்புடன் நின்றுகொண்டிருந்தவனைப் பார்த்து, “தமிழ் மீடியமா?” என்றார்.

“ஆமா சார். ஆனா ஸ்போக்கன் இங்கிலீஷ் கோர்ஸ்லாம் பண்ணிருக்கேன் சார். பிரிட்டிஷ் கவுன்சில் கோர்ஸ் ஒண்ணும் விசாரிச்சு வைச்சுருக்கேன். சீக்கிரம் சேர்ந்துடுவேன் சார்” என்ற அவன் குரலில் இயல்பாகவே ஒருவிதக் கெஞ்சல் தொனி இருந்தது.

“தட்ஸ் ஒகே. அதெல்லாம் பெரிய விசயமில்ல. இங்கயே உங்களுக்கு கம்யூனிக்கேசன் கிளாஸ் இருக்கும். இப்போ பேசுற மாதிரி இல்லாம எல்லார்கூடயும் இங்கிலிஷ்ல பேசுங்க. இங்கிலிஷ் எல்லாம் நாலு மாசத்துல தன்னாலே வந்துடும். டோண்ட் வர்ரி. அப்பா என்ன பண்றார்?”

“அப்பா இப்போ இல்ல சார். அம்மா மட்டும்தான். ஊர்ல மிசின் தறி ஓட்டுறாங்க. சொந்த ஊர் மம்சாபுரம் சார்.”

“ஓ, அப்போ எங்க தங்கியிருக்கே?”

“சோழிங்கநல்லூர்ல ஃப்ரெண்ட்ஸெல்லாம் சேர்ந்து ஒரு பி.ஜி.ல தங்கியிருக்கோம் சார்.”

“ஓ, வெரி குட்.”

“ஸீ, என் பேரு வேணு. நான் இந்த ப்ராஜெக்ட்டோட டெலிவரி மேனேஜர். இந்த நேரத்துக்கு என்னைப் பத்தி எல்லா விசயமும் தெரிஞ்சுவச்சுருப்பீங்கன்னு நினைக்கிறேன்” என்றபோது இருவரும் ஆமோதித்துத் தலையாட்டினார்கள். “ரைட், ரெண்டு பேரையும் ஆளுக்கு ஒரு டீம் லீட்கூட அறிமுகப்படுத்திவிடுறேன். அவங்க உங்களை ட்ரைன் பண்ணுவாங்க. நல்லா கத்துக்கோங்க. இங்க உங்களுக்கு என்ன பிரச்சனைனாலும் என்னை நேரடியா வந்து மீட் பண்ணலாம். தேவைப்பட்டா தாராளமா என் பர்சனல் மொபைலுக்கு கால் பண்ணுங்க. சரியா?” என்று சொல்லி தன் போன் நம்பரைக் கூறினார். இருவரும் அவரவர் மொபைலில் குறித்துவைத்துக்கொண்டனர்.

எழுந்து இருவருக்கும் வாழ்த்துகள் சொல்லி கைகொடுத்தார். அவர்களின் படபடப்பு முற்றிலுமாகக் குறைந்துபோயிருந்தது. அவரைப் பற்றி அவர்கள் கேள்விப்பட்டதற்கும் வேணு

பேசியதற்கும் நிறைய வித்தியாசம் இருந்தது. அவருடைய கேபினிலிருந்து வெளியேறியதும் இருவரும் ஒருவரை ஒருவர் பார்த்துப் புன்னகைத்துக்கொண்டனர். அதில், தாங்கள் சரியான கைகளில் வந்துசேர்ந்திருப்பதான திருப்தி இருந்தது.

அவர்கள் வெளியேறியதும் தனது லேப்டாப்பை அர்த்தமின்றி வெறித்துப் பார்த்துக்கொண்டிருந்தார். ஊக்கத்தொகையுடன் இப்படி ஒரு படிக்கும் வாய்ப்பு கிடைத்திருக்காவிட்டால் ஒருவேளை படிப்பைத் தொடராமல் அந்தப் பையன் அவர்கள் ஊரிலேயே ஏதாவதொரு கடை கண்ணிக்கு வேலைக்குப் போயிருக்கக்கூடும். அப்படி யோசிக்கையில் இது நல்லதொரு திட்டமாகவே வேணுவுக்குத் தோன்றியது.

இருவரின் வருகையும், அவர்களுடனான உரையாடலும் வேணுவுக்குப் பல்வேறு கலவையான நினைவுகளைக் கிளர்த்தியது. அப்போது அவருக்கு உடனடியாக சூடான தேநீர் தேவையாயிருந்தது.

◯

7

முந்தைய நாள் பெய்த மழையின் சாயல்கள் வீதியெங்கும் நிறைந்திருந்தன. தண்ணீர் தேங்கிய இடங்களில் மிகக் கவனமாக வேகத்தைத் தாழ்த்தி காரை ஓட்டிக்கொண்டிருந்தவனைப் பார்த்து நித்திலன் புன்னகைத்தான். சாதாரண நாளாக இருந்திருந்தால் ஏதாவது பேச்சு கொடுத்துக்கொண்டு வருவான். அன்று அதற்கான மனநிலை கூடவில்லை.

பாக்கெட்டிலிருந்து மொபைலை எடுத்து மீராவிடமிருந்து வந்த வாட்ஸப் செய்தியை மறுபடியும் ஒருமுறை வாசித்தான். மனது கனமாக இருந்தது. தன்னைச் சுற்றி எல்லாமே அர்த்தமற்று நிகழ்வதுபோல தோன்றியது. வாட்ஸப்பின் ஸ்டேட்டஸ்களை ஒவ்வொன்றாக எடுத்து நிறுத்திப் பார்த்தான். தற்போது இது ஒரு பழக்கமாகிவிட்டது. பல்வேறு நபர்களின் வாழ்க்கையை ஒரே நிமிடத்தில் மாண்டேஜ் காட்சிகளாகப் பார்ப்பதில் ஒருவித ஈர்ப்பு இருந்தது. அதுவும் நாளுக்கு நாள் புதிதாய் மாறும் காட்சிகள். ஓர் உணவகத்தில் குடும்பத்தோடு சேர்ந்தெடுத்த பள்ளிக்கால நண்பனின் புகைப்படம், கல்லூரித் தோழி ஒருத்தியின் குட்டிப்பெண், நாட்டு நடப்புகளைக் கிண்டல் செய்யும் மீம்கள், எப்போதோ சேமித்துவைத்த ப்ளம்பர் ஒருவரின் எண்ணில் தெரியும் கன்னியாகுமரியின் சூரிய உதயப்படம், ஜன்னல் வழியே மழை பொழிய ஆவி பறக்கும் காபி நிறைந்த கோப்பையின் புகைப்படம், கத்தரித்து வைக்கப்பட்ட இளையராஜா பாட்டு, சாலையை மூடிய பனியின் புகைப்படம், யாரோ ஒரு தோழிக்காக வைக்கப்பட்ட சங்கேத மொழி

நிலைத்தகவல் என்று வரிசையாக வந்துகொண்டே இருந்தது. அவனின் தங்கை தன் கல்லூரித் தோழி ஒருத்தியின் கொலாஜ் படங்களைப் போட்டு அவளுக்குப் பிறந்தநாள் வாழ்த்து தெரிவித்திருந்தாள்.

அன்றொரு நாள் அலுவலக நேரத்தில் தங்கை அழைத்திருந்தாள். பொதுவாகவே அவன் அலுவலகத்தில் இருக்கும்போது அவன் குடும்பத்தினர் யாரும் அழைப்பதில்லை. வாரத்திற்கு ஒருமுறை இவனும், இருமுறை அவர்களும் பரஸ்பரம் அழைத்துக் கொள்வார்கள். அறிவுபகிர்[1] வகுப்பொன்றில் இருந்ததால் முதலில் அந்த அழைப்பைத் துண்டித்தான். ஆனால், மனது வகுப்பில் தங்கவில்லை. வராத நேரத்தில் வந்த அழைப்பு. சீட்டுக்கட்டு விளையாட்டில் தேர்ந்தவனின் கைகளிலிருந்து பறக்கும் சீட்டுக்களைப் போல அவன் மனம் அந்தச் சிறுகணத்தில் வாழ்வில் சாத்தியமாகக்கூடிய அத்தனை துயரங்களையும் காட்சி காட்சியாக உருவி வீசியது. அடுத்த ஐந்து நிமிடத்தில் மறுபடியும் அழைப்பு வந்தது. இந்தமுறை மன்னிப்புக்கோரி அந்த அறையிலிருந்து வெளியே வந்தான்.

"டேய் அண்ணா, உன் ஜிமெயில் செக் பண்ணு" என்று சொல்லிவிட்டு அழைப்பைத் துண்டித்துக்கொண்டாள். அவளது குரலில் தொனித்த உற்சாகம் இவனது படபடப்பை சற்று குறைத்தது.

ஒரு சாதாரணச் சுடிதாரில் மிக இயல்பாக வீட்டுப் பால்கனியில்வைத்து எடுக்கப்பட்ட புகைப்படத்தில் மீரா. அதுதான் முதல் முறை என்றாலும்கூட ஏற்கெனவே பார்த்துப் பழகிய முகச்சாயல். வழக்கமாகப் பட்டுப்புடவையில் கழுத்து வரை நிறைக்கப்பட்ட நகைகளுடன் ஸ்டுடியோவில் எடுக்கப் பட்ட புகைப்படங்களில் இருக்கும் செயற்கையான பாவனைகள் ஏதுமற்ற புகைப்படமாக இருந்தது. அது, முதல் பார்வையிலேயே மனதுக்கு நெருக்கமாக உணரச் செய்தது.

மீராவின் அப்பா மத்திய அரசு அதிகாரி. அவரின் வேலை யின் பொருட்டு இந்தியாவின் பிரதான நகரங்கள் பெரும்பாலான வற்றில் வசித்து வந்தவர்கள் அவளின் குடும்பத்தினர். இவனுடைய குடும்பம் முழுக்க முழுக்க வியாபாரத்தைப் பின்னணியாகக் கொண்டது. அப்பா, சிற்றப்பா, மாமாக்கள் என அத்தனை பேரும் வியாபாரத்தில் இருந்தார்கள். கல்லூரிப்

---

1. அறிவு பகிர் வகுப்புகள் *(Knowledge Transfer Sessions)*: தாங்கள் உருவாக்கும் மென்பொருள் சம்பந்தமான தொழில்நுட்பங்கள் அல்லது செயல்பாட்டுமுறைகள் பற்றிய விவரங்களை வாடிக்கையாளரோ அல்லது அதில் விற்பன்னரோ அணியில் இருக்கும் மற்றவர்களுக்குச் சொல்லிக்கொடுக்கும் வகுப்புகள்.

படிப்பைக்கூட ஊருக்குப் பக்கத்திலேயே முடித்துக்கொண்டான். சென்னையில் கிடைத்த வேலைதான் முதல் வெளித்தங்கல். உத்தியோகஸ்தர்களுக்கே உரித்தான முறையான திட்டமிடல், திருத்திய பேச்சு, குறித்த நேரத்தில் நிகழ்வு என்று ஒரு பக்கம். வியாபாரிகளுக்கே உண்டான திடீர் மாற்றங்கள், அதிரடி யோசனைகள், குழைவுப் பேச்சு என்று மறு பக்கம். வெவ்வேறு பழக்கவழக்கங்கள். வெவ்வேறு மனப் போக்குகள். வெவ்வேறு எதிர்பார்ப்புகள்.

மடவார்குளம் வைத்தியநாத ஸ்வாமி கோவிலில் இரு வீட்டாரும் பேசி முடித்தார்கள். நீண்ட நாட்களுக்குப் பின்னர் தொடர்ச்சியாகப் பெய்த மழையால் நிலம் ஊறி குளம் நிறைந் திருந்தது. நல்ல சகுனம் என்றார்கள். அரிய பொருத்தம் என்றார்கள். அடுத்த மூன்று மாதத்தில் திருமணம் என்று நிச்சயமாயிற்று. இடைப்பட்ட காலம் எப்படி ஓடியது என்றே தெரியவில்லை.

இவன் சென்னையில் அவள் பெங்களூரில். இருவருக்கும் பேசுவதற்கு எப்போதும் ஏதாவது ஒன்றிருந்தது. ஊடல், கூடல், குழைவு, கெஞ்சல் எல்லாம் இருந்தன.

இதற்கிடையில் ஒரே ஒருமுறை மட்டும் தனியே சந்தித் தார்கள். மீரா, தான் வேலைபார்க்கும் தணிக்கை நிறுவனத்தின் சார்பாக பெங்களூரிலிருந்து ஒரு கான்பரன்சுக்காக சென்னை வந்திருந்தாள். அடையாரில் இருந்த 'கிரிம்ஸன் சக்கரா'வில் இரவுணவுக்காகச் சந்திப்பதாக முடிவாகியது.

அலுவலகம் முடித்து ஓ.எம்.ஆரின் ஒவ்வொரு சிக்னலாக நின்று, நகர்ந்து, விசாரித்து அந்த ஓட்டலுக்கு வந்துசேர்வதற்குத் திட்டமிட்டதைவிட கால்மணி நேரம் அதிகமாயிருந்தது. அதற்குள் மீரா வந்து காத்துக்கொண்டிருந்தாள். பெங்களூரு அளவுக்கு அவளுக்கு சென்னை பரிச்சயமில்லை. ஆனாலும், எப்படியோ தேடிப்பிடித்து அவள் அங்கிருந்தபடியே புக் செய்திருந்தாள். ஒரு பழைய பாரம்பரிய வீட்டை அதன் பழமையைத் தக்கவைத்து மெருகூட்டி அழகிய ஓட்டலாக மாற்றியிருந்தார்கள். மூங்கில்களால் வேயப்பட்ட நாற்காலிகளும், குறைந்த ஒளிக்கிடையே, அழகிய வேலைப்பாடுகளுடன் கூடிய மர மேசைகளின் மேல் வைக்கப்பட்டிருந்த மெழுகுவர்த்திகளும் அந்த இடத்துக்கு அத்தனை பொருத்தமாக இருந்தன. தரையெங்கும் கொல்லஞ்செங்கல் பாவப்பட்டிருந்தது. சுவரில் நவீன ஓவியங்கள் தொங்கவிடப்பட்டிருந்தன.

முழுக்கை வைத்த சுத்த வெள்ளைச் சுடிதார். அதன் மேல் ஒரு பக்கமாய்ப் போடப்பட்டிருந்த மஞ்சள் நிற ஷால்.

அலையலையாய் நெற்றியின் முன்னால் வந்து விழுந்த கேசத்தை அவள் ஒதுக்கிய பாவத்தில் அதுவரை கற்பனைகூட செய்து பார்த்திராத தேவதையின் சாயல் இருந்ததை அவன் கவனிக்கத் தவறவில்லை. பள்ளியிலிருந்து கல்லூரிவரை ஆண்களால் நிறைந்த வகுப்பறைகளையே பார்த்து வளர்ந்தவன். ஐ.டி.க்குள் நுழைந்த பின்னரே இவ்வளவு பெண்களுடன் பழகும் வாய்ப்புக் கிடைத்தது. ஐ.டி.க்குள் வந்த நாள்தொட்டு நிறைய மாறியிருக்கிறான். இருந்தும் இப்போதுவரை பெண்களோடு சகஜமாகப் பேசவிடாமல் ஏதோ ஒன்று தடுத்துக்கொண்டே இருக்கும். இத்தனை வருடங்களில் முதல் முறையாகத் தனியே ஒரு பெண்ணுடன் உணவருந்த வந்துள்ளான். அந்தப் படபடப்பும் கூச்சமும் அவனைக் காட்டிக்கொடுத்தது. அதை மறைக்க அவன் மேற்கொண்ட காரியங்கள் அத்தனையும் அவற்றை இன்னுமின்னும் வெளிச்சம் போட்டுக்காட்டின.

மீராவும் அதை கவனிக்கத் தவறவில்லை. ஆனால், அதே நேரத்தில் தான் கவனித்ததை வெளிக்காட்டிக்கொள்ளவுமில்லை.

தன்னுடைய சட்டை பாண்ட்டை ஒருமுறை மேலே கீழே பார்த்துக்கொண்டான். தன் சட்டையிலிருந்த சுருக்கங்களை மெதுவாக நீவி விட்டான். கர்ச்சிப்பை எடுத்து முகத்தை அழுந்தத் துடைத்துக்கொண்டான். குறைந்தபட்சம் அறைக்குச் சென்று முகம் கழுவி, உடை மாற்றிவிட்டாவது வந்திருக்கலாம். ஆனால், அப்படி வந்திருந்தால் இந்த நேரத்துக்குக்கூட வந்துசேர்ந்திருக்க முடியாது என்பதை அவன் அறிவான்.

"ஹலோ மீரா."

"ஹலோ வாங்க சார். இதுதான் சென்னைக்காரங்க பங்ச்சுவாலிட்டியா?"

"இல்ல மீரா, பெங்களூரு அளவுக்கு இல்லன்னாகூட இது பீக் அவர்" அங்கிருந்த நாற்காலியைச் சத்தம் வராமல் இழுத்து அமர்ந்துகொண்டான்.

பூட்டியிருந்த சட்டைக் கையின் பட்டன்களை அவிழ்த்து, சட்டையை கையின் முட்டிக்கு மேலே இழுத்து உயர்த்திவிட்டான். அவளுடன் சேர்த்து அந்த இடமே அத்தனை வசீகரமாய் இருந்தது. பராக்கு பார்ப்பதுபோல் பார்த்து மாட்டிக்கொள்ளக் கூடாது என்பதில் அதீத கவனத்துடன் இருந்தான். ஆனால், அதேநேரத்தில் எதையும் தவறவிட அவன் விரும்பவில்லை. எல்லாவற்றுக்கும் மேலாக மீராவை இயல்பாகப் பார்ப்பது கடினமாக இருந்தது. தனியாக அதுவும் நேருக்கு நேராக. அவ்வளவு அழகாக இருந்தாள். அவளுடைய கைகள் ஈரமான

மீனைப் போல வளுவளுவென்று இருந்தன. நகங்களை அழகாகத் திருத்தி, இளம் பிங்க்நிற நகப்பூச்சைப் பூசியிருந்தாள். ஒரு கையில் ஃபாஸ்ஸில் கைக்கடிகாரமும் மறு கையில் வாட்ச்சைப் போன்ற அதே மெட்டலில் கைக்காப்பு ஒன்றும் அணிந்திருந்தாள். துருத்திக்கொண்டு எந்த அலட்டலும் இல்லை. அவளின் தேர்வுகள் எல்லாவற்றிலும் தனித்துவ அழகியல் தெரிந்தது. அவன் மேல் தாழ்வுணர்ச்சி மண்டியது. முதல் சந்திப்புக்கு இப்படியா வந்திருக்க வேண்டும்!

"ஓ பரவாயில்ல, சரி எப்படி வந்த?" போனில் பேசும்போது 'வா போ'வென அழைக்கச் சொல்லி அவன்தான் கூறினான். சட்டென்று அவள் நேரில் அப்படிக் கூப்பிட்டபோது ஒருமாதிரி யாக இருந்தது. அதேநேரத்தில் அவனிடத்தில் அவள் உரிமை எடுத்துக்கொண்டது அவனுக்குப் பிடித்திருந்தது. பின்னர் பேசும் போது, குறைந்தபட்சம் அவன் வீட்டினர் முன்பு மட்டும் அதைத் தவிர்க்கும்படி சொல்ல வேண்டும் என்று நினைத்துக் கொண்டான்.

"பைக்தான்."

"சரி அத விடு. எந்த வழியா வந்த?"

"சோழிங்க நல்லூர் – காரப்பாக்கம் – சென்னை ஒன் – திருவான்மியூர் – அடையார்."

"நான் தங்கியிருக்கிற ஓட்டல் எங்க இருக்குன்னு தெரியுமா?" நாக்கை உட்கன்னத்தில் தடவியபடி புன்னகைத்தவாறே இதைக் கேட்டாள்.

"ஓ யெஸ், திருவான்மியூர்!"

"அப்போ வரும்போது, என்னையும் வழியிலே பிக்அப் பண்ணிட்டு வந்திருக்கலாமே. அட்லீஸ்ட் நான் கிளம்பிட்டே னான்னு ஒரு வார்த்தை கேட்டுருக்கலாமே?" சிரித்துக்கொண்டே கேட்டாள்.

"ப்ச், ஸாரி மீரா. இது எனக்குத் தோணவே இல்ல."

"உனக்கு என்னதான் தோணியிருக்கு. எங்கேஜ் ஆயி இத்தனை நாள் ஆச்சே. ஓடி வந்து பாக்கணும்ன்னு ஒரு தடவைகூட உனக்குத் தோணவே இல்லியா?"

"இல்ல மீரா. ஆபிஸ்ல ஒரு முக்கியமான ரிலீஸ் வொர்க் போயிட்டு இருக்கு. இதோ, இந்த நேரத்துக்குக் கிளம்பும்போதே ஏதோ ஒரு அற்ப ஜந்துவப் பார்க்கிற மாதிரி பார்த்தாங்க. எல்லாரும் நேரம் காலம் பார்க்காம ராப்பகலா வேலைபாத்துட்டு

இருக்கும்போது நான் மட்டும் அப்படி சட்டுன்னு ஓடி வந்துட முடியாதில்லையா. இவ்வளவு ஏன்? நீகூட இப்போ அஃபிஷியலாத்தானே இங்க வந்திருக்க?"

"ஹா ஹா அப்படின்னு நீ வந்து பாத்தியா?"

"ஹே என்னடி சொல்ற?"

"ஆமா, சும்மா உன்னைப் பாக்கணும்தான் வந்தேன்" இதைச் சொல்லிவிட்டு தனது கைப்பையில் இருந்து சின்னப் பரிசு ஒன்றை எடுத்தாள். "பிரிச்சுப் பாரு உனக்குத்தான்."

ஸ்மார்ட் வாட்ச் பளபளத்தது.

அவளே அதைத் திறந்து அவன் கையில் கட்டிவிட்டாள். அதிலிருந்த முக்கியமான ஆப்சன்களைச் சொல்லியும் தந்தாள். அப்போது குளிர்ந்த அவள் விரல்களின் தீண்டல் அவனைக் கிளர்த்தியது. அவளிடமிருந்து எழுந்த நறுமணம் அவர்களுக்கு இடையே இருந்த இடைவெளியை இட்டு நிரப்பியது.

பின்பு, திருமணத்துக்குக் கூப்பிட வேண்டிய நபர்களைப் பட்டியலிட்டார்கள். இருவரும் சேர்ந்து நண்பர்களுக்குத் தருவதற் கான பத்திரிக்கை மாதிரியைத் தெரிவுசெய்தார்கள். இடையில், தருவித்த உணவு வந்தது. நடுவே அந்த ஸ்மார்ட் வாட்ச்சை இரண்டு முறை திருப்பித் திருப்பிப் பார்த்துக்கொண்டான். நேரம் ஏன் இவ்வளவு விரைவாக ஓடுகிறது என்றிருந்தது.

பில் கொண்டுவரச் சொல்லி காத்திருந்த நிமிடங்களில் நித்திலனும் தன்னுடைய பையிலிருந்து ஒரு சிறிய பரிசுப் பெட்டியையும் கவர் ஒன்றையும் எடுத்தான்.

காயாத நகப்பூச்சு கொண்ட கைகளுக்கு உண்டான லாவகத் துடன் அதைத் திறந்தாள். உள்ளே ஒரு முத்து மாலை இருந்தது. "வாவ்" என்றவாறே அந்தக் கவரையும் பிரித்தாள். கைவினைப் பொருட்களால் செய்யப்பட்ட அழகிய வேலைப்பாடு கூடிய அட்டைக் காகிதத்தில் அது எழுதப்பட்டிருந்தது.

எற்றைக்கும் ஏழ்ஏழ் பிறவிக்கும் உன்தன்னோடு
உற்றோமே ஆவோம் உனக்கேநாம் ஆட்செய்வோம்

"ஆமா இதென்ன நீ எழுதின கவிதையா?"

அதிரச் சிரித்தவன் "இது நான் எழுதினது இல்ல. கண்ணனுக்கு ஆண்டாள் எழுதினது. இப்போ அதையே நான் உனக்குச் சொல்றேன். அர்த்தம் கேட்காத நீயே கண்டுபிடிச்சுக்கோ" என்று கூறி கண்ணடித்தான்.

“சரி அர்த்தம் வேண்டாம். ஆனா ஏன் ஆண்டாள்?”

“சபாஷ், எங்க ஊர் என்ன?”

“ஓ, ஓஹோ, நீ அப்படி வர்றியா? செம்மய்யா! சூப்பர் சூப்பர்” என்று கத்தியவள், நாக்கைக் கடித்து அமைதியானாள். பின், அந்தக் காகித அட்டையின் மீதிருந்த வரிகளைப் பிறந்த குழந்தையின் கன்னம் ஒன்றை வருடுவதுபோல் மெதுவாகத் தடவினாள்.

“ஹே, வாவ்! கலக்குற போ. அப்போ இந்த முத்து மாலைக்குப் பின்னாடியும் ஏதோ ஒண்ணு இருக்கணுமே.”

“நீ கொஞ்சம் அறிவாளிதான். ஒத்துக்கிறேன். ஆனா சொல்ல மாட்டேன்.”

“ஹே ஹே, ப்ளீஸ் ப்ளீஸ் ப்ளீஸ் ப்ளீஸ் ப்ளீஸ்ஸ்ஸ்ஸ் நித்தில்.”

“அதான் நீயே சொல்லிட்டியே”

“ப்ளீஸ்? நித்தில்? ஓ... நி... த்... தி... ல்?”

“ஆமா நித்திலம்ன்னா முத்துன்னு அர்த்தம். எப்படி?”

“வாரே வாவ்! ஐ அம் இம்ப்ரஸ்ட். ரியலி இம்ப்ரஸ்ட்.”

❍

சிக்னலில் நின்ற காருக்கு முன்னால் மஞ்சள் வண்ணப் பள்ளி வாகனம் நின்றுகொண்டிருந்தது. அதில் வெள்ளைச் சீருடையில் குட்டி தேவதைபோலிருந்த பெண் குழந்தை, சீட்டின் மேல் ஏறி நின்று பின் பக்கக் கண்ணாடி வழியே நித்திலனுக்குக் கைகாட்டியது. சிரித்தபடியே இவனும் கைகாட்டினான். அது சிரித்துக்கொண்டு, கூடவிருந்த தன் நண்பர்களிடம் ஏதோ சொல்ல, வரிசையாக அத்தனை பேரும் சேர்ந்து அவனுக்குக் கைகாட்டினர். சிக்னல் பச்சைக்கு மாறி அந்த வேன் முன்னால் சென்று வலப்பக்கம் திரும்பி மறைந்தது.

❍

8

கருப்வேப்பிலையும் கடுகும் உளுந்தும் சேர்த்து நெய்யில் தாளித்து, கடைந்துவைத்தப் பருப்பில் கொட்டும் வாசம் வீட்டை நிறைத்தது. பூஜை அலமாரி சுத்தமாக துடைக்கப்பெற்று அங்கு வைக்கப்பட்டிருந்த விக்ரகங்களுக்குச் சந்தனம் குங்குமமிடப்பட்டு மாலை சார்த்தப்பட்டிருந்தது. அம்மா வரும் நாட்களில் மட்டுமே வீட்டில் விக்ரகங்கள் இருப்பது நினைவுக்கு வருகிறது. அடுப்பும் அடுக்களையும் ஒழுங்குக்கு வந்திருந்தது. ஜன்னல்களின் திரைச்சீலைகள் கழற்றப்பட்டுத் துவைப்பதற்கு ஊறவைக்கப்பட்டிருந்தன. அழுக்குத் துணி போட்டுவைக்கும் கூடை காலியாக இருந்தது. வாசிங் மெசின் ஓடிக்கொண்டிருந்தது. வீட்டு வாசலுக்கு வெளியே வராண்டாவில் சிறிய மாக்கோலம் போடப்பட்டிருந்தது. வீட்டின் ஒவ்வொரு அங்குலமும் அம்மாவின் வருகையைத் தெரிவித்தது.

அர்ச்சனா குளித்துவிட்டு வெளியே வந்தாள். அம்மாவின் மந்திரக்கோலால் சுபிட்சம் பெற்ற தன் வீட்டைப் பார்த்ததும் ஒருமுறை அவளது உடல் சிலிர்த்து அடங்கியது.

"அர்ச்சு, எப்போடி உனக்கு ஆபிஸ் கிளம்பணும்?" கையிலிருந்த தேங்காயின் குடுமியை ஆய்ந்தபடி வந்து அம்மா கேட்டாள்.

"எனக்கு இன்னும் நேரம் இருக்குமா, ஆன்சைட்[1] கால் ஒண்ணு பேசணும். எப்படியும்

---

1. ஆன்சைட் (On-site): இந்தியாவிலிருந்து மென்பொருள் சேவையைப் பெறும் நிறுவனங்கள் இருக்கும் அவர்களின் சொந்த நாடு. உ – ம்: அமெரிக்கா

அது ஒரு மணி நேரம் போகும். அதுக்குள்ள பவிக்குட்டியை மட்டும் கிளப்பணும். ஸ்கூல் லீவுதான். ஆனா ஜூலாவுல ஆர்ட் கிளாஸ் இருக்கு. கொஞ்ச நேரத்துல பார்வதியம்மா வந்துடுவாங்க. இதெல்லாம் அவங்க பார்த்துப்பாங்க. நீயேன் இப்போ எல்லாத்தையும் இழுத்துப்போட்டுக்கிற?"

"அதை விடு, குழந்தை நல்லா தூங்கிட்டு இருக்கா நான் போயி எழுப்புறேன். உள்ள ஒரு கட்டைப்பையில இரண்டு கட்டு முள்ளுமுருங்கை வச்சுருக்கேன். நீ ஒண்ண எடுத்துட்டு, பார்வதிக்கு ஒரு கட்டு கொடுத்துவிடு. போன தடவையே அவளோட பேரப்பிள்ளைக்கு ஏதோ நெஞ்சுச்சளின்னு சொல்லிட்டு இருந்தா. இதை சேர்த்து அரைச்சு தோசை வார்த்து கொடுத்தா எல்லாச் சளியும் உருகி வந்துடும். அதெல்லாம் அவளுக்குத் தெரியும். நீ கொடுக்க மட்டும் செய். நான் பவியை எழுப்பிக் கிளப்புறேன்."

கடந்த முறை அம்மா தீபாவளி விடுமுறைக்கு வந்திருந்தாள். இப்போது அவளது பள்ளியின் அரையாண்டு விடுமுறைக்கு வந்து நிற்கிறாள். இடையில் எப்படியும் இரண்டு மாதங்கள் இருக்கும். போன முறை பார்வதியம்மாள் சொன்ன விசயத்தை நினைவில்வைத்துக்கொண்டு எடுத்து வந்திருக்கிறாள். அம்மா எப்போதும் இப்படித்தான் இருந்திருக்கிறாள்.

தன்னுடைய கேபினுக்கு வெளியே இருப்பவர்களைப் பற்றிய அக்கறை கிஞ்சித்தும் இல்லாதிருக்கும் அலுவலகச் சூழலில் அர்ச்சனாவைத் தனித்துத் தெரியவைப்பது மற்றவரிடத்தான அவளின் கரிசனமும் அன்பும். அது அவளுக்கு அம்மாவிடமிருந்து வந்திருக்க வேண்டும்.

பவியின் அறைக்குள்ளே போனவள் மறுபடியும் வந்தாள், "அர்ச்சு, மதியத்துக்கு பருப்பும் தொட்டுக்க பாகற்காய் புளிக்கூட்டும் வச்சுருக்கேன். கொஞ்சம் வெல்லம் சேர்த்துதான் போட்டுருக்கேன். ரொம்ப கசக்காது சரியா?" என்றாள் ஒருவிதக் கெஞ்சும் பாவனையில்.

"ரொம்பக் கசந்தாக்கூட ஒண்ணும் பிரச்சனையில்லமா."

"யாரு? நீதான் பேசுறியா? சுண்டக்காய்க் கொழம்பு வச்சாலே தொட்டுக்க வெல்லம் கேக்குற ஆள் நீ."

"இப்போலாம் எல்லாக் கசப்பும் பழகிடுச்சுமா!" என்று உதட்டைச் சுழித்து, முகத்தைக் கோணி தமிழ் சீரியலைக் கிண்டலடிக்கும் பாவனையில் சொல்லி கலகலவென சிரித்தாள். கண்களில் நீர் கோத்துக்கொண்டது இருவருக்கும்.

அன்று, ஆன்சைட் காலில் அவளால் பெரிதும் ஒன்றியிருக்க முடியவில்லை. எப்போது பேசி முடிப்பார்கள் என்றிருந்தது அர்ச்சனாவுக்கு. சும்மா இருந்த அம்மாவைக் கிளப்பி வேறு விட்டாயிற்று. அவள் விளையாட்டாகக் கூறியபோதும் அம்மாவின் முகம் சோர்ந்துவிட்டிருந்தது. இனி, அவளைப் பழைய நிலைக்குக் கொண்டுவர படாதபாடு பட வேண்டியிருக்கும். ஒருவேளை தனக்கே அப்படிப் பேச வேண்டும் என்று இருந்ததோ? தன் புண்ணைக் கீறி ரசிக்கும் குரங்கின் மனநிலைக்கும் இதற்கும் என்ன பெரிய வித்தியாசம்? அவளைத் தூண்டி அழவைப்பது, பின்னால் போய் கெஞ்சிக் கொஞ்சி சமாளிப்பது. இதெல்லாம் வேண்டுமென்றேதான் அப்படி நடந்துகொள்கிறேனோ என்ற எண்ணமும் அர்ச்சனாவுக்கு வராமலில்லை. ஆனால், நம்முடைய துக்கத்துக்காக அழுவதற்கு ஒருவர் இருக்கிறார் என்பது எத்தனை பெரிய ஆறுதல். அதை அவ்வப்போது சோதித்து உறுதிப் படுத்திக்கொள்வதில் ஓர் அற்ப சந்தோசம்!

அந்த ஆன்சைட் காலை முடித்துவிட்டு வரும்போது அவளுக்கு மதிய உணவு கட்டப்பட்டு சாப்பாட்டுக்கூடையில் தயாராக இருந்தது. அம்மா மூக்குக்கண்ணாடி அணிந்தபடி அன்றைய தினசரியைப் பார்த்துக் கொண்டிருந்தாள்.

மூன்று இட்லிகளையும், இரண்டு சட்னி வகைகளையும் தட்டில் எடுத்து வைத்தாள். அதை அர்ச்சனாவின் முன் நகர்த்தினாள். மேசை மேல் இருந்த அர்ச்சனாவின் வலது கை மீது தன் கையை மூடியபடிவைத்துக்கொண்டாள். "ஏன் அர்ச்சு? இப்போலாம் வேலை கொஞ்சம் ஜாஸ்தியோ?" என்றாள். சின்னச் சின்ன முகச்சுளிப்புகள் போதும் அவளுக்கு. எதையுமே வெளிப்படையாகச் சொல்லத் தேவையில்லை.

அருணைப் பிரிந்து கைக்குழந்தையோடு ஊருக்கு வந்த நாள் முதல் சிலநொடிகளே அம்மாவுக்குப் போதுமாயிருந்தது எல்லாவற்றையும் யூகிப்பதற்கு. ஆனால், பாவம், ஏதோ சின்ன ஊடல் இரண்டொரு நாளில் தானே கிளம்பிவிடுவாள் என்றெண்ணி இருந்தவளுக்கு, அவள் ஒரு மாத மருத்துவ விடுப்பில் வந்திருக்கிறாள் என்றறிந்தபோதே நிலைமையின் தீவிரம் புரிந்தது.

அருணும் அர்ச்சனாவும் ஒரே பாட்ச்சில் உள்ளே வந்தவர்கள். முதலில் அருணுக்கு வேறொரு ப்ராஜெக்ட் ஒதுக்கப்பட்டிருந்தது. கிட்டத்தட்ட ஆறு மாதங்கள் கழித்தே இவர்களுடைய ப்ராஜெக்ட்டுக்கு அவன் வந்தான். அவளுடன் பேசும் தருணங்களில் மட்டும் தனித்து ஒளிர்ந்த அவன் கண்களைக் கண்டுகொள்வதில் அர்ச்சனாவுக்குப் பெரிய சிரமம் இருக்க

வில்லை. ஆனால், அவள் கண்களில் தெரிந்த ஆமோதிப்பை கண்டறிய அவன் ஒரு வருடம் எடுத்துக்கொண்டான்.

பின், இரண்டு வருடங்கள் காத்திருந்தார்கள். அருணின் தங்கைக்குத் திருமணம் நடந்து முடிந்த அடுத்த வாரத்தில் இருவரும் அவரவர் வீட்டில் பேசினார்கள். பெரிய பிரச்சினை ஏதுமிருக்கவில்லை. அடுத்த மூன்றாவது மாதத்தில் திருமணம். அடுத்தொரு வருடத்தில் குழந்தை. கணவனும் மனைவியும் ஒரே ப்ராஜெக்ட்டில் வேலைபார்க்கக் கூடாது என்ற நிறுவன விதியின்படி அருண் வேறொரு ப்ராஜெக்ட்டுக்கு மாறினான்.

குழந்தை பிறப்புக்குப் பிறகு வாரத்தில் ஓரிரு நாட்கள் வீட்டிலிருந்து வேலைசெய்யும் வசதியைப் பயன்படுத்திக் கொண்டிருந்தாள். அப்படி வீட்டிலிருந்து வேலைபார்த்த நாளொன்றின்போது லேப்டாப்பில் குழந்தைக்கான நாப்கின் களை ஆன்லைனில் ஆர்டர் போட வேண்டியிருந்தது. பொதுவாக ஒரே லேப்டாப்பாக இருந்தாலும்கூட ஆளுக்கொரு லாகின் வைத்துப் பயன்படுத்திக்கொண்டிருந்தார்கள். கோப்புகள், படங்கள், பிடித்தங்கள் என்று அவரவர் ரசனையைத் தக்க வைத்துக்கொள்ள வேண்டி இப்படியானதொரு ஏற்பாடு. அருணுடைய ப்ளிஃப்கார்ட் அக்கவுண்ட்டில் இருந்த ஆஃபர் ஒன்றை உபயோகப்படுத்திக்கொள்ளும் பொருட்டு அவனுடைய லாகினுக்குள் நுழைந்தாள்.

இவள் போட்ட ஆர்டரை சரிபார்க்க வேண்டி அவனுடைய மெயிலில் நுழைந்தவளுக்கு கீழேயிருந்த அந்தப் பெயர் தனித்த கவனத்தைக் கோரியது. அதிலிருந்து வந்திருந்த மெயிலின் தலைப்பை வாசித்ததும் இதயம் படபடவென அடித்தது.

அந்தப் பெயரிலிருந்து வந்த ஒவ்வொரு மெயிலாக வாசித்தாள். தலை சுற்றியது. குழந்தை ஒருபக்கம் பசியில் கதறி அழுதது. எடுத்து பாலூட்டினாள்.

துரோகத்தின் கூர்மை அவள் உடலையும் மனத்தையும் வரி வரியாய்க் கிழித்தெறிந்தது. கதறி அழுதாள். மெயிலில் பகிரப்பட்டிருந்த படங்கள் ஒவ்வொன்றாய்க் கண் முன்னே வந்துபோயின. ஏமாற்றத்தின் வலி நெஞ்சை அழுத்தியது. கோபத்தில் தலையில் படார் படாரென்று அடித்துக்கொண்டாள். மடியில் பாலருந்திக்கொண்டிருந்த குழந்தை பயத்தில் பால் குடிப்பதை நிறுத்திவிட்டு வீறிட்டு அழுதது. ஒரு நொடியில் அவளின் அத்தனை கோபமும் அதன் மேல் திரும்பியது.

மறுநொடியில் மாறியவள் அதை அணைத்து மாறி மாறி முத்த மிட்டு குழந்தையை மார்போடு சேர்த்துக் கட்டிக்கொண்டாள்.

அவளின் மார்புச்சூட்டில் அதன் அழுகை மெதுவாக அடங்கியது. அப்படியே தூங்கியும்போனது. அந்த வெம்மை இவளது மனதுக்கும் இதமாய் இருந்தது. அவ்வெம்மையும் அன்பும் மட்டுமே இன்றுவரை அவளை நகர்த்திவந்துள்ளது.

அதே வெம்மையை இப்போது கைகளில் உணர்ந்தாள். அம்மா, அவளின் கண்களைப் பார்த்தபடி அமர்ந்திருந்தாள்.

"ஆமாம்மா, இப்போ உம் பொண்ணு சாதாரண எம்ப்ளாயி இல்ல தெரியுமா? ஒரு ப்ராஜெக்ட்டுக்கே மானேஜர். அப்போ அதுக்கேத்தபடி உழைக்கணுமா இல்லியா?" என்றாள்.

விவாகரத்து கையில் வரும் முன்னரே அருண் வேறொரு நிறுவனத்துக்கு மாறிவிட்டான். அதுவே இவளுக்குப் பெரும் நிம்மதியாய் இருந்தது. இருவரும் வேலைக்குப் போய் வந்து கொண்டிருந்த காலங்களில் இவள் தன் வேலையை இந்த அளவுக்குப் பொருட்படுத்திக்கொள்ளவில்லை. போனோம் வந்தோம் என்றிருந்தவள் தனியளாய் ஆனதும் பொறுப்புக்களை வலிந்து வந்து ஏற்றுக்கொண்டாள். முதலில் குழந்தையையும், வேலையையும் சேர்த்துக் கவனிப்பது கொஞ்சம் சிரமமாக இருந்தாலும், அதையே சவாலாக எடுத்துக்கொண்டாள். பவி வளர வளர இவளும் தன் வேலையில் அடுத்தடுத்த படிநிலைக்கு உயர ஆரம்பித்தாள். சம்பள உயர்வு, பதவி உயர்வு அதற்கேற்ப புதிய புதிய பொறுப்புகள் என ஒவ்வொன்றாய் வந்துசேர்ந்தது.

அர்ச்சனா டிபனை முடித்ததும் அம்மா கையில் மணக்கும் காபியுடன் வந்து நின்றாள். அன்றைய காலையின் மகிழ்வும் வருத்தமும் மாறி மாறி வந்த குழப்பமான மனநிலைக்கு அந்த காபி இதமாய் இருந்தது.

◯

9

வேணு அன்று காலை எட்டு மணிக்கெல்லாம் அலுவலகத்துக்கு வந்துவிட்டிருந்தார். முந்தைய நாள் ஆன தாமதத்தைச் சமன்செய்யும் பொருட்டு அத்தனை சீக்கிரம் வந்துசேர்ந்திருந்தார். முந்தைய நாள் தனது இரண்டாவது மகனைப் பள்ளியில் சேர்ப்பதற்காகப் போயிருந்தார். அவர் புதிதாகக் குடிவந்திருந்த அந்த அப்பார்ட்மன்ட்டின் உள்ளே 'நவபாரத வித்யாலயா' ஐ.சி.எஸ்.சி. பள்ளி இயங்குகிறது. அங்கு வீடு வாங்கியிருப்பவர்களுக்கு பள்ளியில் இடம் என்பதாக ஏற்பாடு. மேலாக, பள்ளிக்கான வருடக் கட்டணமாக இவரது ஒன்றரை மாதச் சம்பளத்தைத் தர வேண்டியிருந்தது. முதல் மகன் வேறொரு சி.பி.எஸ்.சி. பள்ளியில் படித்துக்கொண்டிருந்ததால், அவனை இந்த ஐ.சி.எஸ்.சி பள்ளியில் சேர்ப்பதற்குச் சிலப்பல நிபந்தனைகளும் தடைகளும் இருந்தன. அதனால், இந்த வருடம் ஏற்கெனவே அவன் படிக்கும் பள்ளியிலேயே தொடரட்டும். அடுத்த வருடம் இங்கே நிச்சயம் இடம் ஒன்று ஒதுக்கித் தருவதாகக் கூறியிருந்தார்கள்.

அங்கே தங்கியிருப்பவர்களின் குழந்தைகள் மட்டுமே படிக்கவென தனியொரு பள்ளிக்கூடம். அதுவும் நகரின் மிக முக்கியப் பள்ளியினுடைய கிளை. வெளியில் இருந்து அந்தப் பள்ளியில் இடம் கிடைக்க வேண்டுமென்றால் கருவுற்றிருந்தபோதே குழந்தைக்கு இடம் வாங்கியிருக்க வேண்டும். அப்பள்ளியும் இந்த அடுக்குமாடிக் குடியிருப்பின் கட்டுமான நிறுவனமும் ஒரு புரிந்துணர்வின் அடிப்படையில் இப்படிச் செயல்பட்டு வருகின்றனர்.

பையனைப் பள்ளியில் சேர்த்துவிட்டு வந்ததிலிருந்தே வேணு அதீத உற்சாகமாகக் காணப்பட்டார். கிடைத்தற்கரிய ஒன்று கிடைதாற்போல பெருமிதமும் கௌரவமும் அவரது முகத்தில் அப்பியிருந்தது. அந்த உற்சாகமே அன்று அவரை முதல் ஆளாய் அலுவலகத்துக்கு வரச்செய்தது.

தனது உள்பெட்டியில் வந்திருந்த மெயில்களுக்கெல்லாம் ஒவ்வொன்றாய்ப் படித்துப் பார்த்து பதில் அனுப்பினார். ஒரு மெயிலுக்கான பதில் அதிகபட்சமாக இருபத்தி நான்கு மணி நேரத்துக்குள் அனுப்பப்பட்டிருக்க வேண்டும் என்பதை உறுதியாகக் கடைபிடிப்பவர். எதிர்ப்பக்கமிருந்தும் அதையே எதிர்பார்ப்பார். மற்றவர்களிடம் பிரித்துக் கொடுக்க வேண்டிய வேலைகளைப் பற்றி குறிப்பெடுத்துக்கொண்டார். இவையெல்லா வற்றையும் முடித்துவிட்டு கடிகாரத்தைப் பார்த்தார். மணி ஒன்பதரை ஆகியிருந்தது.

கடந்த வாரம் நடைபெற்ற மீட்டிங்கில் சத்தியமூர்த்தி பேசியவற்றின் அடிப்படையில் எடுத்துவைத்திருந்த குறிப்புகளை ஒருமுறை பார்வையிட்டார். அன்று அவர் குறிப்பிட்டுப் பேசியது வேணுவின் ப்ராஜெக்ட்டைப் பற்றித்தான் என்பதை அங்கிருந்த அனைவரும் அறிவார்கள். அதுதான் சத்தியமூர்த்தி யின் கீழ் இருக்கும் ப்ராஜெக்ட்டுகளிலேயே மிகவும் கடின மானது. அதனால்தான் அதை எடுத்து அவர் வேணுவிடம் கொடுத்திருந்தார். வேணுவாக மட்டும் இல்லையென்றால் அந்த ப்ராஜெக்ட் எப்போதோ இவர்களின் கையை விட்டுப் போயிருக்கும். அது சத்தியமூர்த்திக்கு அங்கிருந்த மற்ற எவரையும் விட நன்றாகத் தெரியும்.

அவர் தன் கேபினிலிருந்து வெளியே வந்தார். அந்தத் தளம் நூற்றியிருபது இருக்கைகளையும், ஐந்து மேலாளர் கேபின் களையும், வாசலுக்கு ஒன்றாய் இரண்டு சந்திப்பு அறைகளையும் உள்ளடக்கியது. அங்கு மொத்தமும் வேணுவுடைய ப்ராஜெக்ட் அணியினரே நிறைந்திருந்தனர். மெதுவாக நடைபயில்வதைப் போல ஒவ்வொரு வரிசையாக உள்நுழைந்து அங்கிருந்த இருக்கைகள் ஒவ்வொன்றையும் நோட்டம் விட்டார். ஒரு சிலரைத் தவிர அந்த நேரத்திற்கு வேறு யாரும் அங்கே வந்திருக்க வில்லை. வந்திருந்தவர்களும் பெரும்பான்மையினர் நிறுவனப் பேருந்துகளைப் பயன்படுத்துபவர்கள்.

அப்போதுதான் அவர்களைக் கவனித்தார். ஐ.டி. – சர்வீஸ்[1] பிரிவைச் சார்ந்த இருவர், ஒவ்வொரு சிஸ்டமாகச் சென்று

1. ஐ.டி. சர்வீஸ் *(IT Service)*: ஐ.டி.யில் இருப்பவர்கள் மென்பொருள் *(Software)* எழுதத் தேவைப்படும் வன்பொருட்கள் *(Hardware)* தொடர்பான பிரச்சனைகளை ஆராய்ந்துத் தீர்க்கும் பிரிவு.

சி.பி.யு.வைப் பார்த்து ஏதோ எழுதிக்கொண்டிருந்தார்கள். ஒருவன் வாசிக்க மற்றொருவன் தான் கொண்டுவந்திருந்த பேப்பரில் குறித்துவைத்துக்கொண்டான். பின்னர், கையோடு கொண்டுவந்திருந்த ஸ்டிக்கரை எடுத்து ஒட்டினார்கள். புதிய மெசின்களை வழங்குவது, பழுதானவற்றை மாற்றித் தருவது என்று அங்கிருக்கும் அத்தனை கம்யூட்டர்களுக்கும் அவர்களே பொறுப்பு.

வேணுவுக்கு நிலைகொள்ளவில்லை. அவருக்குத் தெரியாமல் அங்கு ஒரு சின்னக் குண்டூசிகூட இடம் பெயர்ந்துவிடக் கூடாது என்பதில் எப்போதும் கவனமாக இருப்பார். அப்படி நடப்பதை அவரால் தாங்கிக்கொள்ள முடியாது. அந்தத் தளத்தில் அவருக்குத் தெரியாமல் சிறு துரும்புகூட உள்ளே வருவதையோ வெளியே போவதையோ அவர் விரும்ப மாட்டார். அங்கிருந்த அத்தனை பேரையும் பற்றி அறிவார். யார் யார் என்னென்ன வேலைபார்க்கிறார்கள். எப்படிப் பார்க்கிறார்கள். யார் உண்மையில் வேலைசெய்கிறார்கள், யார் ஒப்பேற்றுகிறார்கள் என்று அனைத்தையும் தெரிந்துவைத்திருப்பார். அவருக்குக் கீழ் இருக்கும் ஆறு அணிகளுடன் வாரத்திற்கு ஒரு நாள் தனித் தனியாகச் சந்திப்பு. ஒவ்வொரு வாரமும் தாங்கள் செய்து முடித்த வேலைகளை அவர்கள் பட்டியலிட்டு விளக்க வேண்டும். அப்போது கேள்விகளால் துளைத்தெடுப்பார். இவரின் கேள்விகளுக்குப் பயந்தே பல்வேறு வேலைகள் அங்கே சரியாக நடைபெறும். அணியில் இருக்கும் யாருடனும் நெருங்கிய நட்பைப் பேணுவது கிடையாது. எல்லோரிடமும் வரையறுக்கப் பட்ட எல்லைக்குள் நின்றே பேசுவார். அதுதான் அவருடைய மிகப்பெரிய பலம். இப்படியாக தன் ஆளுமையை வலுவாகக் கட்டமைத்து வைத்திருக்கிறார். இதன் பொருட்டே அவருக்குக் கீழ் இருப்பவர்களுக்கு அவர் மீது ஒரு மரியாதையும், மேல் இருப்பவர்களுக்கு அவர் மீது அளவுகடந்த நம்பிக்கையும் உருவாகிவந்திருக்கிறது.

அவர்களைக் கூப்பிட்டு விசாரிக்கலாம் என்று அவர்கள் பக்கத்தில் போகும்போதுதான் ஐ.டி.சர்வீசைச் சார்ந்த அணித் தலைவர் தர்மராஜ் அவசர அவசரமாக அந்தத் தளத்துக்குள் நுழைவதைக் கவனித்தார். வேணு தன் கையை உயர்த்தி, தன் வலது கைச் சுட்டுவிரலை, பெருவிரலுடன் தொட்டு, "தர்மா, ஒரு நிமிசம் இங்க வர முடியுமா?" என்று கூப்பிட்டார்.

"தர்மா, என்ன உங்க பசங்க இங்கே இதோ சிஸ்டம் சிஸ்டமா செக் பண்ணிட்டு இருக்காங்க. என்ன விசயம்?"

"உங்களுக்கு இந்த நேரத்துக்குத் தகவல் வந்துருக்கணுமே?"

“இல்லையே அப்படி ஏதும் வரலையே. இப்போதான் மெயில் எல்லாம்கூட பார்த்து முடிச்சேனே.”

“ஓ, அப்போ இனிமே வருமாயிருக்கும்.”

“அது வரும்போது வரட்டும். உங்களுக்குத்தான் தெரியுமே என்ன விசயம் சொல்லுங்க.”

“ஜவாட்ச்ன்னு சாப்ட்வேர் ஒண்ணு இன்ஸ்டால் பண்ண சொல்லிருக்காங்க.”

“எதுக்கு அது?”

“அது ஒரு சிஸ்டம் மானிடரிங் சாஃப்ட்வேர். உங்க சிஸ்டம் எப்போ ஆன் ஆச்சு. அதுல நீங்க எப்போ உள்ளே போனீங்க. என்னென்ன ஃபைல் திறந்துவச்சுருந்தீங்க. அதையும் எவ்வளவு நேரம் திறந்துவச்சுருந்தீங்க. அத்தோட நீங்க என்ன வெப்சைட் ஓப்பன் பண்ணீங்க. அதுல எவ்வளவு நேரமிருந்தீங்க. இப்படி எல்லாத் தகவலையும் திரட்டித் தந்துடும். இதை முதல் கட்டமாக, பரிசோதனை முயற்சியாக இங்க அஞ்சு பிராஜெக்டில் செஞ்சு பாக்கப்போறாங்க. அதுல உங்க ப்ராஜெக்ட்டும் ஒண்ணு.”

தர்மராஜ் அந்த சாஃப்ட்வேர் பற்றி விளக்க விளக்க வேணுவின் முகம் யோசனையில் இருள ஆரம்பித்தது. அது இங்கிருக்கும் ஆட்களைக் கட்டுக்குள் வைக்கவும் அவர்களிடமிருந்து வெளிப்படும் வேலை ஆற்றலை மேம்படுத்தவும் உதவக்கூடும். அன்றைய மீட்டிங்கில் சத்தியமூர்த்திகூட வேலை நேரம் பற்றி பேசியது அவருக்கு நினைவில் சட்டென்று வந்துபோனது. ஆனால், ஏற்கெனவே அவரவர் ஐடி கார்டுகளில் இணைக்கப்பட்டுள்ள ஸ்மார்ட் சிப்களின் வழியே அவர்கள் நிறுவனத்துக்குள்ளே இருக்கும் துல்லியமான நேரத்தை அளவிட்டுக்கொண்டுதான் இருக்கின்றனர். அதன் பிரகாரம் அனைவரும் வாரத்துக்கு நாற்பத்தைந்து மணி நேரம் கட்டாயமாக அலுவலகத்தில் இருந்தே ஆக வேண்டும். இல்லாவிட்டால் தானே விடுப்பாகப் பதிவாகிவிடும். இப்படி ஏற்கெனவே கெடுபிடிகள் இருக்கும்போது இப்படியான மென்பொருள் மேலும் மேலும் அவர்களிடத்தே அழுத்தத்தையே சேர்க்கும் என்பது குறித்து வேணு அஞ்சினார். எல்லாவற்றுக்கும் மேல் அது தான் பார்த்துக்கொண்டிருக்கும் வேலையின் ஒரு பகுதியை சத்தமே இல்லாமல் ஆக்கிரமிக்கிறது என்பது அவரை அதிர்வுக்குள்ளாக்கியது.

கிளம்பப்போனவரை நிறுத்தி, “தர்மா, ஸாரி ஒரு நிமிசம்” என்றார்.

"நம்ம டீமுக்கு இரண்டு புதுப் பசங்க வந்திருக்காங்க. அவங்களுக்கு ரெண்டு சிஸ்டம் ஒதுக்கணும். ஏற்கெனவே டிக்கெட்[2] போட்டு ஒரு வாரத்துக்கு மேல ஆச்சு. இன்னும் பதிலே இல்ல" என்றார்.

"உங்க டிக்கெட்டோட கடைசி மூணு நம்பர் என்ன சொல்லுங்க?"

மவுசுக்குப் பக்கத்தில் இருந்த டைரியை எடுத்து விறுவிறு வென்று நான்கைந்து பக்கங்களைப் புரட்டினார். "3, 4, 7"

"அப்படிச் சொல்லுங்க. இப்போதான் 260 – வது டிக்கெட்டைப் பார்த்துட்டு இருக்கேன். ஒண்ணொண்ணா முடிச்சு வர்றதுக்கு எப்படியும் அடுத்த வாரம் ஆயிடும் சார். அதுக்கு நடுவுல இந்த வேலை வேற வந்துசேர்ந்துடுச்சு"

"அந்தப் பசங்க வந்து ஏற்கெனவே இரண்டு வாரத்துக்கும் மேல ஆச்சு. இன்னமும் டிரைனிங்கூட ஆரம்பிக்கல. இரண்டு மாசம்தான் டைம் இருக்கு. அதுக்குள்ள அவங்களுக்கு டிரைனிங் கொடுத்து கிளையண்ட் பில்லிங் வாங்கியாகணும். இல்லன்னா மேனேஜ்மன்ட்கிட்ட பதில் சொல்லி முடியாது. தயவுசெஞ்சு அதைக் கொஞ்சம் சீக்கிரம் முடிச்சுக் கொடுங்க. இத்தனைக்கும் அந்த டிக்கெட் ஹை பிரையாரிட்டின்னு போட்டேனே தர்மராஜ்."

"டிக்கெட் போடுற எல்லாருமே அப்படித்தானே போடுறாங்க. காலைல ஒருத்தருக்கு அவர் சிஸ்டம்ல டைம் சரியில்லையாம். மாத்தித் தரணுமாம். அதையும் ஹை பிரையாரிட்டின்னு போட்டுருக்கார். நான் என்ன பண்றது சொல்லுங்க. உண்மைல எனக்குத்தான் டைம் சரியில்ல" என்று சொல்லிவிட்டு சுவரில் மாட்டப்பட்டிருந்த கடிகாரத்தைப் பார்த்துக்கொண்டார்.

"அட, உங்க டீம்ல வாசுன்னு ஒரு சின்ன பையன் இருப்பானே. நல்லா துறுதுறுன்னு. அவனை அனுப்புப்பா பத்தே நிமிசத்துல வேலைய முடிச்சுடுவான். வேறே ஒண்ணும் வேணாம். நல்ல பையன்" தான் அணிந்திருந்த கண்ணாடியைக் கழற்றி, கர்சீப்பால் அழுந்தத் துடைத்துப் போட்டுக்கொண்டார்.

"அவன் வேலைய விட்டுப் போய்ட்டான். இரண்டு வாரம் ஆச்சு." இதைச் சொல்லிவிட்டு தர்மராஜ் மெதுவாக உதட்டைப் பிதுக்கினார்.

---

2. டிக்கெட் (Ticket): ஐ.டி.சர்வீஸ்ஸைச் சார்ந்தவர்களிடம் மென்பொருள் எழுதுபவர்கள் தங்களின் பிரச்சனை தொடர்பாக சமர்ப்பிக்கும் விண்ணப்பம்.

“அடடா, ச்சே என்னப்பா இது. நல்லா வேலைபார்க்குற ஆளையெல்லாம் இப்படி விட்டுறீங்களே.”

“நல்ல சம்பளம் கொடுத்தா, அவன் ஏன் சார் இங்க இருந்து போகப்போறான். காலைல எட்டு ஒம்பது மணிக்கு உள்ள வந்தா நைட்டு பத்துப் பதினொரு மணிவரைக்கும் கால்ல சக்கரம் கட்டுனமாதிரி வேலை பாக்குறோம். நேத்து வேலைய முடிச்சுட்டு வீட்டுக்குப் போகும்போது மணி பதினொன்னு. சாப்பிட்டு படுத்தா பன்னெண்டு. காலைல அஞ்சரைக்கு எந்துருச்சு அவசர அவசரமா கிளம்பி எட்டே காலுக்கு உள்ள வந்தேன். இன்னும் ஒண்ணுக்குக்கூட போகலை. சுத்திட்டே இருக்கேன். கண்ணல்லாம் ஜிவ்வு ஜிவ்வுங்குது. முந்தா நாள் மதியம் சாப்பிட்டு இருக்கும்போது ஒரு அம்மா கால் பண்ணது. அடுத்த அரை ஹவர்ல அவுங்களுக்கு ஏதோ மீட்டிங்காம். சிஸ்கோ மீட்டிங் சரியா இன்ஸ்டால் ஆகலைபோல. பாதிச் சாப்பாடுல எந்திச்சு ஓடி வந்தேன். ஏதோ ப்ராக்ஸி பிரச்சனை. அத்தனைக்கும் கடைசில அந்தம்மா ஒரு தாங்க்ஸ்கூட சொல்லல. இப்படி வேலைபார்த்து என்ன மிஞ்சுதுங்கிறீங்க? அஞ்சு வருசம் ஆறு வருசம் எக்ஸ்பீரியன்ஸ் இருக்கிற எங்களுக்கே உங்க டீம்ல இருக்கிற ஒரு ஃபிரஷருக்குக் கொடுக்கிற சம்பளம்கூட வராது. அப்புறம் எவன் சார் இருப்பான்? என்ன மாதிரி கடன் கிடன் இருந்திருந்தா ஒருவேள அவனும் இங்கேயே கிடந்திருப்பானோ என்னமோ. இத்தனை நாள் வேலை பாத்ததுக்கு எக்ஸ்பீரியன்ஸ் லெட்டர்கூட வாங்கமா போயிட்டான் பாவி” பெரிதாக மூச்சை உள்ளிழுத்து வெளிவிட்டார்.

வேணு இதைச் சற்றும் எதிர்பார்க்கவில்லை. “சரி சரி உடுங்க தர்மா கொஞ்சம் பாத்து பண்ணிக் கொடுங்க” என்ற அளவுக்கு இறங்கினார்.

“சாரி சார். இன்னைக்கு நீங்க கிளம்புறதுக்கு முன்னாடி எனக்கு ஒரு கால் பண்ணுங்க. கையோட வந்து முடிச்சுக் கொடுத்துடுறேன்” என்று பதில் கூறி அங்கிருந்து நகர்ந்தார்.

நித்திலனின் இருக்கையை வேணு ஒருமுறை எட்டிப்பார்த்தார். இன்னும் அவன் அலுவலகம் வந்துசேர்ந்திருக்கவில்லை. ஃபோனை எடுத்து நித்திலன் அணி சார்ந்த வாட்ஸப் குரூப்பில், அலுவலகம் வந்ததும் தன் கேபினுக்கு வந்து தன்னைச் சந்திக்குமாறு நித்திலனுக்கு ஒரு குறுஞ்செய்தி அனுப்பினார்.

10

பழைய மகாபலிபுரம் சாலையின் பிரதான சாலையிலிருந்து சில நூறடிகள் தூரத்தில் அந்த அடுக்குமாடிக் குடியிருப்பு அமைந்திருந்தது. அது அமைந்திருந்த இடத்திலிருந்து இருபக்கமும் சில கிலோமீட்டர்களுக்காவது அந்தக் குடியிருப்பைத் தரையிலிருந்தே பார்க்க முடியும். இருபது மாடிகள் கொண்ட பிரம்மாண்டமான ஐந்து கட்டடங்கள். மேலும் இரண்டு அடுக்குகளுக்கான வேலைகள் நடைபெற்றுக்கொண்டிருந்தன.

அந்த அடுக்குமாடிக் குடியிருப்பின் உள்ளேயே உடற்பயிற்சிக்கூடம், குழந்தைகள் விளையாடும் உபகரணங்களைக் கொண்ட சின்னதொரு பூங்கா, நடைபயிலவெனத் தனிப் பாதை, மொட்டைமாடி நீச்சல் குளம், மளிகைப் பொருட்கள் உள்ளிட்ட அத்தனையும் வாங்கிக்கொள்ளத் தோதுவாக 'சியர்ஸ்' பல்பொருள் அங்காடிச் சங்கிலியின் கிளை, அங்கே வசிப்பவர்கள் பயன்படுத்துவதற்கென்றே பிரத்தியேகமாக நூறுபேர் அமரும் அளவில் ஒரு சமூகக்கூடம், அவர்களின் குழந்தைகள் படிப்பதற் கென்று நகரின் முக்கியமான பள்ளியின் கிளை என சகல வசதிகளும் செய்யப்பட்டிருந்தன.

அதனுள்ளே பி – பிளாக்கின் மூன்றாவது தளத்தில் இருந்த வேணுவின் வீட்டில் அனைவரும் குழுமியிருந்தனர். அன்று புதுமனை புகும் விழா. இவர்கள் அங்கே உள்ளே சென்ற நேரத்தில் பூஜைகள் முடிந்திருந்தன. அப்போதுதான் சடங்குகள், பூஜைகள் எல்லாம் முடிந்திருக்க வேண்டும். ஓமகுண்டலம் மட்டும் மெல்லிய இழையாகப் புகைந்துகொண்டிருந்தது.

மூன்று படுக்கையறைகள் கொண்ட பெரிய வீடு. அலுவலகத்திலிருந்து வந்திருந்தவர்களையும், அவரது மற்ற நண்பர்களையும் சேர்த்து எப்படியும் முப்பது பேருக்குக் குறையாமல் அங்கே குழுமியிருந்தனர். அலுவலகத்தில் மற்றவர்கள் அனைவரும் ஓரிடத்தில் குழுமி ஒரே நேரத்தில் அங்கே இருக்கும்படி சென்றனர். இவர்கள் உள்ளே வரும்போது வேணு பஞ்சகச்சம் வைத்த பட்டு வேட்டி கட்டி, மேலுக்கு ஒரே ஒரு பட்டு அங்கவஸ்திரம் மட்டும் அணிந்திருந்தார். இவர்கள் வந்ததும் உள்ளிருந்த அறைக்குப் போய் சட்டை மாட்டிவிட்டு வந்தார். அதுவும் புதிதாக இருந்தது. சுத்தமாக மழிக்கப்பட்ட முகம் முழுக்கப் புன்னகை. சந்தனம் வைத்த நெற்றி. இன் செய்யப்படாத சட்டையையும் மீறி முன்னால் சரிந்து விழுந்த தொப்பை. அலுவலக நேரத்தில் எப்போதும் அவரிடத்தில் இருக்கும் பரபரப்பு இல்லாமல் சாந்தரூபியாக, ஆளே புதுமாதிரியாகத் தோற்றம் அளித்தார்.

வேணு, அங்கே இருந்தவர்களைக் கூட்டிச்சென்று ஒவ்வொரு அறையாகச் சுற்றிக்காட்டினார். மிகவும் இயல்பாகவும் கலகலப்பாகவும் இருந்தார். மார்போனைட் பதித்த தரை. மேலே கூரையில் ஃபால்ஸ் சீலிங் செய்யப்பட்டிருந்தது. அதில் இருந்த அத்தனை விளக்குகளும் ஒளிரவிடப்பட்டிருந்தன. அவை அந்த ஹாலின் பிரம்மாண்டத்தைக் கூட்டிக் காட்டின. பொருட்கள் ஏதுமில்லை. ஆனாலும் உள் வடிவமைப்பு வேலைகள் சிறப்பாக செய்யப்பட்டிருந்தன. இளம்பச்சை வண்ணப்பூச்சு, சுவரில் வரையப்பட்டிருந்த ஓவியம், மர வேலைப்பாடுகளுடன் கூடிய பூஜை அலமாரி என்று அதற்கே தனியே சில லட்சங்களை அவர் செலவழித்திருக்க வேண்டும். செய்யும் வேலையைப் போலவே கச்சிதமாக வீட்டையும் பார்த்துப் பார்த்துக் கட்டியிருக்கிறார்.

நித்திலன் அருகில் நின்றுகொண்டிருந்த சாஜூவிடம் “இது எவ்ளோ ஸ்கொயர்ஃபீட் இருக்கும்?” என்றான்.

சாஜூ, நித்திலனுக்கு சீனியர். இயற்பெயர் சஞ்சீவ். அவர் நிறுவனத்துக்குச் சேர்ந்த புதிதில் அவருடைய கிளையன்ட் ஒருவன் அதைச் சரியாக உச்சரிக்காமல் “சாஜூ” என்று அழைத்தழைத்து அதுவே அவரது பெயராக நிலைத்துப்போனது. கண்ணை உறுத்தாத உயரம். அடர்த்தியான மீசை. கருண்ட சுருள்முடி. எப்போதும் ஏதையாவது பேசிக்கொண்டே இருக்கும் சுபாவம். பெரும்பாலும் சுவாரஸ்யத்துக்குக் குறைவில்லாத பேச்சாகவே இருக்கும். ஒருநாள் வங்க மொழித் திரைப்படங் களைப் பற்றிப் பேசுவார். மறுநாள் கம்யூனிச சித்தாந்தங்களைப் பற்றி வகுப்பெடுப்பார். ஒருநாள் தான் முன்பு சவுதியின் ஜிடாவில்

தங்கியிருந்தபோது விடாமல் பெய்த மழை பற்றி விவரிப்பார். எல்லோரும் கிரிக்கெட்டின் பின்னால் ஓடிக்கொண்டிருக்கும் போது புட்பால் லீக்களில் மூழ்கியிருப்பார். ஒரு பக்கம் கம்யூனிசம் பேசிக்கொண்டு இந்தப் பக்கம் ஸ்டீவ் ஜாப்ஸைப் புகழ்ந்து தள்ளுவார். இப்படி அவருக்குப் பேசுவதற்கு எப்போதும் ஏதாவது ஒன்று இருந்துகொண்டே இருக்கும். அவருக்குத் தேவையெல்லாம் அவர் பேசுவதைக் கேட்பதற்கு இரண்டு காதுகள்.

நித்திலனுக்கு அவன் இந்த பிராஜக்டில் வந்துசேர்ந்த முதல் நாளிலிருந்து சாஜூவைத் தெரியும். இவனுக்குப் பல்வேறு விதங்களில் அவர் சீனியர். டெக்னிக்கல் சமாச்சாரங்களைத் தாண்டி இங்கிருக்கும் நுண்ணரசியல் முதலான விசயங்களை இவனுக்குக் கற்றுக்கொடுத்தவர். மற்றவர்களிடம் சாஜூவைப் பற்றிப் பேசும்போது அவரை 'தன்னுடைய ஐ.டி. குரு' என்றே சொல்லிவந்திருக்கிறான். அதற்குண்டான மரியாதை அவன் கண்களில் தெரியும். சாஜூவும் அதற்குத் தகுதியான ஆள்தான். அவன் இந்த புராஜெக்ட்டுக்கு வந்துசேர்ந்த புதிதில் இவர்களின் புராஜக்ட்டினை கூர்காவுனிலும் ஆரம்பிப்பதற்கான முதற்கட்டப் பணிகள் நடைபெற்றுக்கொண்டிருந்தன. அதன் பொருட்டு அதில் உதவுவதற்காக சென்னையிலிருந்து ஐந்து பேர் கொண்ட குழு ஒன்று கூர்காவுன் கிளம்பியது. அதில் சாஜூவுடன் அவருக்குத் துணையாக இவனும் போயிருந்தான். அங்கிருந்த மூன்று மாதங்களும் ஒரே அறையில் தங்கினார்கள். சேர்ந்து சமைத்தார்கள். ஊர் சுற்றினார்கள். அன்றிலிருந்து இது போன்ற பொது நிகழ்வுகளில் இருவரையும் தனித்தனியே பார்ப்பது அபூர்வம்.

"எப்படியும் ஆயிரத்து இரு நூறுக்கு மேல் வரும்."

மனதுள் ஒவ்வொன்றாக எடைபோட்டு கூட்டிப் பார்த்துக் கொண்டிருந்தான். எப்படியும் எல்லாவற்றையும் சேர்த்தால் எழுபது லட்சமாவது தொட்டுவிடும். நினைத்தபோதே மலைப்பாக இருந்தது. வேணுவின் இத்தனை வருட ஐ.டி. அனுபவத்தையும், இப்போது அவர் வகிக்கும் பதவியையும் கணக்கில் கொண்டால் அவருக்கு இது பெரிய பொருட்டல்ல என்றே அவனுக்குத் தோன்றியது. ஆனால், இதுவரையில் வேணு வீடு கட்டாததே அவனுக்குப் பெரிய ஆச்சரியமாய் இருந்தது. அவருடைய தகுதிக்கு இதுவே மிகத் தாமதம்.

"சாஜூ... இதுதான் இவரோட முதல் வீடா?"

சாஜூ மெதுவாக சிரித்துக்கொண்டே, "ஆமா" என்றார்.

“ஏன் சிரிக்கிறீங்க?”

“இல்ல , நீ எதை மனசுல வச்சுக்கிட்டு கேக்குறன்னு நினைச்சு சிரிச்சேன்.”

“நான் கேட்டது சரிதானே சாஜு?”

“அது சரிதான் , ஆனா வேணுவுக்கு கமிட்மண்ட்ஸ் அதிகம். அவரோடது பெரிய குடும்பம். எல்லாத்தையும் தாங்கிப் பிடிக்கிறதுலயே அவருக்குப் பாதி வாழ்க்கை போயிடுச்சு. அப்போவே அவருக்கு ஐ.ஐ.டி.யில இடம் கிடைச்சுருக்கு. அவ்வளோ தூரம் ஹாஸ்டல்ல சேர்த்து படிக்க வைக்க வசதியில்லாம ஊர் பக்கத்துல ஒரு காலேஜ்ல பி.எஸ்.சி. சேர்த்து விட்டாங்க. ஐ.ஐ.டி.க்கெல்லாம் போயிருந்தார்னா ஒருவேளை, இதே கம்பெனில நம்ம நினைச்சுப்பார்க்க முடியாத உயரத்துல கூட இருந்திருப்பார். என்ன பண்ண அவர் நேரம் அப்படி!”

“இருந்தாலும், அவர் இங்க வந்த டைம் கணக்குப்பண்ணா இதுவே ரொம்ப லேட் தானே சாஜு?”

“ஆமா, யார்கிட்டயும் சொல்லிக்காத” என்றபடி மெதுவாக அக்கம் பக்கம் ஒருமுறை நாசூக்காகத் திரும்பிப் பார்த்துக் கொண்டார். அனைவரும் ஆளுக்கொரு உரையாடலில் முனைப்பாக இருந்தனர். வேணு சத்தியமூர்த்தியிடம் வாஸ்து பற்றி எதையோ தீவிரமாக விளக்கிக்கொண்டிருந்தார். வேணுவின் பையன்கள் இருவரும் பட்டு பைஜாமா அணிந்து சுற்றி விளையாடிக்கொண்டிருந்தனர். “நடுவுல ஃபிரெண்ட் ஒருத்தர்கூட சேர்ந்து சைட்ல பிசினஸ் ஒண்ணு செட் பண்ணிருக்கார். பிசினஸ்னா என்ன இன்னொரு ஐ.டி. கன்சல்டன்சி மாதிரி. இப்போக்கூட நிறைய ஸ்டார்ட்அப் வருதில்லையா? அதுபோல. இவர் இன்வஸ்ட் பண்ணிருக்கார். அவர் வொர்க்கிங் பார்ட்னர். இவரும் சனி ஞாயிறுன்னா அங்க போயிடுவார். ஆரம்பிச்ச புதுசுல ஒண்ணும் பெரிசா ப்ராஜெக்ட் ஏதும் அமையல. முதல் ப்ராஜெக்ட் கிடைக்கவே ஆறு மாசம் ஆகியிருக்கு. இவர் ஃப்ரெண்டோட சேர்த்து இன்னும் ரெண்டு பேர எடுத்துப்போட்டு வேலைசெஞ்சுருக்காங்க. அவங்களோட சம்பளம், மத்த செலவுகளுக்கெல்லாம் பேங்க்ல லோன் வாங்கி சமாளிச்சுருக்காங்க. இது எல்லாமே வேணுவே பண்ணிருக்கார். அதுக்கப்புறம் ஒரு பெரிய ப்ராஜெக்ட் புரப்போசல் போயிருக்கு. நல்ல பெரிய கிளையண்ட். மூணு வருச காண்ட்ராக்ட். அது மட்டும் கிடைச்சிட்டா இங்க ஆயுசுக்கும் கிடைக்கிறதவிட பத்து மடங்கு காசு பார்த்திடலாம். வெறித்தனமா வேலைபார்த்திருக்காங்க.

இன்னும் சில பேரை புதுசா வேலைக்கு எடுத்திருக்காங்க. எல்லாம் கைகூடி வந்திருக்கு. ப்ராஜெக்ட்டும் கிடைச்சுருக்கு. மூணு மாசத்துல பர்ஸ்ட் டெலிவரி கொடுக்கும்போது அந்த டீமோட மொத்த எண்ணிக்கை இருபது பேர் ஆயிடுச்சு. வேணுவோட டிபண்டன்ஸிய படிப்படியா குறைச்சுருக்கார் அவரோட ஃப்ரெண்ட். திடீர்ன்னு ஒருநாள் இவருக்குக் கொஞ்சம் அமவுண்ட் பேங்க்ல போட்டுருக்கார். சும்மா கன்சல்டண்ட் ஃபீஸ்ன்னு சொல்லிருக்கார். கம்பெனி முழுக்க ஃப்ரெண்ட் பேர்ல இருந்துருக்கு. இவர் இங்க வேலைபார்த்துட்டு இன்னொரு கம்பெனில இருக்கக் கூடாதுல. சட்டப் பிரச்சனை ஆயிடுமில்லையா? அதுனால அப்படி ஏற்பாடு. அதை அவர் ஃப்ரெண்ட் நல்லா யூஸ் பண்ணிட்டு இருக்கார்.

கொஞ்சம் கொஞ்சமா வேணுகிட்ட ஆலோசனை கேக்குறத, முடிவுகள் பத்தின தகவல் கொடுக்கிறதன்னு ஒவ்வொண்ணா நிப்பாட்டியிருக்கார். அதுக்குப் பிறகு ஒரு புது ப்ராஜெக்ட் கிடைச்சுருக்கு. அது பத்தின தகவல் இவருக்கு ஒரு மாசம் கழிச்சுத்தான் தெரிஞ்சுருக்கு. வேணுவுக்கு அப்புறந்தான் எல்லாமே புரிஞ்சுருக்கு. உயிருக்கு உயிரா பழகுன நண்பனே இப்படிப் பண்ணத நினைச்சு வேணு ரொம்பவே நொந்து போயிட்டார். இப்போ அது நல்லா வளர்ந்து வர்ற முக்கியமான ஐ.டி. கம்பெனில ஒண்ணு. கந்தன்சாவடி போற வழில பாத்துருப்பியே வி-ஸ்கொயர் டெக்னாலஜிஸ். அதுல ஒரு வி நம்ம வேணுதான். இதெல்லாம் பார்க்கும்போது மனுசனுக்கு எப்படியிருக்கும்? இதுல இன்னும் என்ன கொடுமைன்னா இவர் அந்த கம்பெனிக்காக வாங்குன லோனைக்கூட அவர் திருப்பித் தரல. எவ்வளவு பெரிய துரோகம் இல்ல? இப்படியும்கூட ஆட்கள் இருக்காங்க. அதுல இருந்தே மனுசங்கட்ட இருந்து மொத்தமா ஒதுங்கிட்டார். யார்கிட்டயும் ஒட்டுறது இல்ல. எல்லாத்தையும் ஒரு சந்தேகக்கண்ணோடவே பார்க்க ஆரம்பிச்சிருக்கார்.

அதே நேரத்துல, இப்படி அவரோட தனிப்பட்ட வாழ்க்கைல கஷ்டம் வந்தப்போயெல்லாம் நம்ம கம்பெனிதான் அவருக்குத் துணையா நின்னுருக்கு. இன்னைக்கு இவ்வளவு பெரிய துரோகத்துல இருந்து மீண்டு ஒரு நல்ல நிலைமைல இருக்கார்ன்னா அதுக்கு நம்ம கம்பெனிதான் முழுக்க முழுக்கக் காரணம். அப்படிப்பட்ட கம்பெனிக்குத் தான் பண்ணதும் ஒருவகையில துரோகம்தானேன்னு மனுசனுக்கு உறுத்தியிருக்கு. அது மனசுல நல்லா பதிஞ்சுருச்சு. யார் யாருக்கோ உண்மையா இருக்கிறத விட இவ்வளவு தூரம் தன்னைக் காப்பாத்துன கம்பெனிக்கு விசுவாசமா இருக்கலாம்ன்னு நினைச்சுருக்கார்.

ஒருநாள் நானும் அவரும் நைட் லேட்டா வேலை முடிச்சுட்டு வீட்டுக்குப் போயிட்டு இருந்தோம். அவர் கார்லயே என்னைக் கொண்டுவந்து வீட்ல விட்டார். அப்போ அந்தப் பக்கமா போகும்போது அந்த கம்பெனியோட கட்டடம் கண்ணுல பட்டுச்சு. அதுல பேச்சை ஆரம்பிச்சு அப்படியே மனுசன் எல்லாத்தையும் கொட்டிட்டார்.

ஸோ, இப்படி குடும்பம் நண்பர்ன்னு பல பேர்கிட்ட பட்ட கடனை அடைச்சுமுடிச்சு அவர் எந்திருச்சு வர்றதுக்கே இவ்ளோ காலம் எடுத்துருக்கு. இந்த விசயம் என்னைத் தவிர யாருக்கும் தெரியாது. நீயும் தெரிஞ்ச மாதிரி காட்டிக்காத.”

அனைவரும் அங்கே சாப்பிட அமர்ந்தனர். நித்திலனுக்கு சாஜூ சொன்ன கதை காட்சி காட்சியாக விரிந்தது. நித்திலன் இந்தப் பின்கதையைச் சற்றும் எதிர்பார்த்திருக்கவில்லை. அவன் கண்கள் வேணு இருந்த திசை நோக்கித் திரும்பின. அவர், அந்தப் பக்கமாக ஓடிவந்த அவருடைய சின்னப் பையனைப் பிடித்து நிறுத்தி, தன் கர்சீப்பால் வியர்வை வழிந்த அவன் கழுத்தையும் நெற்றியையும் துடைத்துவிட்டுக்கொண்டிருந்தார்.

11

மீராவுக்கு அன்று செய்து முடிப்பதற்கான அலுவலக வேலைகள் குவிந்திருந்தன. ஆனால், எதிலுமே அவளுக்கு மனம் ஒட்டவில்லை. அன்று வீட்டிலிருந்து வேலை செய்தால் போதுமானது என்றாலும் அலுவலகத்துக்கு அழைத்து விடுப்பு சொன்னாள். அடுக்களைக்கு வந்து காலையில் போட்டுவைத்து ஆறிப்போயிருந்த டிக்காசனைக் கொட்டிவிட்டு, காபிப்பொடி சேர்த்து வெந்நீர்விட்டு புதிதாக டிக்காசனை வடித்து எடுத்தாள். பாலை அடுப்பில்வைத்துச் சூடேற்றினாள். பொங்கிவந்த பாலை நிறுத்தி, எடுத்துவைத்திருந்த டிக்காசனுடன் அரைக்கரண்டி மட்டும் சர்க்கரை சேர்த்துக் கலந்தாள். பாலும் காபியும் ஒன்றுடன் ஒன்று கலக்கும்போது எழுந்து வந்த மணம் போதமேற்றியது.

காபியை அவளுக்குப் பிடித்தமான ஸ்ட்ராபெர்ரி படம் போட்ட கோப்பையில் எடுத்துக்கொண்டாள். அது பெங்களூருவிலிருந்து கிளம்பும்போது அவளுக்கு அளிக்கப்பட்ட நினைவுப் பரிசுகளில் ஒன்று. யார் கொடுத்தார்கள் என்பதுகூட நினைவில் இல்லை. ஆனால், அது அவளுக்கு ஏனோ மிகவும் பிடித்திருந்தது. காபியை எடுத்துக்கொண்டு வீட்டின் வரவேற்பறையுடன் இணைந்திருந்த பால்கனிக்கு வந்தாள். பால்கனியில் வைக்கப்பட்டிருந்த பூந்தொட்டிகளுக்கு நீருற்றினாள். அவர்களின் வீடு அந்த அடுக்குமாடிக் குடியிருப்பின் ஐந்தாவது தளத்தில் இருந்தது. அங்கிருந்து பார்த்தால் தாம்பரம் வேளச்சேரி பிரதான சாலை தெரியும். சாரை சாரையாக வண்டிகள் விரைந்து

கொண்டிருந்தன. வருவதும் போவதுமாயிருந்த வாகனங்களால் சாலை நிறைந்திருந்தது.

விடியும்போது மற்ற நாட்களைப் போல சாதாரணமாகவே அன்றும் விடிந்தது. பாத்ரூமில் போய் முகத்தைக் கழுவி நிமிர்ந்ததும் அங்கே நித்திலனின் உள்ளாடைகள் வரிசையாக அணிவகுத்துத் தொங்கிக்கொண்டிருந்தன. அந்த வாரத்துக்கானவை மொத்தமும் அங்கே அழுக்காய்த் தொங்கிக்கொண்டிருந்தன. இரண்டு நாட்களாய் அவற்றைக் கவனித்துவந்தவள் நேற்று அவற்றைப் பற்றிக் கூறியும் அப்படி அப்படியே அவை தொங்கிக் கொண்டிருந்தன.

அவளுக்கு எரிச்சல் மண்டியது. அழுக்கு டீ – சர்ட் சோபாவில் கழற்றிப் போடப்பட்டிருந்தது. ஷூ ஸ்டாண்டில் பழைய சாக்ஸ். சோஃபாவில் துவட்டிய ஈரத்துடன் பரப்பிப்போடப் பட்டிருந்த துண்டு. இரண்டு அறைகளிலும் அணைக்கப்படாத மின் விசிறிகள், டியூப் லைட்டுகள். சாப்பாட்டு மேசையின் மேல் மீதம் வைக்கப்பட்ட சட்னியுடன் காய்ந்துபோன தட்டு. கண்ணாடியின் முன் கீழே கிடந்த சீப்பு. ஒழுங்கீனங்களின் மொத்த உருவாய் இருந்தது வீடு.

எப்படி ஒருவனுக்கு இது எதுவுமே கண்ணில் படாமல் போகிறது. தனக்கான வேலைகளை, அடிப்படைத் தேவைகளைக் கூட செய்துகொள்ளப் பழகாமல் எப்படி இத்தனை வருடங் களைக் கடந்துவந்திருக்கிறான்? முதலில், இதெல்லாம் அவளுக்குப் பெரிய குறையாகத் தெரியவில்லை. சின்னச் சின்ன பழக்கவழக்கங்கள்தானே, சொல்லித் திருத்திவிடலாம் என்று நினைத்திருந்தாள். ஆனால், ஒவ்வொருநாளும் சொல்லியும் மாறாத அடமாய்த் தொடர்ந்தபோது அவளால் கோபத்தைக் கட்டுப்படுத்த முடியவில்லை. அன்று காலையில், அது மறுபடியும் அப்படியானதொரு சண்டையில் போய் முடிந்தது.

அடுக்களையில் அவனுக்கான மதிய உணவைக் கட்டிக் கொண்டிருந்தபோது கூப்பிட்டான்.

“மீரா மீரா”

“சொல்லு நித்தில்.”

“என்னோட பனியன் ஏதாவது பாத்தியா? போடுறதுக்கு ஒண்ணுகூட இல்ல!” துவைத்து அடுக்கப்பட்ட துணிகளை கலைத்துப்போட்டவாறே கேட்டான்.

“உன்னோட பனியன் எனக்கு எப்படித் தெரியும்?”

“நீதானே துவைக்கிற? உனக்குத் தெரியாம பின்ன யாருக்குத் தெரியும்?”

“ஸீ, நீ எல்லாத்தையும் எடுத்து ஒழுங்கா துவைக்கப் போட்டிருந்தா அதது நேரத்துக்குத் துவைச்சு வந்துருக்கும். நீ கழட்டுனத கழட்டுன இடத்துலயே போட்டா அதென்ன கால் முளச்சு நடந்து வருமா?”

“கால் முளச்சு நடந்து வர வேணாம். ஆனா கண் பார்த்தத கை எடுத்துப் போயிப் போட எவ்ளோ நேரம் ஆகும்?”

“கரெக்ட், அதையேத்தான் நானும் கேக்குறேன். இங்க கழட்டிப்போட்டத எடுத்து வாசிங் மிஷின் ரூம்ல வச்சுருக்க பேக்ல கொண்டுபோயிப் போட எவ்ளோ நேரம் ஆகும்? இத்தனிக்கும் நேத்தே உன்னைக் கூப்பிட்டு ஞாபகப்படுத்தினேன். அப்போகூட அதை உன்னால பண்ண முடியலன்னா நான் என்ன பண்ண முடியும்?”

“என்னக் கூப்பிட்டுச் சொல்ற நேரத்துல நீயே அத எடுத்துப் போட்டுப் போயிருக்கலாம்ல?”

“அத நான் ஏன் பண்ணனும் சொல்லு? டெய்லி காலைல என் ஜட்டி எங்க பிரா எங்கன்னு உங்கிட்டயா வந்து நிக்கிறேன்? என்னோட அடிப்படை விசயங்கள நான்தானே பாத்துக் கிறேன். அப்போ உன்னோட சில விசயங்களையாவது நீயே பார்த்துகிட்டா வீடு நீட்டா இருக்கும். வீட்ல இரண்டு பேரும் உழைக்கணும். அப்போதான் எல்லாம் சரியா நடக்கும். இதை நான் உங்கிட்ட எத்தனையோ முறை சொல்லிட்டேன். காலைல எந்திருச்சு பெட்டைக்கூட சரி பண்றதில்ல நீ.”

“காலங்காத்தாலயே ஆரம்பிச்சுடாத தாயே. விடு”

“ஹலோ ஸார், நான் ஒண்ணும் ஆரம்பிக்கல. எப்பவும் ஆரம்பிக்கிறது நீங்க. கடைசில என் மேலப் பழியைப் போட்டுப் போயிடுறது.”

“. . .”

“இப்போ நானா ஆரம்பிச்சேன். இல்ல நானா ஆரம்பிச்சேன்?”

“. . .”

“என்ன பேசாம நிக்கிற. சொல்லு யாரு ஆரம்பிச்சது? நானா நீயா?”

“சரி விடு.”

“அப்படியெல்லாம் விட முடியாது. பதில் சொல்லு.”

“தப்புத்தான். நான்தான் உன்னைக் கேட்டுருக்கக் கூடாது. கேட்டது என் தப்புத்தான். காலைல அவசரமா ஆபிஸ் கிளம்பும் போது ஆத்திர அவசரத்துக்கு ஒரு ஹெல்ப் கேட்டா அதுக்கு இவ்ளோ பேச்சா, உன்கூட சண்டைப்போட்டு மூட் அப்செட்டாகி அப்புறம் நாள் முழுக்க ஆபிஸ்ல கடுப்புல உட்கார்ந்திருக்க என்னால முடியாது. எல்லாருக்கும் உன்ன மாதிரி வீட்டுல ஜாலியா வேலை பாக்குற சொகுசு கிடைக்குமா?”

மீராவுக்கு அளிக்கப்பட்டிருக்கும் சலுகைகளும் அதன் பொருட்டு அவளுக்குக் கொடுக்கப்படும் வேலைப்பளு பற்றியும் நித்திலனுக்கு நன்றாகவே தெரியும். பொதுவாக அலுவலகம் போய்வரும் ஒருவரை இரவு பதினொன்று காலை ஏழு மணி என்றெல்லாம் அழைப்புகளை எடுக்கச் சொல்ல மாட்டார்கள். வீட்டிலிருந்து வேலை செய்பவர்களிடத்தே சர்வ சாதாரணமாக அதைச் செய்யச் சொல்வார்கள். சாதகங்களுக்கு இணையாகப் பாதகங்களும் உண்டு. இவற்றையெல்லாம் மீறித்தான் அவள் வீட்டைக் கவனித்துக்கொள்ளும் பொருட்டும் அவனுடன் இன்னும் கொஞ்சம் நேரம் செலவழிக்கும் வகையிலும் வீட்டி லிருந்து வேலை செய்யும்படி தெரிவு செய்துகொண்டாள். இவை அத்தனையையும் கண் முன்னே பார்த்தும் புரிந்தும்கூட அவன் அப்படிப்பேசுவதும் சண்டையிடுவதும் அவளை எரிச்சலுறச் செய்தது.

இது போன்ற தருணங்களில் பேசாமல் அலுவலகத்துக்கே போய்வரலாமா என்று யோசிப்பாள். எப்போதும் நண்பர்கள் சூழ இருந்தவளுக்கு நான்கு சுவர்களுக்கு இடையே ஒற்றை ஆளாய் இருப்பதும் அவ்வப்போது சோர்வளித்தது.

காலையில் கிளம்பும்போது மேலும் தொடர வேண்டாம் என்று அமைதியானாள். பசி அடிவயிற்றை அழுத்தியது. ஃப்ரிட்ஜ்ஜிலிருந்து தண்ணீரை எடுத்துக் குடித்தாள். அதன் குளிர்ச்சி வயிற்றுக்கு இதமாய் இருந்தது.

அவன் கிளம்பிப்போனதும் கலைந்து கிடந்த வீட்டை ஒவ்வொன்றாக எடுத்துவைத்து ஒழுங்கு செய்தாள். அது மனதையும் கொஞ்சம் தெளிவுபடுத்தியது. காபி குடித்தது இன்னும் தெம்பாக இருந்தது.

பெங்களூருவுக்கு சென்னையின் சாலைகள் எவ்வளவோ பரவாயில்லை. நன்கு அகண்டு விரிந்த சாலைகள். அங்கே ஒப்பிட இங்கு சற்று நெரிசலும் குறைவு. ஆனால், அங்கே

அத்தனை நெரிசலிலும் புழுங்காது. இங்கே பைக்கில் போகும் போதே வியர்த்துவிடும். அது ஒன்றுதான் பெரிய குறை.

இந்த நெரிசலும் அலைச்சலும் நமைச்சலும்தான் வீட்டுக் குள்ளும் எதிரொலிக்கிறதோ? இவை எல்லாவற்றிலிருந்தும் தப்பித்து ஓடவியலாத கூண்டு விலங்குகளின் மனநிலையேதான் இதற்கெல்லாம் காரணமோ? அந்தக் கோபத்தையும் அதன் பொருட்டு எழும் வன்மத்தையுமே இங்கு ஒருவர் மீது ஒருவர் பூசிக்கொள்கிறோமோ? சாலையைப் பார்க்கப் பார்க்க அவளுக்கு வரிசையாகக் கேள்விகள் முளைத்துக் கிளம்பின.

அப்போதுதான் ராகுலிடமிருந்து அழைப்பு வந்தது.

○

12

வீட்டில் இருப்பதைவிட அலுவலகம் வருவது மனதுக்குக் கொஞ்சம் நிம்மதியளிப்பதாக இருந்தது. சரியாக பத்து மணிக்கு நித்திலன் குழுவில் அனைவரும் கூடும் சிறிய சந்திப்பு நிகழ்வு உண்டு. அஜைல்[1] முறையில் நடத்தப்படும் ப்ராஜெக்ட் அவர்களுடையது. சாஜுவினுடைய இருக்கைக்கு அருகே அமைந்திருக்கும் ப்ராஜெக்ட் பற்றிய புள்ளிவிவரங்கள் எழுதப்பட்ட போர்டுக்கு அருகில் நடைபெறும் அன்றாட நிகழ்வு அது. சரியாகப் பத்து மணிக்கு ஆரம்பித்து பத்தே நிமிடத்தில் முடிந்துவிடும். அவர்களது அணியில் உள்ள அத்தனை பேரும் அவர்கள் முந்தைய நாள் செய்து முடித்தவை, அன்று செய்ய இருப்பவை, சந்தித்தப் பிரச்சினைகள், தடைகள் இவற்றைப் பற்றிச் சுற்று முறையில் ஆளுக்கு ஓரிரு நிமிடங்கள் பேச வேண்டும்.

எப்போதும் இந்த 'ஸ்டாண்ட் அப்' நடந்து கொண்டிருக்கும்போது அரக்கப் பறக்க வந்து இணைந்துகொள்ளும் பனிமலர் அன்று அவனுக்கு முன்னரே வந்திருந்தாள். முந்தைய நாள் டே – கேரில் இருக்கும் அவளது குழந்தைக்குத் திடீரென்று உடல்நிலை சரியில்லாமல்போனதால் நடுவிலேயே கிளம்பிச் சென்றாள். நேற்றும் விடுப்பு எடுத்திருந்தாள்.

---

1. அஜைல் *(Agile)*: மென்பொருள் உருவாக்கத்தில் செயல் படுத்தப்படும் ஒருவகை வழிமுறை. இம்முறையில் முழுப் பொருளாக ஒன்றைத் தயாரிக்காமல், பகுதி பகுதியாகத் தயாரித்து முழுமைக்குக் கொண்டுவரப்படும். இதன்வழியே, ஏதேனும் தவறுகள் இருப்பின் அவற்றை ஆரம்பத்திலேயே கண்டறிந்து திருத்திக்கொள்ளவியலும்.

அதை ஈடுகட்டும் பொருட்டோ என்னவோ அன்று நேரத்துக்கு வந்திருந்தாள். காதல் திருமணம் செய்துகொண்டவள். இரண்டு வீட்டிலும் பெரிய ஆதரவில்லை. அவளுடைய கணவன், இவர்கள் அலுவலகத்துக்கு எதிரே இருக்கும் மற்றொரு ஐ.டி. நிறுவனத்தில்தான் வேலைபார்க்கிறான். முன்பு அவனும் இவர்களது நிறுவனத்தில்தான் வேலைபார்த்தான். அவன் கையைப் பெரிதும் நம்பியிருக்கும் குடும்பம் அவனுடையது. அதனால், குழந்தை என்றான பின்னும்கூட அவளால் வேலையை விட முடியவில்லை. குழந்தையைத்தான் டே – கேரில் விட முடிந்தது.

இவன் பின்னால் வந்து நிற்பதுகூட தெரியாமல் அமேசானில் மூழ்கியிருந்தவள் "ஹெலோ" என்ற குரலுக்கு வெட்கத்துடன் திரும்பி, சட்டென்று பிரவுஸரைத் தாழ்த்தினாள்.

"நித்தில், நீங்க வந்ததும் வேணு உங்களை வந்து பார்க்கச் சொல்லி நம்ம குரூப்ல போட்டிருந்தாரே பாத்தீங்களா?"

"இல்லீங்க, பைக்ல வந்துட்டு இருந்தேன். கவனிக்கல. இதோ போய் பார்க்குறேன். பாப்பாவுக்கு இப்போ உடம்பு பரவாயில்லையா?"

"இப்போ கொஞ்சம் பரவாயில்லை நித்தில். ஃபுட் பாய்ஸன் ஆயிடுச்சுபோல. டாக்டர், ஒரு வாரத்துக்கு மோருஞ்சாதமா கொடுக்கச் சொல்லிருக்கார். டே – கேர்ல சொல்லிருக்கேன். தெரிஞ்சவங்கதான். அவங்க நல்லாத்தான் பாத்துக்குவாங்க. என்னமோ நமக்குத்தான் கிடந்து அடிச்சுக்குது" என்று சொல்லி அவள் புன்னகைத்தபோதுதான் கவனித்தான்; அவள் முகம் அழுது களைத்து கழுவிப் பின் தெளிந்திருப்பதைப் போல இருந்தது.

இவன் தன்னுடைய மேசையில் கலைந்திருந்த பொருட்களை சரிசெய்தான். பனிமலருக்குத் தெரியாமல், அவள் கவனத்தைக் கலைக்காமல் மறுபடியும் அவளது சிஸ்டத்தைப் பார்த்தான். அவள் திரும்பவும் அமேஸான் திரையில் மூழ்கியிருந்தாள். திரை முழுவதும் பிங்க் நிற நகப்பூச்சுப் புட்டிகளால் நிறைந்திருந்தது.

பர்ஸையும் மொபைலையும் வெளியில் எடுத்து மேசையில் வைத்தான். கர்சீப்பால் முகத்தை அழுந்தத் துடைத்துக் கொண்டான். அவனுடைய சிஸ்டத்தை முடுக்கி, முக்கியமான மின்னஞ்சல்கள் ஏதேனும் வந்திருக்கிறதா என்று நிறுவன மின்னஞ்சல் பெட்டியைத் திறந்தான். நிறுவனத்தின் சார்பில் அனுப்பப்படும் ஒருசில பொது மின்னஞ்சல்களைத் தவிர பெரிதாக ஒன்றும் இருக்கவில்லை.

வேணுகோபால் சர்மா – ஒருகாலத்தில் கவர்ச்சிகரமான இளைஞனாக இருந்திருக்க வேண்டும். முகத்தில் அந்தத் திருத்தம் இப்போதும் கொஞ்சம் மிச்சம் இருக்கிறது. உயரத்தை மறைக்கும் எடையும், சரிந்து விழுந்த வயிறும், சற்றே கூனிட்ட முதுகும் உரிய வயதைவிட அதிகமாகக் காட்டியது. அவருடைய முன்னோர்கள் வட இந்தியாவைச் சார்ந்தவர்கள். ஏழெட்டு தலைமுறைகளுக்கு முன்னர் வேதங்களைப் பரப்ப அங்கிருந்து இடம் பெயர்ந்து தென்னிந்தியாவுக்கு வந்திருக்கின்றனர். இப்போது எந்த வேறுபாடும் இல்லாமல் இங்குள்ள மக்களோடு ஒன்றோடு ஒன்றாகக் கலந்துவிட்டாலும், பின்னொட்டுப் பெயர்களை மட்டும் விடவில்லை.

"உட்காருங்க நித்தில்."

"நன்றி."

லேப்டாப்பில் வந்திருந்த மெயில் ஒன்றுக்குப் பதில் அனுப்பிக்கொண்டிருந்தார்.

சில நிமிட மௌனங்களுக்குப் பின் நித்திலனிடம் லேப்டாப்பைச் சுட்டிக்காட்டியபடி, "கஸ்டமர் ஒருத்தர்கிட்ட இருந்த சி–சாட் ரேட்டிங் கேட்டிருந்தேன். இன்னும் பதில் தரவேயில்ல. ஆனா இங்க நம்மள பிச்சுப் பிடுங்கிறாங்க. அவங்கவங்க கஷ்டம் அவங்கவங்களுக்கு, என்ன சொல்றீங்க" என்று நிறுத்தியவர் மெயிலை மறுபடியும் கூர்ந்து வாசித்துச் சரிபார்த்து அனுப்பினார். பின், அவரே தொடர்ந்தார். "உங்கள எதுக்குக் கூப்பிட்டு அனுப்பிச்சேன்னா, அடுத்த வாரத்திலருந்து நீங்க ஷிப்ட்ல வர வேண்டியிருக்கும். இரண்டு மாசம் சப்போர்ட் கேட்டுருக்காங்க. உங்க ஃப்ரெண்ட் ஜெஃப்தான் கேட்டிருக்கார்" இதைச் சொல்லிவிட்டு உதட்டை இறுக்கி மூடிப் புன்னகைத்தார்.

"ஓ, என்ன திடீர்ன்னு? ஜெஃப் காலையிலயும் நான் அவங்களோட நைட்லயும்தானே பாத்துட்டு இருக்கோம். இப்போ யு.எஸ் நைட் டைம் சப்போர்ட் யாரு பார்ப்பா?" என்றான்.

"இப்போதைக்கு அவங்களுக்குப் பகல்லதான் அதிக ரிக்வஸ்ட்ஸ் வருதுபோல. அதனால அதுக்குத்தான் கூடுதல் சப்போர்ட் கேக்குறாங்க. நைட் சப்போர்ட் அவங்க டீம்ல யாரோ புதுசா சேர்ந்திருக்காங்கலாம், அவங்க பார்த்துப்பாங்கபோல" என்றார்.

இதுவும் ஜெஃப்பினுடைய வேலையாகத்தான் இருக்கும் என்று நித்திலன் யூகித்தான். முதலில் தன்னை அமெரிக்க பகல் ஷிஃப்ட்டுக்கு அவனுடன் வேலைபார்க்க வரச்சொல்லி, இரவு

ஷிஃப்டுக்கு அவனுடைய ஆளைக்கொண்டு நிறுத்துவான். அவனுடைய ஆள் வேலையில் நன்கு கற்றுத் தேர்ந்ததும், பகலில் இரண்டு பேர் தேவையில்லை. தானே தனியாகப் பார்த்துக்கொள்வேன் என்று கூறி தன்னுடைய சப்போர்ட்டை முற்றிலுமாகத் தவிர்த்துவிடலாம். இதுவே அவனுடைய திட்டமாக இருக்க வேண்டும் என்று யோசித்துக்கொண்டிருந்தான்.

“என்ன நித்தில் யோசிக்கிறீங்க? எனக்கும் புரியுது, புதுசா கல்யாணமானவர் நீங்க. ஆனா ஜெஃப் பத்தி உங்களுக்கேத் தெரியுமே. இப்போ நாம கொஞ்சம் யோசிச்சாக்கூட நம்மளக் கழட்டிவிட்டு வேற ஒரு ஆளை உட்கார்த்திவச்சுடுவான் ராஸ்கல். மேலும், அவனை ஹாண்டில் பண்ணத் தெரிஞ்ச ஒரே ஆள் நீங்கதான்.”

“பரவாயில்ல வேணு. ஒண்ணும் பிரச்சனையில்ல நான் வரேன்.”

“தட்ஸ் த ஸ்பிரிட். ஷிஃப்ட் அலவன்ஸ், கேப் எல்லாம் போட்டுக்கோங்க.” என்றவர் தன் குரலை மெல்ல தாழ்த்திக் கொண்டு, “இன்னொரு விசயம் அப்ரைஸல்ஸ் ஓப்பன் ஆகியிருக்கு இல்லியா. அது பத்தி உங்க டீம் கிட்ட பேசிடுங்க. அதிகமாக எதிர்பார்ப்புகள் ஒண்ணும் வச்சுக்க வேணாம்ங்கிறத பக்குவமா பாத்து சொல்லிடுங்க. இந்த வருசம் கண்டிப்பா சிங்கிள் டிஜிட்தான். ஹைக்கே இல்லாமப் போனாக்கூட பெரிசா ஆச்சரியப்படுறதுக்கில்ல. கம்பெனி ரிசல்ட்ஸ் ஒண்ணும் சொல்லிக்கிற மாதிரி இல்ல. நம்ம ப்ராஜக்ட்டும் ஏற்கெனவே தகிடு தித்தோம் போட்டுட்டு இருக்கு. சத்தியே கொஞ்சம் கடுப்புலதான் இருக்கார். வேணுமின்னா அடுத்த மிட் டெர்ம் அப்ரைஸல்ல பார்த்து பண்ணிக்கலாம் அப்படின்னு சொல்லிடுங்க”

அவரே தொடர்ந்தார். “அப்பறம் முக்கியமா ஒண்ணு சொல்ல மறந்துட்டேன். நம்ம டீம்ல எல்லோரையும் ரீ–ஸ்கில் பண்ணச் சொல்லணும். எல்லாருமே ஆட்டோமேஷன் கத்துக்கணும். மேனுவல் வச்சே காலத்தை ஓட்ட முடியாது. நிலைமை முன்ன மாதிரி இல்ல. அமெரிக்காக்காரன்லாம் முழிச்சுக்கிட்டான். ஒண்ணு டெக்னிக்கலா இருக்கணும் இல்லன்னா டொமைன்ல சர்டிஃபிக்கேஷன் பண்ணனும். அதுவும் இல்லைனா இங்கே தாக்குப்பிடிக்கிறது ரொம்பக் கஷ்டமாயிடும். நீங்களும்கூட டிரைனிங்கெல்லாம் அட்டண்ட் பண்ணுங்க. உங்களோட அஜைல் சர்ட்டிஃபிக்கேஷன் ஒண்ணும் ரொம்ப நாளா பெண்டிங்க்ல இருக்கு. சீக்கிரம் அதை முடிக்கப் பாருங்க. அதே நேரத்துல இதைக் கொஞ்சம் பார்த்து கவனிச்சுக்கோங்க சரியா?”

"அது ஓகேதான் வேணு, பட்"

"சொல்லுங்க நித்தில்."

தணிந்த குரலில், "வேணு, இல்ல நீங்க இந்த அப்ரைசல்ல எனக்குப் ப்ரோமோசன் தர்றேன்னு சொல்லியிருக்கீங்க."

"நித்தில் நீங்க ஏற்கெனவே இது பத்தி என்கிட்ட பேசிட்டீங் களே. எனக்கு ஞாபகம் இருக்கு. நானும் என்னால் முடிஞ் சதப் பண்றேன். ஆனாலும் இப்போ இருக்கிற நிலைமைல என்னால எதையும் உறுதியா சொல்ல முடியாது. பட்ஜெட் அலோகேஷன், பெல் கர்வ் அது இதுன்னு ஏகப்பட்ட விசயங்கள் இருக்கு இல்லியா?"

"ஆனா இது எனக்குப் போன வருசமே வந்திருக்க வேண்டிய புரோமோசன். சீனியர் இஞ்சினியர் ஆகி இதோட நாலு வருசத்துக்கும் மேல ஆச்சு. எல்லா அப்ரைஸல்லயும் நல்ல ரேட்டிங் வாங்கியிருக்கேன். கஸ்டமர்ங்கக்கிட்ட பாராட்டும் வாங்கியிருக்கேன். நீங்க எனக்கு வச்ச அத்தனை இலக்கு களையும் அடைஞ்சிருக்கேன். சோ, கம்பெனி பாலிசிப்படிகூட பிரமோசனுக்கான அத்தனை தகுதியும் எனக்கிருக்கு" அவனை யறியாமல் அவனது குரலில் சட்டென்று கடுமையேறியது.

எதிரில் இருப்பவர் லேசாகக் குரலை உயர்த்தினாலும், தனது குரலை அதைவிடப் பலமடங்கு உயர்த்தி அதை முற்றிலுமாக நீர்த்துவிடச் செய்வதை ஒரு உத்தியாகவே கையாண்டுவருபவர் வேணு.

அவனுடைய பதிலைக் கேட்டு அலட்சியமாக சிரித்தவர், "அப்படி சட்டுன்னு பாலிசி ரூல்ஸ் அது இதுன்னுலாம் பேசிடாதீங்க நித்தில். நாம நம்ம வேலையத் தவிர மற்ற பாலிசி எதையுமே மதிக்கிறது இல்ல தெரியுமா? கம்பெனிக்குள்ள ஒரு நாளைக்கு ஒன்பது மணி நேரம் இருக்கணும்ங்கிறதையே அவங்க ஸ்ட்ரிக்ட்டா பண்ண ஆரம்பிச்சதும்தான் நாம் ஃபாலோ பண்றோம். திங்கள்லருந்து வியாழன்வரைக்கும் ஃபார்மல்ஸ்தான் போடணும்ன்னு ரூல்ஸ் சொல்லுது. நீங்க என் முன்னாடியே ஜீன்ஸ் போட்டு வந்து உட்கார்ந்திருக்கீங்க. டெயில் கேட்டிங் பண்ணக் கூடாது. ஆனா பண்றோம். அடுத்தவங்கிட்ட உங்க சிஸ்டம் பாஸ்வேர்டைக் குடுக்கவே கூடாது. ஆனா நீங்க உங்க டீம் ஆளுங்ககிட்ட கொடுத்துவச்சுருக்கீங்க. அதெல்லாம் எவ்ளோ பெரிய செக்யூரிட்டி வயலன்ஸ் தெரியுமா? அரைமணி நேரம்தான் ஒரு நாள் மொத்தத்துக்குமான ப்ரேக் டைம்ன்னு சிஸ்டம் சொல்லுது. நம்ம எல்லாம் அப்படியா போறோம். ஆனா, பாலிஸில நமக்கு சாதகமா இருக்குற சின்ன சின்ன

அம்சத்தைக்கூட ரொம்ப சரியா பயன்படுத்திக்கிறோம். வீக் எண்ட் வந்தா சாப்பாடு அலவன்ஸ் முந்நூறு ரூபான்னு சொன்னா அதுவரைக்கும் அம்பது ரூபாய்க்கு சாப்பாடு வாங்குறவன் அன்னைக்கு மட்டும் முந்நூறு ரூபாய்க்கு பில் சப்மிட் பண்றான். அன்னைக்கு மட்டும் தனி வயிறு வந்துடுமா என்ன?"

"இல்ல வேணு நீங்க தப்பா புரிஞ்சிட்டீங்க. நான் ரூல்ஸ்படி தந்தே ஆகணும்ன்னு சொல்லல. இப்போ ரூல்ஸ் காட்டி தவிர்க்க வாய்ப்பில்லங்கிறதத்தான் சொல்ல வந்தேன். சாரி" என்று சொல்லி வேணுவிடமிருந்து மெதுவாக விடைபெற்றுக் கொண்டான்.

"உங்களோட மொத்த எக்ஸ்பீரியன்ஸ் எவ்ளோ?"

"எட்டு வருசம் முடிஞ்சுருச்சு வேணு."

"ஓ, ஓ.கே. சரி என்ன பண்ண முடியுது பார்க்கலாம்"

கடந்த வருட அப்ரைஸலிலும்கூட, மொத்த ஐ.டி.துறையின் நிலையே சரியில்லை, அமெரிக்காவின் விசா கொள்கைகளில் ஏற்பட்ட மாற்றம், அவுட்சோர்ஸிங் செய்வதில் இருக்கும் சிக்கல்கள் என என்னென்னவோ காரணங்களை அடுக்கி, அடுத்த அப்ரைஸலில் பார்த்துக்கொள்ளலாம் என்பதை இதே அறையில் வைத்துத்தான் வேணு சொன்னார். தனது எட்டு வருட ஐ.டி. வாழ்க்கையில் இப்படியான உரையாடல்கள் திரும்பத் திரும்ப நிகழ்த்தப்பட்டிருக்கிறன என்பதை நினைக்கும்போது அவனுக்கு சலிப்பே மிஞ்சியது.

உழைப்பையும் திறமையையும் மீறி நுட்பமான வேறு ஏதோ ஒன்று இதையெல்லாம் தீர்மானிக்கிறது என்பது மட்டும் அவனுக்குப் புரிந்தது. இல்லையென்றால், எல்லாப் படிநிலை களிலும் தன்னைப் போலவே ஒரே நேர்கோட்டில் இருக்கும் பரத்வாஜ்க்கு மட்டும் பதவி உயர்வு எப்படிச் சாத்தியமாயிருக்கும்? எல்லாருக்கும் நஷ்டத்தில் இயங்கும் நிறுவனம் ஒருசிலருக்கு மட்டும் எப்படி தாராளம் காட்ட இயலும்?

எல்லாமே புரிந்தாலும்கூட இங்கே கேள்வி கேட்க முடியாது. கேட்பதற்கான எந்த முகாந்திரமும் அங்கு கிடையாது. அதையும் மீறி துணிந்து கேள்வி கேட்டால் என்ன பதில் கிடைக்கும் என்பதற்கான பாலபாடம் நித்திலனுக்கு அவன் அங்கு வந்து சேர்ந்த முதல் மூன்று மாதங்களிலேயே கற்றுக்கொடுக்கப் பட்டிருக்கிறது.

13

அது, புனேயின் புகழ்பெற்ற நட்சத்திர விடுதிகளில் ஒன்று. எங்கெங்கும் பிரம்மாண்டத்தின் பிரதிபலிப்புகள். அரண்மனை போன்ற பெரிய பெரிய தூண்கள் கொண்ட முகப்பு, கல்லா கண்ணாடியா என்று தீர்மானிக்க முடியாத வழுக்கும் தரை, அலங்கார வேலைப்பாடுகள் கொண்ட திரைச்சீலைகள், நாசி துளைக்கும் நறுமணத் தெளிப்பான்கள். உயர்ந்து எழுப்பப்பட்டுள்ள மேல்தளத்திலிருந்து நட்சத்திரக்கூட்டமாய்த் தொங்கும் அலங்கார விளக்குகள், கடந்துசெல்லும் எவரையும் பிடித்து நின்று பார்க்கவைக்கும் சுவரில் மாட்டப்பட்டிருந்த பிரம்மாண்டமான நவீன ஓவியம் என மத்திய வர்க்கத்தின் பிரதிநிதி ஒருவனைக் கூசிப்போகச் செய்யும் ஆடம்பரம். நித்திலன் இன்னொரு முறை தன் கால்சட்டைப் பையில் வைத்திருந்த முகவரியை எடுத்துச் சரி பார்த்துக்கொண்டான். அதே பெயர்தான். தனது புது ஷூ அந்தத் தரையில் ஒவ்வொரு முறை அழுத்திப் பிரியும்போதும் எழுப்பும் 'கர்க்' ஒலி அவனுக்குப் பிடித்தமாய் இருந்தது. நெஞ்சை சற்று நிமிர்த்திக் கொண்டான். இது போன்ற இடங்கள் தனக்குப் பழக்கமான ஒன்று என்பதை வெளிப்படுத்தும் பாவனையை வலிந்து வரவழைத்துக்கொண்டான். ஆனால், அதுவே அங்கிருந்து அவனை முற்றிலும் துண்டித்து நிறுத்தியது.

மடிப்புக் கலையாத புடவையில் மாறாத புன்னகையுடன் வரவேற்புப் பகுதில் நின்றுகொண் டிருந்த பெண்ணிடம் சென்று, தான் பிரிண்ட்

செய்துகொண்டுவந்திருந்த வேலைக்கான அழைப்புக் கடிதத்தை எடுத்து நீட்டினான். அவள் அவனை வலது புறம் இருந்த ஹாலில் சென்று அமருமாறு வேண்டினாள். அத்தனை இலகுவாக அவளின் உதடுகளிலிருந்து ஆங்கிலம் பிரிந்து வந்தது. 'பிளீஸ் சிட் டவுண்' என்பதை அவளைப் போல மனதுள் ஒருமுறை சொல்லிப் பார்த்தான். தமிழ் வழியில் கல்வி கற்றவன் ஆதலால் இவனது ஆங்கிலத்தில் தமிழ் மொழியின் பாதிப்பு சற்று அதிகமாக இருக்கும். ஆங்கில உச்சரிப்புகளின் பொருட்டு அதுவரை பட்ட அவமானங்கள் ஒரு நொடி கண்முன் வந்து போயின.

"மெஜேஜ் இல்ல, மெஸேஜ் ஸே ஸே"

புதிதாக வாங்கியிருந்த ஷூ அவனது கால்களைப் பிடித்து இறுக்கியது. சட்டையை இன் செய்து, முழுக்கைச் சட்டையின் பட்டன்களைப் பூட்டி அணிந்திருந்தான். தனது உடை மீது அதீத கவனமாயிருந்தான். வியர்த்திருந்த உள்ளங்கைகளை யாருக்கும் தெரியாமல் கர்சீப்பால் துடைத்து எடுத்தான். அந்த அறையில் ஏற்கெனவே இருபதுக்கும் மேற்பட்டோர் வந்திருந்தனர். தமிழ்நாட்டிலிருந்து கணிசமானோர் வந்திருந்தனர் என்பதை ஆங்காங்கே கேட்ட தமிழ் உரையாடல்கள் வழியே உறுதிசெய்துகொண்டான். இவனது கல்லூரியிலிருந்து அந்த நிறுவனத்திற்கு மொத்தம் இரண்டே பேர்தாம் தேர்வாகியிருந்தனர். அந்த மற்றொருவனுக்கு இவனுடன் அழைப்புக் கடிதம் வந்து சேரவில்லை. பகுதி பகுதியாக அழைப்புக் கடிதங்கள் அனுப்பி வருவதாகவும், அடுத்த ஓரிரு மாதங்களில் அவனுக்கும் அழைப்புக் கடிதம் வந்து சேரும் என்றும் பதில் கிடைத்தது.

அங்கே தன்னைப் போலவே தனித்து அமர்ந்திருந்த ஒருவனுக்கு அருகில் ஒரு நாற்காலி இடைவெளி விட்டு அமர்ந்து கொண்டான். அடுத்த பத்து நிமிடத்தில் அறை நிறைந்திருந்தது. மனிதவளத் துறையிலிருந்து அழகான பெண்ணொருத்தி தன்னை அறிமுகம் செய்துகொண்டாள். ஒளிர்ந்த விளக்குகளை அமர்த்திவிட்டு நியோ டெக் சொலுசன்ஸின் பெருமைகளை விளக்கும் ஒளிப்படம் ஒன்றை ஓடவிட்டாள். அது முடிந்ததும் விளக்குகளை ஒளிரவிட்டதும் அறையோடு சேர்ந்து அத்தனை முகங்களும் பிரகாசித்தன. எத்துணை பெரிய நிறுவனம், எப்படியான கட்டமைப்பு, எவ்வளவு பெரிய வாய்ப்பு, எத்தனை எத்தனை வசதிகள், சலுகைகள் இத்யாதி இத்யாதி. தாங்கள் உண்மையிலேயே அதிர்ஷ்டம் செய்தவர்கள் என்று அங்கு வந்த ஒவ்வொருவரும் நம்பத் தொடங்கியிருந்தனர். அடுத்ததாக அவர்கள் கொண்டுவந்திருந்த சான்றிதழ்களைச்

சரிபார்த்தனர். ஒவ்வொருவருக்கும் நிறுவன அடையாள அட்டைகள் வழங்கப்பட்டன.

மதிய உணவுக்கு அங்கேயே 'பஃப்பே' ஏற்பாடு செய்திருந்தார்கள். அங்கு வந்திருந்த பலருக்கும் அதுதான் முதல் நட்சத்திர விடுதி உணவாக இருக்கும். நித்திலன், தான் எடுத்து வந்திருந்த ஃபோர்க்கையும் ஸ்பூனையும் கீழே விரிக்கப்பட்டிருந்த துணியில் வைக்கலாமா கூடாதா என்று பெரும் தயக்கத்துடன் போராடிக்கொண்டிருந்தான்.

"என்ன மச்சி சென்னையா?" பின்னாலிருந்து ஒலித்தது.

கொஞ்சம் குழப்பம். கொஞ்சம் ஆச்சரியத்துடன் திரும்பி, "ஆமா, இல்ல, மதுரைப் பக்கம்" என்றான்

"ஓஹோ, அப்படிப் போடு. நெனச்சேன். என்னடா புள்ள பேந்தப் பேந்த முழிச்சுட்டு இருக்குதேன்னு இந்தப் பக்கமா வந்தேன்" என்றவனின் நடை உடை பாவனைக்கும் பேச்சுக்கும் சற்றும் பொருத்தமில்லாமல் இருந்தது. அவனே தொடர்ந்தான். "நான் கமலக்கண்ணன். சென்னை. பிறந்தது பேண்டது எல்லாம் அங்கதான். நீ தப்பா நினைச்சுக்கலனா ஒண்ணு சொல்லட்டா" என்றவன் பேச்சுக்குத்தான் அப்படிக் கேட்டானே ஒழிய நித்திலன் தலையசைப்புக்கு முன்னர் அவனே தொடர்ந்தான், "மச்சி, இப்படி பஃப்பேல நேரா வந்து பிரியாணி எடுத்து துண்ணக் கூடாது. மொதல்ல கொஞ்சம் சூப். சாலட். அப்புறமா ஸ்டார்டர்ஸ். எல்லாம் முடிஞ்சதுக்கு அப்புறமா மெயின் கோர்ஸ், அதான்மா பிரியாணி. இப்படிக்கா ஆர்டரா வரணும். புர்தா? இப்போ ஆரம்பிச்சுட்டே பிரச்சனியில்ல. நெக்ஸ்ட் டைம் நியாபகம் வச்சுக்கோ என்ன? இங்கியே இரு உனக்கு கம்பெனிக்கு நானும் பிரியாணி போட்டு வர்றேன் இன்னா" என்றபடி அங்கிருந்து நகர்ந்தான்.

பிரியாணி எடுத்துக்கொண்டு வந்து அவன் அமரவும், அவர்கள் அமர்ந்திருந்த டேபிளுக்கு அருகில் அதுவரையிலான நிகழ்வுகளை ஒருங்கிணைத்துக்கொண்டிருந்த அந்தப் பெண் மனிதவளத் துறை அதிகாரி வரவும் சரியாக இருந்தது.

"ஹெலோ நண்பர்களே, உங்களது உணவை மகிழ்ந்துண்ணுகிறீர்கள் தானே?" என்று அட்சர சுத்த ஆங்கிலத்தில் வினவினாள்.

"நிச்சயமாக. அற்புதமான உணவு. அருமையான சுற்றிடம். எல்லாவற்றுக்கும் மேலாக நீங்களும் உங்கள் குழுவினரும் மிகவும் சிறப்பாக நிகழ்வுகளை ஒருங்கிணைத்திருக்கிறீர்கள். அதற்கு நன்றி!" இதை ஓர் ஆங்கிலேயேனுக்கே உரித்தான

உச்சரிப்பில் கமலக்கண்ணன் சொல்லும்போது நித்திலனின் கண் பாவைகள் விரிந்து சுருங்கின.

அவள் அங்கிருந்து நகர்ந்ததும், கமல் "என்னடா இவன் இங்கிலீஷ்ல பூந்து ஊடு கட்டறான். தமிழுக்கு டப்பா டான்ஸ் ஆடுதுண்ணு பாக்குற அதானே. அது ஒண்ணுமில்ல மச்சி, எம்.சி.ஏ முடிச்சுட்டு இவனுங்க கூப்பிடாம இருந்த இந்த ஒரு வருசமா பிபிஓ ஒண்ணுத்துல வேலைக்குப் போயின்னுருந்தேன். அப்பிடியே அவனுங்கிட்ட பேசிப் பேசி கத்துக்கிட்டேன். நீ என்ன இஞ்சினியரிங்கா?"

"ஆமா, மெக்கானிக்கல் இஞ்சினியரிங்"

"மெக்கானிக்கல் இஞ்சினியரிங்கா? அப்புறம் ஏன் மச்சி ஐ.டி.க்கு வந்த? ஒழுங்கா மெக்கானிக்கல் சைடே போயிருக்கலாமே"

"ஆமா ரொம்பப் பிடிச்சுதான் மெக்கானிக்கல் எடுத்தேன். சொந்தக்கார அண்ணன் ஒருத்தர் மெக்கானிக்கல் எடுத்து ரயில்வேல பெரிய இஞ்சினியரா இருக்கார். கை நிறைய சம்பளம். ஊருக்குள்ள நல்ல மரியாதை. அவரப் பார்த்துதான் இதை எடுத்தேன். அவ்ளோதான். இங்ககூட இஞ்சினியரிங் சர்வீசஸ்ன்னு ஒரு டிவிஸன் இருக்கு. என்னைய முதல்ல அங்கதான் போடுறதா இருந்தது. ஆனா அதுக்குள்ள ரிசஷன் அது இதுன்னு வந்து ஜாவால டிரைனிங் கொடுத்து இப்போ ஐ.டி.லயே போடப்போறாங்கபோல. காலேஜ் முடிச்சு போன மாசத்தோட ஒரு வருசம் ஆச்சு. எனக்கு அப்புறம் மெக்கானிக்கல் கம்பெனில வேலை கிடைச்சவனெல்லாம் இப்போ ஒரு வருசம் எக்ஸ்பீரியன்ஸ் ஆகியிருப்பான். இவங்க இதோ கூப்பிடுறோம் அதோ கூப்பிடுறோம்ன்னு இழுத்து அடிச்சு ஒரு வருசம் ஆக்கிட்டானுங்க. நானும் இப்போதைக்கு வேலைன்னு ஒண்ணு கிடைச்சாப் போதும்ன்னு உள்ள வந்துட்டேன்." இதைச் சொல்லி முடித்தபோது வெறுப்பும் அலுப்பும் தாங்கிய புன்னகை மட்டும் நித்திலனிடம் எஞ்சியிருந்தது.

"அதேதான் மச்சி. ரிசஷன்னால நம்ம எல்லாத்துக்கும் ஒரு வருசம் ஆப்பு வச்சானுங்க. அதுகூட பரவாயில்ல. காலேஜ்ல உள்ள எடுக்கும்போது வருசத்துக்கு மூணு லச்சம்ன்னு சொல்லிட்டு, கால் லெட்டர் அனுப்பும்போது இரண்டு லச்சம்ன்னு போட்டுக் கொடுத்துருக்கானுங்க."

"உள்ள வந்து மூணு மாசம் கழிச்சு புரோபசனரி முடிஞ்சதும் சொன்னபடி மூணு லச்சம் தந்துருவோம்ன்னு தானே

சொல்லிருக்காங்க. இந்த ரிசஷன்ல ஐ.டி. கம்பெனிங்க எல்லாத்துக்கும் செம நஷ்டம்போல. நம்ம கம்பெனியிலேயே நாமதான் மொத பாட்ச்போல. என்னோட ஃப்ரண்ட் ஒருத்தனுக்கு இன்னும் கால் லெட்டர் வரல தெரியுமா? ஏன், இன்னும் சில கம்பெனிகள்ல கேம்பஸ்ல எடுத்தவங்கள கூப்பிடவே இல்ல. அதுக்கு இவனுங்க எவ்வளோ பரவாயில்ல இல்ல? என்ன சொல்ற?"

மதிய உணவு இடைவெளிக்குப் பின்னரும் அடுத்த நாள் முழுக்கவும் இருவரும் அருகருகே அமர்ந்துகொண்டனர். இப்படியாக நிறுவனத்தின் வரவேற்பு நிகழ்வுக்குப் பின்னர் அங்கு வந்திருந்த ஒவ்வொருவருக்கும் அவர்கள் பணியாற்ற வேண்டிய இடம், சந்திக்க வேண்டிய மேலாளர் என அனைத்து விவரங்களும் அளிக்கப்பட்டன.

சென்னை, பெங்களூரு போன்ற தென்னிந்திய நகரங்களி லிருந்து வந்தவர்களுக்கு அந்த நிறுவனத் தலைமையிடம் அமைந்திருந்த கூர்காவுனுக்கும், வட இந்திய நகரங்களிலிருந்து வந்தவர்களுக்கு சென்னை, பெங்களூரு, கொச்சின் என்றும் பணியிடங்கள் ஒதுக்கப்பட்டிருந்தன. அதன் பொருட்டு மகிழ்வுடனும் ஆரவாரத்துடனும் முடிந்திருக்க வேண்டிய அந்த நிகழ்வு அப்படியில்லாமல் சிலருக்கு அழுகையும் குழப்பமுமாக முடிந்தது. குறிப்பாக, பெண்களுக்கு. கமலக்கண்ணனுக்கு கூர்காவுனிலும், விதிவிலக்காக நித்திலனுக்கு சென்னையும் ஒதுக்கப்பட்டிருந்தது.

சென்னை வந்து அந்த ப்ராஜக்ட்டில் சேர்ந்த பின்னரும் கமலக்கண்ணன் தனக்குச் சரியான ப்ராஜக்ட் அமையவில்லை என்ற தகவலை மின்னஞ்சல் மூலம் தெரிவித்திருந்தான். அதன் பின் அவனிடமிருந்து எந்தத் தகவலும் இல்லை.

சரியாக மூன்று மாதங்கள் கழித்து கமலிடமிருந்து மின்னஞ் சல் வந்திருந்தது. அதில் அன்று தன்னுடன் வேலையில் இணைந்த மற்ற நூற்றுச் சொச்சம் பேரும் இருந்தனர். அது கமலிடமிருந்து நேரடியாக மனித வளத் துறையின் முக்கிய உயர் அதிகாரி ஒருவருக்கு அனுப்பப்பட்டிருந்தது. 'மூன்று மாதங்களுக்குப் பின்னர் தங்களுடன் இணைந்தவர்கள் அனைவருக்கும் பணி நிரந்தரம் செய்யப்பட்டு முன்பு அறிவித்திருந்த சம்பளத்தை வழங்க வேண்டும். அப்படித்தான் தங்களுக்கு அளிக்கப்பட்டுள்ள வேலை ஒப்பந்தக் கடிதத்தில் கூறுப்பட்டுள்ளது. ஆனால், நான்கு மாதங்கள் கடந்த நிலையிலும் அதைப் பற்றி எந்தத் தகவலும் இல்லை. உடனே ஆவன செய்யவும்' என்பதுதான் அவன்

அனுப்பியிருந்த மெயிலின் சாரம். அவன் பயன்படுத்தியிருந்த ஆங்கிலச் சொற்கள் பலவற்றை அகராதிகளின் துணைகொண்டே புரிந்துகொள்ள முடிந்தது. அவ்வளவு பெரிய அதிகாரிக்கு நேரடியாக மெயில் அனுப்பப் பெரும் துணிச்சல் வேண்டும். கமலுக்கு அந்தத் துணிச்சல் உண்டு. கமலை நினைத்து நித்திலனுக்குப் பெருமையாக இருந்தது. அந்த மின்னஞ்சலின் தொடர்ச்சியாக அடுத்துவந்த நாட்களிலும் சில மின்னஞ்சல்களை அனுப்பினான். மேலும் ஒன்றிரண்டு பேர் அவனுடன் இணைந்துகொண்டனர்.

இந்தத் தொடர் மின்னஞ்சல் போக்குவரத்தின் விளைவோ அல்லது தற்செயலோ, அடுத்த இரண்டாவது வாரத்தில் அதிலிருந்த அனைவரும் பணி நிரந்தரக் கடிதமும், ஒவ்வொரு வரின் செயல்திறனுக்கு ஏற்ப சம்பள அதிகரிப்பும் கிடைக்கப் பெற்றனர். அப்போது, கமல் அவர்களிடத்தே ஒரு கதாநாயகனாக உயர்ந்து நின்றான்.

புதிய சம்பள உயர்வு பற்றிய மின்னஞ்சலைப் பார்த்ததும் கமலை அந்நிறுவன உள்தொடர்பு செயலியின் மூலம் பலமுறை நித்தில் தொடர்புகொள்ள முயன்றான். அது, அவன் இரண்டு நாட்களாகத் தொடர்ந்து வெளியில் இருப்பதாகக் காட்டியது. ஒருவேளை விடுப்பு எடுத்துக்கொண்டு சென்னை வந்திருப்பானோ என்று நினைத்து அவனது மொபைலுக்கு அழைத்தான். முதல் இரண்டு முறை எடுக்காதவன், மூன்றாவது அழைப்பின்போது எடுத்தான். அப்போதுதான் அவன் அந்த விசயத்தைக் கூறினான்.

அந்தச் சம்பள உயர்வு வந்துசேர்ந்த அதே நாளில் கமல் நிறுவனத்திலிருந்து நீக்கப்பட்டிருக்கிறான். பின்புலச் சோதனையில் அவனைப் பற்றிய தகவல்கள் முன்னுக்குப் பின் முரணாக இருந்ததாகக் காரணம் கூறப்பட்டிருக்கிறது.

◯

14

வேணுவுடனான முதல் சந்திப்பு அவனுக்கு அத்துணை உவப்பானதாக அமையவில்லை. நித்திலன் அந்த ப்ராஜெக்ட்டில் சேர்ந்து ஒரு மாதம் கழிந்த பின்னரே அந்தச் சந்திப்பு நிகழ்ந்தது. வேணு, கூப்பிட்டு அனுப்பியிருப்பதாக பி.எம்.ஓ அகிலேஷ் வந்து கூறியபோதே நித்திலனுக்குப் படபடத்தது. அணியில் சேர்ந்த முதல் நாளிலிருந்து வேணுவைப் பற்றிக் கேள்விப்பட்டிருந்த செய்திகளால் கட்டமைக்கப்பட்டிருந்த அவரைப் பற்றிய பிம்பம் அத்தகையதாய் இருந்தது. நல்லதும் கெட்டதுமாக ஆளுக்கு ஒரு கதை வைத்திருந்தார்கள். வேலையில் அவர் கொண்டிருந்த அர்ப்பணிப்பு பற்றி மட்டும் யாருக்கும் அங்கு மாற்றுக் கருத்து இருக்கவில்லை.

புனேவில் பணியேற்பு நிகழ்வுகள் முடிந்து, பணியிடமாக சென்னையே அமைந்துவிட்டதில் நித்திலனுக்குப் பெருமகிழ்ச்சி. அங்கு, அவரவர் சொந்த மாநிலங்களில் பணியிடம் கிடைக்கப் பெற்றவர்கள் வெகு சொற்பமாகவே இருந்தனர். அப்படிக் கிடைத்த பலருக்கும் உடனே ப்ராஜெக்ட் எதுவும் ஒதுக்கப்படாமல் இருந்தது. நித்திலனுக்கு அதிலும் விலக்காக உடனடியாக ப்ராஜெக்ட் கிடைத்தது.

ப்ராஜெக்ட்டில் சேர்ந்த முதல் நாளிலிருந்தே அந்த ப்ராஜெக்ட் பற்றிய தகவல்கள், அறிமுகங்கள், செய்ய வேண்டிய வேலை என்றெல்லாம் பாட மெடுக்க ஆரம்பித்துவிட்டார்கள். அடுத்த இரண்டே வாரத்தில் நேரடியாக கிளையன்ட்டை அறிமுகப்

படுத்தி வேலையையும் கொடுத்துவிட்டிருந்தார்கள். அடுத்துவந்த இரண்டு வாரங்களில் ஏகப்பட்ட விசயங்களை மண்டையில் ஏற்றியிருந்தனர். தெரியாமல் ஐ.டி.க்குள் வந்துவிட்டோமோ என்று வந்துசேர்ந்த ஒரு மாதத்தில் ஒவ்வொரு கணத்திலும் அவனை யோசிக்கவைத்திருந்தார்கள்.

வேணுவுக்கு அந்த வருடம் நிச்சயமாக ப்ராஜெக்ட் மானேஜராகப் பதவி உயர்வு வந்துவிடும் என்ற பேச்சு அடிபட்டுக்கொண்டிருந்தது. ஆனால், அவர் ஏற்கெனவே ஒரு ப்ராஜெக்ட் மானேஜர் செய்யும் வேலையைச் செய்து கொண்டிருந்தார். நித்திலன் அவருடைய கேபினுக்கு வெளியே தயங்கி நின்றுகொண்டிருந்தான். பெயர் சொல்லிக் கூப்பிடுவதா அல்லது ‘சார்’ என்று விளிப்பதா? வேலையில் இருப்பவரை எப்படித் தொந்தரவு செய்வது? இங்கே ‘மே ஐ கம்மின்?’ என்று சொல்வது அத்தனை பொருத்தமாக இருக்குமா? என்றெண்ணியபடி நின்றுகொண்டிருந்தான்.

வேணு மிகத் தீவிரமாக அவரது லேப்டாப்பில் எதையோ வேகவேகமாக டைப் செய்துகொண்டிருந்தார். அவர் டைப் செய்யச் செய்ய எழுந்த ஒலி அவனின் பதற்றத்தை அதிகப் படுத்தியது. பலரும் ஜீன்ஸ் போன்றவற்றில் சுற்றிக்கொண் டிருக்கும்போது வேணு மட்டும் எப்போதும் ஃபார்மல்ஸில் இருந்தார். சின்ன சுருக்கம்கூட இல்லாமல் அன்று புதிதாக எடுத்து உடுத்தியதுபோல இருந்தது அவர் அணிந்திருந்த சட்டை. இளம் நீலத்தில் வெள்ளையில் பொடிக்கட்டம் போட்டிருந்தது. முழுக்கையின் பட்டன் பூட்டப்பட்டிருந்தது தனித்ததொரு கம்பீரத்தைக் கொடுத்தது. அடுத்தெல்லாம் இது போன்ற நேர்த்தியான சட்டைகளையே தானும் தேர்வுசெய்ய வேண்டும் என்று நினைத்துக்கொண்டான். வேணுவைப் போல சட்டை. சாஜூ அணிவதைப் போன்ற பழுப்பு நிற ஷூ. மனித வளத் துறை அதிகாரி ஹேமந்த் அணிந்தது போன்ற சற்றுத் தளர்ந்து தொங்கும் மெட்டல் வாட்ச். இப்படிப் பலவற்றை மனதுக்குள் குறித்துவைத்துக்கொண்டான்.

உள்ளுணர்வு தூண்ட வேணு அவனை நிமிர்ந்துபார்த்தார். உள்ளே வருமாறு தலையாட்டி சைகை செய்தார். அவருடைய டேபிளுக்கு முன்னால் இரண்டு நாற்காலிகள் போடப்பட் டிருந்தன. அவன் உட்காரவில்லை. அவரும் உட்காரும்படிச் சொல்லவில்லை.

அவன் அங்கு வந்த பின்னரும் அவர் தன் லேப்டாப்பிலிருந்து கண்ணை நகர்த்தவில்லை. லேப்டாப்பைப் பார்த்தபடியே, “உங்களுக்கும் டெய்ஸிக்கும் என்ன பிரச்சினை நித்தில்? நித்தில்

தானே உங்க பேரு?" கொஞ்சம்கூட புன்னகைக்கவில்லை. அதேநேரத்தில் சிடுசிடுக்கவுமில்லை.

"ஆமா சார், நித்தில் நித்திலன்."

"ரைட், சொல்லுங்க. என்ன பிரச்சினை?"

"இல்ல, இல்ல சார். எனக்குப் புரியல."

"ஓ, அதான் பிரச்சனையா?"

அவனுக்கு என்ன சொல்வதென்றே தெரியவில்லை. "இல்ல சார், எந்தப் பிரச்சனையைப் பத்தி நீங்க சொல்ல வர்றீங்க அப்படின்னு எனக்குப் புரியலன்னு சொன்னேன்" என்றான். அவனின் குரல் நடுங்கியது. ஏதோ பிரச்சினையாகியிருக்கிறது என்பது மட்டும் அவனுக்குப் புரிந்தது.

"இதை முதல்லயே இப்படித் தெளிவா கேட்டுருக்கணும் இல்லையா. எனக்குப் புரியல அப்படி இரண்டு வார்த்தைல பதில் சொன்னா, உங்களுக்கு சப்ஜெக்ட் இன்னும் புரியலையா, செய்யற வேலை புரியலையா, டெய்ஸி பேசுற இங்கிலிஷ் புரியலையா, இல்ல இப்போ உங்கிட்ட நான் பேசிட்டிருக்கிற தமிழ் புரியலையா. இப்படி ஏகப்பட்ட புரியலைக்கு மத்தியில எந்தப் புரியலையை எடுத்துக்கிறது சொல்லுங்க பாஸ்?"

அவர் 'பாஸ்' என்ற வார்த்தைக்குக் கொடுத்த கூடுதல் அழுத்தம் அவனுக்கு எரிச்சலூட்டியது. அவன் பள்ளி, கல்லூரி என்று எங்கும் யாரிடமும் இப்படி தலைகுனிந்து பதில் சொல்லும் நிலையில் நின்றதேயில்லை. அப்படி முதல் முறையாக நிற்பதில் அவமானம் பிடிங்கித் தின்றது. அமைதியாக பதில் பேசாமல் நின்றான்.

அவரே தொடர்ந்தார். "நேத்து உங்களோட கிளையண்ட் எஸ்.எம்.இ டெய்ஸி, டெய்ஸி வில்லியம்ஸோட எனக்கு கால் இருந்துச்சு. வாரா வாரம் நடக்கிற 'சிங்க் அப் கால்'. இப்போ நீங்க நிக்கிற மாதிரி நான் அவங்க முன்னாடி வாயை மூடிட்டு இருக்க வேண்டியிருந்தது. உங்களுக்கு ஒவ்வொரு விசயத்தையும் இரண்டு இரண்டு தடவை எடுத்துச் சொல்ல வேண்டியிருக்காம். அப்படிச் சொன்னாலும் நீங்க கடைசில அதைத் தப்பாத்தான் முடிச்சுக் கொடுக்கிறீங்களாம். சந்தேகம்கூட கேக்க மாட்டிங்கிறீங்களாம். உங்களுக்கு விசயம் தெரியுமா தெரியாதான்னு கேக்குறாங்க. விட்டா உங்களுக்கு ஒண்ணும் தெரியாதுன்னு கண்டுபிடிச்சுடுவாங்கபோல. தெரியும்தானே அவங்களைப் பொறுத்தவரைக்கும் உங்களுக்கு அஞ்சு வருச

எக்ஸ்பீரியன்ஸ். உங்க நல்ல நேரம் நேத்து சத்தி கால்ல ஜாயின் பண்ணல. அவர் இதையெல்லாம் கேட்டிருந்தார்ன்னா அவ்வளவுதான். ஏன் அப்படி? எதுக்கு உங்க மேல இவ்வளவு கம்ப்ளைண்ட்ஸ்? என்னதான் பிரச்சனை உங்களுக்கு?"

அவரே தொடர்ந்தார், "இதெல்லாம்கூட பரவாயில்லை. போன வாரம் ஒன்பது மணிக்கு டெய்ஸி உங்களோட காலுக்காக வெயிட் பண்ணிட்டு இருந்திருக்காங்க. ஆனா, கால் மணி நேரத்துக்கு மேலயும் நீங்க ஜாயின் பண்ணவேயில்லை. இதை யெல்லாம் அந்தம்மா ஒரு பெரிய எஸ்கலேஷன் மெயிலா அனுப்பப்போகுது. ஏங்க கரெக்ட்டான டைம்ல கால் ஜாயின் பண்ணணும்கூட உங்களுக்குத் தெரியாதா? அவங்க சொன்ன நேரத்துக்கு ஜாயின் பண்ணலனா அதைப் பெரிய அவமரியாதையா எடுத்துப்பாங்க. இதையெல்லாம் உங்களுக்கு இண்டக்சன்ல சொல்லித் தரலையா? காலேஜ்ல என்னதான் கத்துக்கிட்டு வர்றீங்களோ தெரியல." இதைச் சொல்லும்போது அவன் கண்களிலிருந்து பார்வையை விலக்கித் தரையைப் பார்த்தார்.

"இல்ல வேணு, டேலைட் – சேவிங்[1] ஆரம்பிச்சிருக்கு. அது தெரியாம நான் வழக்கமான நேரத்துல போயி ஜாயின் பண்ணி காத்திட்டு இருந்துருக்கேன். அவங்க ஒரு மணி நேரம் முன்னாடியே காத்திருந்துட்டுப் போயிட்டாங்க."

"கரெக்ட் பாஸ். ஆனா இப்படி நேரம் மாறப்போகுதுன்னு சொல்லிப்போன வாரமே எல்லோருக்கும் ஒரு மெயில் வந்துருக்கு. அதைப் பாத்தீங்களா? பார்த்தாலும் நாலு பேர்கிட்ட என்ன ஏதுன்னு விசாரிச்சீங்களா? பண்ணியிருக்க மாட்டீங்க. சும்மா ஷிஃப்ட் டெலிட் பண்ணிட்டுப் போயிருப்பீங்க இல்ல? சரி, காலை மிஸ் பண்ணிட்டீங்க. அதுதான் தப்பு. அட்லீஸ்ட் அதுக்கு ஒரு அப்பாலஜி மெயில் அனுப்பிச்சிருக்கலாமா இல்லியா? ஒண்ணு தெரிஞ்சுக்கோங்க. இது ஸ்கூல் கிடையாது. இங்க யாரும் உங்கிட்ட ஒண்ணொண்ணா வந்து விளக்கிட்டு இருக்க மாட்டாங்க. ஒரு மெயில் வந்தா அது என்ன ஏதுன்னு நாமதான் படிச்சுத் தெரிஞ்சுக்கணும். அட்லீஸ்ட் பக்கத்துல கேட்டாவது புரிஞ்சுக்கணும். அதே மாதிரிக்கு உங்க பேரைப்

---

1. டேலைட் – சேவிங் *(Daylight Saving - DST)*: அமெரிக்கா – ஐரோப்பிய நாடுகளில் கோடை காலத்தில் ஒரு குறிப்பிட்ட நாளில் நாடு முழுவதும் தங்களின் கடிகாரத்தை ஒரு மணிநேரமோ, ஒன்றரை மணிநேரமோ முன்னால் நகர்த்திக்கொள்வார்கள். இவ்விதம், கோடையின் வெயிலை மாலை நேரத்துக்கு மிச்சப்படுத்துகிறார்கள். மாலை நேரத்தில் கிடைக்கும் ஓய்வு நேரமும் சூரிய ஒளியால் மிச்சப்படும் மின்சாரமும் இதன் பயன்கள். மீண்டும் குளிர்காலத்தில் பழையபடி மாற்றி வைத்துக்கொள்வார்கள்.

போட்டு மெயில் வந்திருந்தா, ஒரு நாளுக்குள்ள அதுக்குப் பதில் அனுப்பியிருக்கணும். இங்க, உங்களுக்குத் தேவைன்னா நீங்கதான் போகணும். காலேஜ் கிளாஸ் மாதிரி ஒவ்வொண்ணா டிக்டேட் பண்ண மாட்டாங்க. புரியுதா? நாமதான் தேடித் தெரிஞ்சுக்கணும். திஸ் இஸ் நாட் எ காலேஜ் அண்ட் யு ஆர் நாட் எ ஸ்டுடன்ட் எனி மோர். புரியுதா?"

அவன் பதிலுக்குப் பதில் பேசுவது அவரைத் தூண்டிவிடுகிறது. எரிச்சல்படுத்துகிறது. அவர் பேசச் சொல்கிறார். ஆனால், அப்படிப் பேசுவது அவருக்குப் பிடிக்கவில்லை என்பது மட்டும் அவனுக்குப் புரிந்தது. எந்தப் பதிலும் பேசாமல் அமைதியாகத் தலையைக் குனிந்தபடி நின்றுகொண்டிருந்தான். ஏற்கெனவே புதிய இடம், அதுவரை கேள்விகூடபட்டிராத பழக்கவழக்கங்கள், அதீத ஆடம்பரம், பாரபட்சம் பார்க்காத ஆண்–பெண் தோழமைகள், நையாண்டிப் பேச்சுகள், எல்லா இடங்களிலும் தெரியும் எகத்தாளப் பார்வைகள், இவற்றிற்கு இடையே டெய்ஸியின் புரியாத ஆங்கிலம், கடுமையான கட்டைக்குரல் உத்தரவுகள் என்று சுற்றியிருந்த ஒவ்வொன்றாலும் அதுவரையில் அவனைப் பற்றி அவனுக்கேயிருந்த நம்பிக்கைகள் பலவும் சுக்கு நூறாக நொறுங்கிவிட்டிருந்தன. மீதமிருக்கும் கொஞ்சநஞ்சத்தையும் இவர் தனது கேள்விகளால் உரித்தெடுத்துக்கொண்டிருந்தார். கண்கள் கலங்கியிருந்தன. உதடு வறட்சியில் உலர்ந்துபோயிருந்தது. நாவால் ஈரப்படுத்திக்கொள்ளக்கூட அவனுக்குத் தோன்றவில்லை.

"நான் உங்கிட்டதான் பேசிட்டு இருக்கேன். ஏதாவது பதில் பேசுங்க. இப்படி அமைதியா நின்னுட்டு இருந்தா என்ன அர்த்தம்?" என்றவர் அவனின் சட்டைப் பையை நனைத்த அவ்வொரு துளியை கவனித்துவிட்டார். சட்டென்று குரலைக் கொஞ்சம் தாழ்த்தி, மேசையின் முன்னால் முதுகைக் குனிந்து, "அவங்க பேசுற இங்கிலிஷ் உங்களுக்குப் புரியலையா?" என்றார்.

நித்திலன் "ஆமா" என்று மெதுவாகத் தலையை மட்டும் ஆட்டினான்.

"சரி விடுங்க. முதல்ல அப்படித்தான் கொஞ்சம் கஷ்டமா இருக்கும். இது இங்க வந்த புதுசுல எல்லாத்துக்கும் நடக்கிறதுதான். சகஜம். சரி பண்ணிடலாம். பெரிய காரியம் ஒண்ணுமில்ல சரியா?" என்றார்.

அவர் வார்த்தைகளில் இருந்த அந்தக் குறைந்தபட்சக் கனிவே அப்போதைக்குப் போதுமாக இருந்தது. தலையைக் குனிந்தபடி "ஓ.கே, ஸா... ச்... ச... வேணு" என்றான்.

“தட்ஸ் குட். அந்தம்மா கொஞ்சம் கடுமையான ஆள்தான். அவங்களை நாங்கெல்லாம் ‘டெவில்ன்னுதான் கூப்பிடுவோம். ‘டெ’ய்சி… ‘வில்’லியம்ஸ்…. டெவில். அப்படி! ஆனா அவங்ககிட்ட அப்படியே போய் கேட்டுடாதீங்க. புரியுதா? ரொம்ப கவனமா இருக்கணும். நாம எங்க, எப்ப தப்பு பண்ணுவோம்ன்னு காத்திட்டிருக்கும் அந்தம்மா. உங்களைன்னு இல்ல. இங்க பழம் தின்னு கொட்டைபோட்ட ஆளுங்களையே வச்சு விளையாடும். இந்த ஃபீல்ட்ல கிட்டத்தட்ட இருபது வருச எக்ஸ்பீரியன்ஸ் அவங்களுக்கு. அப்போ எவ்வளோ தெரிஞ்சுவச்சுருப்பாங்க. அதுலயும் அவங்க வேலையில ரொம்ப சின்சியர் வேற. அதுக்கான மிடுக்கு அவங்ககிட்ட இருக்கத்தானே செய்யும். ஸோ, ரொம்ப கவலைப்பட வேண்டாம். அவங்ககிட்ட இருந்து நிறைய கத்துக்கிடலாம். உங்களைப் பிடிச்சுருச்சுன்னு வைங்க தலைல தூக்கிவச்சுக் கொண்டாடும் அந்தம்மா, சொல்லப்போனா இது உங்களுக்குக் கிடைச்ச நல்ல ஆப்பர்ச்சூனிட்டி. டெய்ஸி மாதிரி ஒரு கிளையண்ட்டை டீல் பண்ணிட்டீங்கன்னா யாரை வேணா சமாளிச்சிடலாம்.”

சரி என்பதாக நிமிர்ந்து அவரைப் பார்த்துத் தலையாட்டி னான். அவ்வளவு கடுமையாகப் பேசியவர் சாதாரணமாகப் பேசியதே பெரும் கனிவுடன் பேசியதைப் போன்ற நிம்மதியைக் கொடுத்தது. ஒருவேளை இதுவும்கூட ஒருவித உத்தியோ என்ற சந்தேகம் எழாமலில்லை.

“அப்புறம், உங்களுக்கு கம்யூனிக்கேஷன் டிரைனிங் ஒண்ணு நாமினேட் பண்ணியிருக்கேன். இப்போ நீங்க உள்ள வரும்போது அதுக்குத்தான் மெயில் அனுப்பிட்டு இருந்தேன். தினம் ஒரு மணி நேரம், ஒரு மாசத்துக்கு நடக்கும். அதுல இங்கிலிஷ் பேசுறது, மத்தவங்க பேசும்போது எப்படிக் கேக்குறது, கவனிக்கிறது, மெயில், கால் இதையெல்லாம் எப்படி ஹாண்டில் பண்ணனும் இப்படிப் பலவிதமா டிரைனிங் கொடுப்பாங்க. கத்துக்கோங்க. மூவிஸ் பிடிக்குமில்லியா? நிறைய ஹாலிவுட் மூவிஸ் பாருங்க. சப்டைட்டில் போடாமப் பாருங்க. பிபிசி மாதிரி நியூஸ் சானல்ஸ் கவனிங்க. ஒவ்வொரு வார்த்தையையும், ஒவ்வொரு எழுத்தையும் எங்கெங்க எப்படியெப்படி பயன்படுத்துறாங்க, எப்படி உச்சரிக்கிறாங்கன்னு உத்துக் கவனிங்க. நிறைய புதுப்புது வார்த்தைகளைக் கத்துவச்சுக்கோங்க. ‘தி இந்து’ நியூஸ் பேப்பர் தினம் வாசிங்க. இங்க பக்கத்துல இருக்கிறவங்ககிட்ட தமிழ்ல பேசாதீங்க. இங்கிலீஷ்ல பேசுங்க. அப்போத்தான் சீக்கிரம் பேச வரும். முடிஞ்சா வேற லாங்குவேஜ் பேசுறவங்ககூட ஃப்ரெண்டா ஆயிடுங்க. இதெல்லாம் பண்ணா ஆறு மாசத்துல

அட்டகாசமா இங்கிலீஸ் பேசிடுவீங்க. சரியா? கொஞ்சம் முயற்சி பண்ணா இன்னும்கூட சீக்கிரம் கத்துக்கலாம் சரியா?"

"ஸ்யூர் வேணு, வில் டு இட்" என்றான்.

"தட்ஸ் குட். நீங்க பிடிச்சுக்குவீங்க. நல்லாப் பண்ணுங்க. அடுத்த முறை உங்களப் பத்தி டெய்ஸி பேசுனா அது பாராட்டாத்தான் இருக்கணும். சரியா?" என்று அவரும் ஆங்கிலத்துக்கு மாறினார்.

அங்கிருந்து வெளியே வந்தபோது நம்பிக்கையும் அவநம்பிக்கையும் கூடிய ஒருவித கலவையான மனநிலையே இருந்தது. அந்த உரையாடலைக் கொண்டு வேணுவைப் பற்றி எந்தவிதமான தீர்க்கமான முடிவுக்கும் அவனால் வர இயல வில்லை. ஆனால், முதல் சந்திப்பே இப்படி அமைந்ததில் பெரிய வருத்தம் மட்டும் இருந்தது. டெய்ஸியின் மீது இன்னும் பயம் கூடியது.

இதற்கிடையில், அங்கு கடைசிவரை தான் உட்கார அனுமதிக்கப்படவில்லை என்பதிலிருக்கும் அதிகாரம் அவனுக்குப் புரிய ஆரம்பித்தபோது அவன் அதற்குப் பழகிவிட்டிருந்தான்.

○

15

அந்தப் புகைப்படத்தில் டெய்ஸி மிகவும் இளமையாகத் தெரிந்தார். அது, அவர் அந்த அமெரிக்க வங்கியில் சேர்ந்த புதிதில் எடுக்கப்பட்ட படமாக இருக்க வேண்டும். அந்த வங்கியின் பழைய லோகோவுக்கு முன் பற்கள் தெரிய, வாய் திறந்த சிரிப்புடன் நின்றுகொண்டிருந்தார். ஆறடிக்குப் பக்கம் வரும் உயரம். அவர் ஒல்லியாக இருக்கும் பழைய படங்களில் இன்னும் உயரமாகத் தெரிந்தார். அழகாகவும். கையில் ஷீல்டுடன் ஒரு படம். அந்த வங்கியின் நூற்றாண்டுக் கொண்டாட்டத்தின் பொருட்டு எடுத்த அவரது அணியுடனான புகைப்படம். கிறிஸ்துமஸ் கொண்டாட்டத்தின்போது சான்டாவுடன் கட்டிப் பிடித்தபடி அலுவலகத்தில் எடுத்த படம். இடது கையில் காபி கோப்பை ஒன்றைப் பிடித்தபடி வெகு தீவிரமாக வலது கையில் பழைய மாடல் கணினியை இயக்கியபடி உள்ள படம். யாரோ அணியில் இருந்த ஒருவருக்குப் பிரிவு உபசார விழாவின்போது எடுத்த புகைப்படம். ஈஸ்டர் முட்டைகளால் அலங்கரிக்கப்பட்ட அவருடைய கேபினுக்குள் அவரும் அவரது தோழியான எமிலியும் கன்னத்தோடு கன்னம் வைத்தவாறு எடுத்த புகைப்படம். அவரது நாய்க்குட்டி, ஆணும் பெண்ணுமான அவரது இரட்டைக் குழந்தைகள் ஆகியோரோடு பிக்னிக் ஒன்றில் எடுத்துக்கொண்ட புகைப்படம். இப்படி வரிசையாக அவரது மொத்த பணி வாழ்வின் சிறு தொகுப்புபோல அப்புகைப்படங்கள் இருந்தன. இவற்றுள் எந்தவொரு புகைப்படத்துடனும் நேரடித் தொடர்பு ஏதுமற்ற நித்திலனுக்கே மனதில் வெறுமை

படர்ந்தது. மறுபடியும் டெய்ஸியிடமிருந்து வந்த மெயிலைத் திறந்து வாசித்தான்.

அன்புள்ள அனைவருக்கும்,

இனிய காலை வணக்கம். இருபத்துச் சொச்சம் வருடங்கள் ஒரே நிறுவனத்தில் கழிக்கும் பேறு எத்தனை பேருக்கு வாய்க்கும் என்று தெரியவில்லை. எனக்கு வாய்த்தது. உங்கள் அனைவருக்கும் நன்றி சொல்வதற்காக வார்த்தைகளைத் தேடிக் கொண்டிருக்கிறேன்.

நல்லது கெட்டது என என் வாழ்வின் மிக முக்கியமான தருணங்களின் போதெல்லாம் இந்த அலுவலகத்தில்தான் இருந்திருக்கிறேன். அப்போதெல்லாம் உங்களில் ஒருவர்தான் என்னுடைய தோளணைத்து நின்றிருக்கிறீர்கள். இங்கே இருந்தவரையில் என் மனதுக்கு நேர்மையாகவும் பார்க்கும் வேலைக்கு உண்மையாகவும் இருந்திருக்கிறேன் என்ற திருப்தியுணர்வை மட்டும் என்னுடன் எடுத்துப்போகிறேன்.

ஒவ்வொருவராகக் குறிப்பிட்டு நன்றி சொல்வதானால் ஒரு நாள்கூட போதாது. அப்படிச் சொன்னாலும் அது வெற்றுச் சடங்காகவே போகும். இங்கு சேர்ந்த நாள் முதல் பல்வேறு தருணங்களில் நான் எடுத்துச் சேமித்துவைத்திருந்த அற்புதமான புகைப்படங்கள் சிலவற்றை இங்கே உங்கள் பார்வைக்கு இணைத்துள்ளேன்.

உங்கள் அனைவருக்கும் தெரியும் நான் அத்தனை எளிதில் நெகிழ்ந்து போகும் ஆள் அல்லள். ஆனால், இன்று சற்று உடைந்துபோயிருக்கிறேன்.

உடன் இருந்த ஒவ்வொருவருக்கும் அன்பு. நன்றி. வாழ்த்துகள்!!

உங்கள்,
டெய்ஸி.

அவனுக்கு டெய்ஸியின் மேல் பெரிய வருத்தம் ஏற்பட்டது. கடந்த வெள்ளிக்கிழமைகூட அவருடன் பேசிக்கொண்டிருந்தான். அப்போதும் இப்படி நிறுவனத்தைவிட்டு விலகுவதைப் பற்றி ஒரு வார்த்தை கூறவில்லை. எத்தனை இயல்பாகப் பேசினாலும் அவர்கள் தங்கள் எல்லைக்குள் தெளிவாக இருக்கிறார்கள். தான்தான் தேவையில்லாமல் அதிகம் எதிர்பார்த்திருக்கிறேன் என்று நினைக்கும்போது அவன் மேலேயே அவனுக்கு எரிச்சல் வந்தது.

மூன்று மாதப் பழக்கத்தில் இத்தனை எதிர்பார்க்கக் கூடாது. அதிலும் கடைசி இரண்டு மாதங்கள் மட்டுமே அவருடன் ஓரளவு பழக்கம். அப்படியிருக்க இது போன்ற மிக முக்கிய முடிவுகளை எப்படி தன்னைப் போன்ற ஒருவரிடம் அவர் பகிர்வார் என்று எதிர்பார்க்க முடியும்? இத்தனைக்கும் தான் அவர் சார்ந்திருக்கும் நிறுவனத்துக்கு ஒப்பந்தத்தின் அடிப்படையில் வேலைபார்க்கும் ஓர் ஆள். இத்தனை வருடங்களில் தன்னைப் போன்று எத்தனை பேரைக் கடந்துவந்திருப்பார்?

ஆனாலும், ஒரு வாரத்துக்கு முன்பாவது அதைப்பற்றி ஒரு வார்த்தை சொல்லியிருக்கலாம். எல்லோருக்கும் பொது அறிவிப்பாகச் சொல்லும் முன்பாவது போனில் அழைத்துச் சொல்லியிருக்கலாம். அவனுக்கு ஏனோ மனது கேட்கவில்லை. நிச்சயமாக இது திடீரென்று எடுத்த முடிவாக இருக்காது. பொதுவாக அமெரிக்கர்கள் அவ்வளவு சுலபத்தில் வேலையை மாற்றிக்கொள்ள மாட்டார்கள். அதையும் மீறிப் போகிறார் என்றால் ஏதேனும் தனிப்பட்ட காரணம் இருக்கக்கூடும். தன் இருபதுகளில் சாதாரண கால் அட்டண்டராகச் சேர்ந்தவர் படிப்படியாக முன்னேறி தன் 43ஆம் வயதில் அவ்வளவு பெரிய நிறுவனத்தில் பெயர் சொன்னால் தெரியும்படியான நிலைக்கு உயர்ந்திருக்கிறார். அப்படியிருக்க எப்படி இவ்வாறான திடீர் முடிவு எடுத்தார்?

இரண்டு மாதங்களுக்கு முன்பு இருந்த நிலைமையே வேறு. டெய்ஸிக்கு நித்திலனைச் சுத்தமாகப் பிடிக்கவில்லை. அவர் சொல்லவருவது புரியாமல் இவன் விழிக்கும் போதெல்லாம் அவர் கோபத்தின் உச்சியில் கனன்றுகொண்டு இருப்பார். புரியவில்லை என்று சொல்ல முடியாது. தனக்குப் புரிந்ததைவைத்துச் செய்தால் அது இன்னும் பெரிய பிழையாகப் போய் முடியும். முள்ளாய்க் குத்திக்கொண்டிருந்தது ஒவ்வொரு நாளும். தினம் தினம் பொழுதைக் கழிப்பதே பெரும் பிரயத்தனமாய் இருந்தது. இத்தனை பிரச்சினைகள் இருந்தும் அணியிலிருந்தும் பெரிய பழக்கமோ ஆதரவோ இல்லை. சாஜூ மட்டுமே கொஞ்சம் பேசுவார். பேசாமல் வேலையை விட்டுப் போய்விடலாமா என்று ஒவ்வொரு நாளும் ஓராயிரம் முறைகளுக்கு மேல் யோசிக்க ஆரம்பித்தான். போகும்வரை போகட்டும். ஒன்றுமே வேலைக்கு ஆகாதபோது கடைசித் தேர்வாக அதை வைத்துக்கொள்ளலாம் என்று நினைத்துக்கொண்டான். அந்த எண்ணம் மட்டுமே அப்போதைக்கு அவனுக்கு ஒரே ஆறுதலாய் இருந்தது.

அத்தனையும் ஒரு அழைப்பின்போது மாறியது.

எப்போதும் அங்கு அவர்களின் நாள் ஆரம்பிக்கும்போது இங்கு இவனின் நாள் முடியும். அன்றன்றைக்கு அவன் செய்து முடித்த வேலைகள் குறித்த தகவல்களைப் பற்றி விளக்குவதற்காகவே அந்த அழைப்பு. தொடர்ச்சியான அழைப்புகளின் வழியே கொஞ்சம் கொஞ்சமாக அவர் பேசுவதைப் புரிந்துகொள்ள ஆரம்பித்திருந்தான். வேணு ஏற்பாடு செய்து தந்த பயிற்சியின் வழியே இவனும் கொஞ்சம் நிதானித்து அழுத்தம் திருத்தமாகப் பேசப் பழகியிருந்தான். அவன் மெதுவாகப் பேசப் பேச டெய்ஸியும் தனது பேச்சின் வேகத்தைத் தணித்துக்கொள்ள ஆரம்பித்தார். இந்த உத்தி அவர் சொல்வதைப் புரிந்துகொள்ள மிகவும் உதவியது.

அன்று டெய்ஸி வீட்டிலிருந்து வேலை செய்யத் தெரிவு செய்திருந்தார். அவரைப் போன்ற நேரடிப் பணியாளர்களுக்கு மட்டும் அந்தச் சலுகை உண்டு. வாரத்தில் இரண்டு நாட்கள் வரையில் வீட்டிலிருந்தே வேலைபார்த்துக்கொள்ளலாம். ஆனால், டெய்ஸி அதுவரை அப்படியான ஒன்றை எடுத்துக்கொள்ளவில்லை என்பதே அன்றுதான் அவனுக்கு உறைத்தது.

வழக்கமான முகமன்களுக்குப் பிறகு அவன் அன்று தான் செய்து முடித்த வேலையைப் பற்றி விளக்கிக்கொண்டிருந்தான். அப்போது எதிர்ப்பக்கமிருந்து நாயொன்றின் குரைப்பு கேட்டது. 'சோஃபி, கொஞ்சம் அமைதியா இரு' என்றவாறு இவனிடம் தொடர்ந்தார்.

ஆனால், குரைப்பு மட்டும் நிற்கவில்லை. இவனை ஒரு நிமிடம் அழைப்பில் காத்திருக்கச் சொல்லிவிட்டுப் போனவர் இரண்டு நிமிடங்கள் கழித்து வந்தார்.

"அவள் பெயர் சோஃபியா?" என்று கேட்டான்.

"ஆமாம், சோஃபி. அவளுக்குச் சாப்பிடும் நேரமாகிவிட்டது. அதற்கான சைகையே அது" என்றார்.

"ஓ, ஆமாம், அவளின் குரைப்பிலேயே எனக்கும் அப்படித் தான் தோன்றியது?"

"ஓ, நிட்டி உனக்கு நாய்கள் பிடிக்குமா?" என்றார். அதுவரையில் அவரின் குரலில் அவன் அதுவரை கண்டிராத உற்சாகம் தென்பட்டது.

"ஆமாம். என் வீட்டிலும் ஒருவன் இருக்கிறான். பெயர் ரியோ. இங்குள்ள நாட்டு நாயினத்தைச் சார்ந்தவன். என்னுடைய உயிர்த்தோழன்" என்றான். அவனும் உற்சாகமாயிருந்தான்.

இதுவரைக்கும் அலுவலக விசயத்தைத் தாண்டி ஒரு வார்த்தை கூட கூடுதலாக இருவரும் பேசியதில்லை.

"ஓ, அருமை அருமை, இவள் பீகிள் இனத்தைச் சார்ந்தவள். என் பெண்ணின் சிநேகிதி ஒருத்தி பரிசாக அளித்தாள்." என்றார். வேலைகளைப் பற்றிய பேச்சுக்குத் தாவியவர் மறுபடியும் தொடர்ந்தார், "இந்தியாவில் நிறைய நாய் இனங்கள் இருக்கின்றன இல்லையா? முன்பொருமுறை அலுவலக ரீதியாகச் சென்னை வந்தபோது பார்த்திருக்கிறேன். ஆனால், நீங்கள் ஏன் நாய்களைத் தெருவில் அலையவிடுகிறீர்கள்? உங்கள் அலுவலக வளாகத்தில்கூட கவனிப்பாரற்று ஒன்றிரண்டு சுற்றிக் கொண்டிருந்தன. குறைந்தபட்சம் ப்ளூ கிராஸ் போன்றவற்றில் விட்டுவிடலாம் இல்லையா?"

அவர் கேட்ட எந்தக் கேள்விக்கும் இவனிடம் பதில் இருக்கவில்லை.

அப்படியாக அன்றைய அழைப்பு வழக்கத்தைவிட அரைமணி நேரம் அதிகமாக நீண்டது. அவனுக்கு இத்தனை கோவையாகப் பேசவரும் என்பதே ஆச்சரியமாக இருந்தது. டெய்ஸியின் மீதான பயம் விலகியதும் பேச்சில் சரளம் கூடிவந்தது. இருவருக்குமிடையே இருந்த இறுக்கம் அன்றிலிருந்து சற்றுத் தளர ஆரம்பித்திருந்தது.

அதன் பிறகு இருவருக்கும் அலுவலக விசயங்கள் தவிர்த்துப் பேசவும் சில விசயங்கள் இருந்தன. சென்னை மசாலா தோசை, மகாபலிபுரச் சிற்பங்கள் இப்படி.

அவரும் சோஃபியும் மட்டுமே தனியே இருக்கிறார்கள். கணவர் அவருடன் இல்லை. அவருக்கு ஆணொன்றும் பெண்ணொன்றுமாக இரட்டைக் குழந்தைகள். இருவரும் படிப்பு மற்றும் வேலையின் நிமித்தம் வெவ்வேறு மாகாணங்களில் வசிக்கிறார்கள். இப்படிப்பட்ட தனிப்பட்ட விசயங்களெல்லாம் ஆங்காங்கே அவ்வப்போது பேசியவற்றிலிருந்து நித்திலன் அறிந்து கொண்டவை. கடந்த வாரம் அவனைப் பாராட்டி மெயில் ஒன்று அனுப்பியிருந்தார். அதுவரையிலும் அவனைப் பற்றி அங்கே உருவாகியிருந்த பிம்பத்தை மாற்றியமைக்க அது உதவியது. கஷ்டமர்களிடமிருந்து வெளிவரும் ஒவ்வொரு வார்த்தைக்கும் தனித்ததொரு மதிப்புண்டு. நல்லதுக்கும் அல்லதுக்கும் இது பொருந்தும்.

மறுபடியும் அந்தப் புகைப்படங்களை ஒவ்வொன்றாகத் திறந்து பார்த்துக்கொண்டிருந்தான். வேணுவிடம் இதைப் பற்றி

கேட்டறியாமல் அவனுக்கு வேலை ஒன்றும் ஓடப்போவதில்லை. அவர் காலையிலேயே வந்துவிட்டிருந்தார். ஆனால், அவர் இருக்கையில் ஆள் இல்லை. ஐந்து நிமிடத்துக்கு ஒரு முறை அவரின் இருக்கையை எட்டி எட்டிப் பார்த்துக்கொண்டிருந்தான். அரைமணி நேரம் கழித்து இருக்கையில் தலை தெரிந்தது.

"எக்ஸ்க்யுஸ்மி வேணு, டு யு ஹேவ் டூ மினிட்ஸ்?" என்றவாறே அவரின் கேபினுக்குள் நுழைந்தான். இரண்டே மாதங்களில் அவனது நடை, உடை, பேச்சு, பாவனைகளில் ஏற்பட்டிருந்த மாற்றங்களை வேணுவும் கவனித்துக்கொண்டிருந்தார்.

"வாங்க நித்தில். உட்காருங்க" என்றார்.

நாற்காலியை இழுத்துப் போட்டு அமர்ந்தான். நேரடியாகக் கேட்பது அவ்வளவு நன்றாக இருக்காது. வேறு விசயம் ஏதாவது ஒன்றைப் பற்றிப் பேசுவதுபோல் பேசி மிகவும் இயல்பாகக் கேட்பதுபோலதான் இதைப் பற்றிக் கேட்க வேண்டும் என்று அந்த அரைமணி நேரத்தில் ஒத்திகையெல்லாம் பார்த்து வைத்திருந்தான். ஆனால், நேரடியாக ஆரம்பித்தான்.

"வேணு, மெயில் பார்த்தீர்களா?" என்றான். இதைக் கேட்கும்போது அவன் கண்களில் தெரிந்த பதற்றத்தையும், தவிப்பையும் வேணு கவனித்தார். அவனுடைய ஆங்கில உச்சரிப்பில் தெளிவு கூடியிருந்தது.

"டெய்ஸியோடது தானே?" என்று மிகுந்த நிதானத்துடன் அவர் கேட்டவிதத்திலேயே இதைப் பற்றி முன்கூட்டியே அவருக்குத் தெரிந்திருக்கிறது என்பதை அவன் ஊகித்துக் கொண்டான்.

"ஆமாம்! ஆனா ஏன் இப்படித் திடீர்ன்னு கம்பெனில இருந்து விலகிட்டார்?"

வேணு பதில் பேசவில்லை. நிலைகொள்ளாமல் அலைபாயும் அவனது கண்களையே பார்த்துக்கொண்டிருந்தார். ஆனால், அவன் அதையெல்லாம் பொருட்படுத்தும் நிலையில் இல்லை.

"ஒரு வார்த்தைகூட சொல்லவில்லை. உங்களுக்கு ஏதாவது தகவல் தெரியுமோன்னு கேட்க வந்தேன்" என்றான்.

வேணு, நித்திலனைப் பார்த்து மெதுவாகப் புன்னகைத்தார். தன் கைகளை இருவருக்கும் இடையில் இருந்த டேபிளில் ஊன்றியபடி சற்று முன்னால் வந்தார்.

“ஆமா, தெரியும்!”

“ஏன் வேணு? எதுக்கு இப்படித் திடீர்ன்னு கம்பெனியை விட்டுப் போறாங்க? இங்க அவங்களுக்குத்தான் அவ்ளோ மதிப்பும் மரியாதையும் இருக்கே. அப்புறம் ஏன்?”

“நித்தில் உனக்கு ஒன்று தெரியுமா? டெய்ஸி, அவராக விலகவில்லை. விலக்கப்பட்டிருக்கிறார். அவரை அங்கிருந்து விலக்கிவிட்டு அந்த இடத்தில்தான் நாம்.” அவனைப் பார்த்து மெதுவாக புன்னகைத்துவிட்டு, “இன்னும் சரியாகச் சொல்லப் போனால் நீ உட்கார்ந்திருக்கிறாய்!” என்றார்.

16

நித்திலன் அன்று மீராவுக்கு முன்னரே வீட்டுக்கு வந்துவிட்டான். மீராவுக்குத் திட்டமிட்ட வேலை நேரம் கிடையாது. அவளது நிறுவனத்தில் வாரத்தில் ஓரிரு நாட்கள் அலுவலகம் சென்றால் போதும். மற்ற நாட்களில் வீட்டிலிருந்தே வேலைகளை முடித்துக்கொள்ளலாம். முக்கியமான குழுச்சந்திப்பு, வாடிக்கையாளர்களுடனான சந்திப்பு, அவ்வப்போது ஏதேனும் பயிற்சி வகுப்புகள் ஆகிய ஏதேனும் ஒரு காரணத்துக்காக மட்டுமே அலுவலகம் செல்ல வேண்டியிருக்கும். மற்றபடி அலைச்சல் கிடையாது. அதனால்தான் பெங்களூருவிலிருந்து சென்னைக்கு மாற்றல் வாங்கி வருவதுகூட அவளுக்கு கடினமானதாக இருக்கவில்லை. அங்கிருக்கும் நண்பர்களைப் பார்க்க முடியாமல் இருப்பதும், அவர்களுடனான வார இறுதிக் கொண்டாட்டங்களை இழப்பதும் தவிர பெங்களூருவை விட்டு வந்தது குறித்து அவளுக்குப் பெரிய வருத்தம் ஏதுமிருக்கவில்லை. மீராவின் அப்பா ராஜசேகரன், ஓர் இந்திய பொதுத்துறை வங்கியில் மண்டல மேலாளர். அதன் பொருட்டும், அவ்வப்போது கிடைக்கும் பதவி உயர்வின் காரணமாகவும் அவர்கள் இரண்டு மூன்று வருடங்களுக்கு ஒருமுறை ஊர் மாற்றிக் கொண்டேதான் இருந்திருக்கிறார்கள். அது மெல்ல மெல்லப் பழக்கமாகி பின்பு ஒரு கட்டத்தில் அதுவே பிடித்தும்போனது.

வெவ்வேறு நிலங்கள், அவற்றின் தட்பவெட்ப வேறுபாடுகள், அங்கு வாழும் மனிதர்கள், அவர்களின் பழக்கவழக்கங்கள், விதவிதமான பண்பாட்டுச் செறிவுகள் இப்படி ஒவ்வொரு ஊரும் தனக்கான தனித்துவத்தைத் தக்கவைத்துக்கொண்டிருந்தது. அவற்றைத் தேடிக் கண்டடைந்து புரிந்துகொள்வதில் இருக்கும் புதிர்த்தன்மை மீராவுக்குப் பிடித்திருந்தது. அதன் பொருட்டே பெங்களூருவிலிருந்து சென்னைக்கு மாறிய பிறகும்கூட சென்னையின் புழுக்கத்தைப் பற்றி அவளுக்குப் புகார்கள் இருக்கவில்லை. எல்லாவற்றுக்கும் மேலாக இந்தியாவின் முக்கியமான எந்த நகரத்துக்குச் சென்றாலும் அவளை வரவேற்கவும் கொண்டாடவும் ஆங்கோர் நண்பர் குழாம் அவளுக்கு இருந்தது.

நித்திலனுக்குப் பசியில் கண்களை இருட்டிக்கொண்டு வந்தது. மீராவின் அலைபேசிக்கு அழைத்தான். பதிலில்லை. தங்கள் அடுக்ககத்தின் பால்கனியிலிருந்து எட்டிப்பார்த்தான். சாலையெங்கும் வாகனங்கள் வரிசைகட்டி நின்றன. அவர்களுடையது ஐந்தாவது மாடி. மேடவாக்கத்திலிருந்து தாம்பரம் செல்லும் வழியில் சேலையூரில், முக்கிய சாலையிலிருந்து சற்று உள்ளே தள்ளி அந்தக் குடியிருப்பு அமைந்திருந்தது. பூங்கா, உடற்பயிற்சிக் கூடம், நீச்சல் குளம், சமூகக்கூடம் என அனைத்து வசதிகளையும் உள்ளடக்கியது அந்த அடுக்ககம். அடுத்து சொந்த வீடு வாங்கினால் இது போன்ற ஒரு அடுக்ககக் குடியிருப்பு ஒன்றில்தான் வாங்க வேண்டும் என்று பேசிவைத்திருக்கிறார்கள்.

அங்கிருந்து அவனுக்கு அரைமணி நேரத்தில் அலுவலகம். மீராவுக்கு அலுவலகம் தரமணியில் இருக்கிறது. போக்குவரத்து நெரிசல் இல்லாமல் இருந்தால் ஒருமணி நேரத்துக்குள் சென்று விடலாம். அவளுக்கு ஐந்து நாளும் அலுவலகம் செல்லத் தேவையில்லை என்பதால் இவனுக்குத் தோதாக வீட்டை எடுத்துக்கொண்டார்கள்.

கிச்சனுக்குச் சென்றான். மிகவும் சுத்தமாக, ஒவ்வொரு பொருளும் அதனதன் இடத்தில் ராணுவ ஒழுங்குடன் அடுக்கி வைக்கப்பட்டிருந்தது. அவன் வீட்டில் அப்படியிருக்காது. அம்மாவுக்கு மட்டுமே தெரியும் எந்தப் பொருள் எங்கே இருக்கிறது என்று. அங்கே ஆண்கள் அடுக்களையில் நுழைவது ஒரு பாவச்செயல் போலவே கருதப்பட்டு வந்தது, வருகிறது. சாப்பிட்ட தட்டைக்கூட எடுத்துவைக்க வேண்டியதில்லை. சாப்பிட்ட தட்டிலேயே கை கழுவிக்கொள்வதே அங்கு எல்லோருக்கும் வழக்கம். மீரா வீட்டில் எல்லாமே தலைகீழ். அவளுடைய அப்பா சப்பாத்திக்கு மாவு பிசைவார். காய்கறிகள் நறுக்குவார். தோசை வார்ப்பார். சனி ஞாயிறுகளில் சில

நட்சத்திரவாசிகள் 107

வேளைகள் சமைக்கவும் செய்வார். அங்கு எல்லோரும் அவரவர் சாப்பிட்ட தட்டை எடுத்து அவர்களே கழுவி வைப்பார்கள். இவனுக்கு மட்டும் அங்கு இதிலெல்லாம் விலக்கு உண்டு என்றாலும் அது அவனுக்குப் பல சமயங்களில் சங்கடத்தையே கொடுத்தது. அவனை நடு வீட்டில் டி.வி பார்க்கவைத்துவிட்டு, அங்கு எல்லோரும் ஆளுக்கு ஒரு வேலையாய் பார்த்துக் கொண்டிருப்பார்கள்.

மீரா வந்தால் தோசை வார்த்துத் தருவாள். அவள் வரும் வரை பசி தாங்க வேண்டும். ஃப்ரிட்ஜ்ஜில் இருந்த ஜாமை எடுத்து அதன் மேலே வைக்கப்பட்டிருந்த அலங்காரக் கூடையிலிருந்த பிரெட் பாக்கெட்டிலிருந்து இரண்டு பிரெட் துண்டுகளை எடுத்து அவற்றில் தடவித் தின்றான்.

மீராவிடம் அதைப் பற்றி எப்படி ஆரம்பிப்பது. அலுவலகத்தில் அத்தனை வேலைக்கு நடுவிலும் அந்த விசயம் நிழல்போல மனதில் ஓடிக்கொண்டே இருந்தது. வீட்டுக்கு வந்ததும் அதைப் பற்றிப் பேசுவது ஏதோ அதைக் கேட்பதற்காகவே முந்தி வந்ததுபோல் ஆகிவிடும். அதில் கொஞ்சம் உண்மையும் இருக்கிறது என்றாலும்கூட. ஆனாலும் முடிந்தவரையில் பதற்றத்தை வெளிக்காட்டிக்கொள்ளாமல் இயல்பாக, மிகத் தற்செயலாகக் கேட்பதுபோல் கேட்க வேண்டும். இல்லையென்றால் அது போய் மற்றோரு சண்டையில் முடிவதற்கான அத்தனை சாத்தியங் களையும் உள்ளடக்கியிருக்கிறது. பேசாமல் ஏற்கெனவே இரண்டு நாட்கள் பொறுத்திருந்ததுபோல இன்னும் இரண்டு நாட்கள் பொறுத்துப்பார்த்தால் என்ன? அவளே தானாகச் சொன்னால் சண்டையே வந்தாலும்கூட தன் பக்கம் தவறு இல்லாமலாவது இருக்கும்? ஆனால், இரண்டு நாட்கள் தூக்கம் போய்விடும். அலுவலகத்திலும் வேலை ஓடாது. நேருக்கு நேர் கேட்டுவிடுவதே உத்தமம். இதற்காக இல்லாவிட்டால் எப்படியும் வேறு ஏதேனும் ஒரு விசயத்துக்குச் சண்டை வரத்தான் போகிறது.

'கிர்ர்ர்' என்ற காலிங்பெல் சத்தம் மண்டையில் ஒலித்தது.

மீராதான் நின்றிருந்தாள். ஒரு கையில் பழங்கள் அடங்கிய கூடை. இன்னொன்றில் அவளின் கைப்பை. மஞ்சள் பூத்த கறுப்பு காட்டன் புடவையும் அதற்கேற்ற மஞ்சள் நிற ஜாக்கெட்டும் அணிந்திருந்தாள். வியர்த்துக் களைத்திருந்தாள். அப்போது கழுவிக் கவிழ்த்திய பாத்திர விளிம்பைப் போல் அவளுடைய கழுத்தில் வியர்வை அரும்பியிருந்தது. அது அவளை இன்னும் அழகாகக் காட்டியது. அப்படி அவளைப் பார்த்த பின்பு சட்டென்று அவளை அணைத்துக்கொள்ள வேண்டும்போல்

இருந்தது. இப்போதைக்கு அதைப் பற்றிப் பேச வேண்டாம் என்று முடிவுசெய்துகொண்டான்.

“என்ன ஸார், இன்னைக்கு சீக்கிரம் வந்தாப்ல இருக்கு. ஆபிஸ்லருந்து திரும்ப வரும்போ பயங்கர டிராபிக். நான் வந்த ஆட்டோக்காரர் நம்ம அப்பார்ட்மன்ட்வரைக்கும் உள்ள வந்து இறக்கிவிட்டா திரும்ப சுத்திட்டுப் போக லேட் ஆயிடும், கொஞ்சம் முன்னாடி இறங்கிட்டீங்கன்னா அப்படியே வளைச்சுப்பேன்னார். பார்த்தா பாவமா இருந்துச்சு. அதான் அரைக்கிலோ மீட்டர் முன்னாடியே இறங்கிட்டு, வழியில பழமுதிர்ச்சோலை போயிட்டு வரேன்.”

“கடையில இருந்தியோ நான் கால் பண்ணும்போது?”

“ஓ, நீ கால் பண்ணிருந்தியா. அதையே நான் கவனிக்கல. ஸாரிப்பா, இதோ பத்தே நிமிசம். டிரெஸ் மாத்திட்டு தோசை வார்த்துத் தர்றேன்”

அங்கே டீப்பாயில் பிரித்துவைக்கப்பட்டிருந்த பிரெட் பாக்கெட்டைப் பார்த்தவள் “இந்த பிரெட்டைப் போயி எடுத்துச் சாப்பிட்டியா?”

“ஆமா, ஏன்?”

“சாப்பிடுற முன்னாடி அதோட எக்ஸ்பைரி டேட் பாக்க மாட்டியா? அதோட எக்ஸ்பைரி முடிஞ்சு இரண்டு நாள் ஆச்சு” களைப்பை மீறி கலகலவெனச் சிரித்துவிட்டாள்.

“அய்யே,கருமம்! நீ ஏன் எக்ஸ்பைரி ஆன ஐட்டமெல்லாம் இன்னும் வச்சுருக்க? எடுத்துத் தூக்கிப்போட்டிருக்கலாம்ல? அறிவில்ல?” என்றவன் வாஷ்பேசினுக்குச் சென்று வாயில் விரல்விட்டு குமட்டிப்பார்த்தான்.

“ரெண்டு நாளா அதை நான் எடுக்கவேயில்ல. அதான் பார்க்கல. நீ இப்போ எடுக்கும்போது எக்ஸ்பைரிய ஒரு தடவ பார்த்திருந்தா நீயே தூக்கிப்போட்டிருக்கலாம். ஆனா நீ என்ன பண்ணுவ தெரியுமா. பார்த்தாக்கூட அதைத் தூக்கிப்போட மாட்ட. அதையும் நான் வந்து பண்ணனும்னு வெயிட் பண்ணுவ இல்ல?”

“இங்க பாரு மீரா. எக்ஸ்பைரி ஆனது தெரிஞ்சும், அதைக் கண்ணால பார்த்தும், தூக்கிப்போடாம அங்கயே வச்சிருந்தது உன்னோட தப்பு. எப்படி அதை என் பக்கம் திருப்புற பாரு. நல்லா யோசிச்சுப்பாரு. ஒருவேளை, இதுவே இப்படி நான் வச்சிருந்து நீ அதைச் சாப்பிட்டிருந்தா இங்க நடக்கிற கதையே

வேற. இப்பக்கூட இது என் தப்பு மாதிரியே சொல்ற பாரு. இப்படித்தான் ஒவ்வொரு விசயத்திலயும் கடைசியா என் மேல தப்புங்கிற மாதிரி திருப்பி விட்டுற. பனியன் இருக்கான்னு கேட்டாக்கூட பத்து நிமிசம் திட்டுற!" என்று சொல்லியவாறே லுங்கிக்கு மாறினான்.

"ஹலோ சார், நீங்கதான் இப்ப பிரெட் பத்தி பேசுனா அதைப் பத்தி மட்டும் பேசிட்டு கொஞ்சம் வெந்நியக் குடிச்சுட்டு அதோட முடிக்காம நேத்து போட்ட சண்டை, முந்தா நாள் போட்டது, போன வாரம் அப்படின்னு எதையெல்லாமோ இழுத்துப் பேசுறது. ஒரு விசயத்துல சண்டை போட்டா அதை அன்னையோட விட்டுட்டா ஒரு பிரச்சனையும் இல்ல. ஆனா அதை மனசுக்குள்ளயே வச்சிட்டு இப்படி நேரம் கிடைக்கும் போதெல்லாம் குத்திவிட்டுட்டு இருந்தா இதுக்கு ஒரு முடிவே இருக்காது"

இப்போது அவளது முகம் சுருங்கிப்போனது.

"ஹெல்லோ மேடம், இங்க யாரு உள்ள ஒண்ணு வச்சுக் கிட்டு வெளிய ஒண்ணப் பேசுறது?"

"யாரு?"

"நீதான்"

"சும்மா உளறாத"

"ஆமா நாங்க பேசுனா உளறல்தான். நீதான் எப்பயும் எதையாவது மறைச்சுப் பேசுற. மனசுவிட்டு ஒண்ணும் பேச மாட்டிங்கிற"

"நான் என்ன மறைச்சுப் பேசிட்டு இருக்கேன்?"

"மறைச்சுதான் பேசுற"

"அதான் என்ன?"

சேரின் மேல் கிடந்த துணியை எடுத்து டீ வைக்கப்பட்டிருந்த டேபிளைத் துடைப்பது போன்ற பாவனையில் "ராகுல்கிட்ட இருந்து உனக்கு மெஸேஜ் வந்துருக்கு. அவன்கிட்ட பேசவும் செஞ்சிருக்க. ஆனா அதைப் பத்தி ஒரு வார்த்தைகூட எங்கிட்ட சொல்லலை"

மீராவுக்குக் கோபம் பொங்கி வந்தது. குரலைத் தணித்து, பற்களைக் கடித்தபடி "நீ என் மொபைல எடுத்துப் பாத்தியா?"

"ம், ஆமா, இந்த மாச இண்டர்நெட் கோட்டா முடிஞ் சுருச்சான்னு பார்க்க எடுத்தேன்."

"இந்த மாதிரி கதையெல்லாம் உன் ஆபிசோடு வச்சுக்கோ. சும்மா நடிக்காத. இண்டர்நெட் கோட்டா என்னனு லேப்டாப்ல இருந்துகூட பார்க்க முடியும். நீ வேணும்ன்னுதான் என் மொபைல எடுத்துப் பார்த்துருக்க. ச்சீ, ஏன் இவ்வளவு கேவலமா நடந்துக்கிற. இத்தனை வருசத்துல ஒரு தடவக்கூட எங்கப்பா என் மொபைல பார்த்தது கிடையாது. ஏன் என் குட்டி தங்கச்சிகூட விளையாட்டா அதை எடுத்து பார்த்தது இல்ல. நீயேன் இப்படி இருக்க?"

"ஆமா, வேணும்ன்னுதான் பார்த்தேன். எனக்கு அந்த உரிமைகூட இல்லையா?"

"ஒண்ணு புரிஞ்சுக்கோ. இது உரிமை பத்தின விசயமே கிடையாது. பரஸ்பர நம்பிக்கை பத்தின விசயம். ஒருத்தர் இன்னொருத்தருக்குக் கொடுக்கிற 'ஸ்பேஸ்' பத்தின விசயம். கட்டின புருசன் பொண்டாட்டியாவே இருந்தாலும் அவங்க அவங்களுக்குன்னு தனிப்பட்ட சில விருப்பு வெறுப்புகள் இருக்கும். அதை ஒருத்தருக்கொருத்தர் மதிக்கக் கத்துக்கணும். எப்படி இந்த மாதிரி சில அடிப்படை விசயங்கள்கூட தெரியாம இருக்கன்னு எனக்குப் புரியல." மெதுவாக கீழ் உதட்டை உள்மடித்துக் கடித்துக்கொண்டே தலையை இடவலமாக ஆட்டினாள்.

"ஓ, உன்னோட எக்ஸ் லவ்வரோட பேசுறது உனக்குத் தனிப்பட்ட விசயமா? அது என்னன்னு நான் கேட்கக் கூடாது." கையிலிருந்த அழுக்குத் துணியை வீசி கீழே எறிந்தான்.

"முதல்ல எக்ஸ் லவ்வர் அது இதுன்னு பேசுறத நிப்பாட்டு. நான் எத்தனையோ தடவை உங்கிட்ட சொல்லிருக்கேன். அவன் என்னைப் பிடிச்சுருக்குன்னு சொன்னான். நான் இது சரிப்பட்டு வராதுன்னு சொன்னேன். அவ்வளவுதான். அதுக்கு அப்புறம் இருந்து அதுக்கு முன்னாடி எப்படி பழகினமோ அதே நட்போட மட்டும் பழகிட்டு இருந்தோம். தட்ஸ் இட்"

"நீ வேணும்னா அதே மாதிரி பழகலாம். அவனால எப்படி விரும்புன ஒரு பொண்ணுகிட்ட ஃப்ரெண்டா பழக முடியும்? பசங்களப் பத்தி உனக்குத்தான் சரியாத் தெரியல."

"ஆமாமா, உனக்குத்தான் எல்லாம் தெரியும். அவன் எதுக்கு கால் பண்ணான். நாங்க என்ன பேசுனோம், ஏது

பேசுனோம்னு தெரியுறதுக்கு முன்னாடியே தாம்தூம்ன்னு குதிக்கிற"

"சரி சொல்லு, என்ன பேசுனீங்க?"

"சொல்ல முடியாது!"

"தெரியுமே, நீ இப்படித்தான் சொல்லுவன்னு!"

"என் போனை எடுத்து பார்த்து இப்படி டிராமா பண்ணாம இருந்திருந்தா நானே வந்து சொல்லிருப்பேன்."

"சரி இப்போ சொல்லு"

"தெரிஞ்சுக்காம இருக்க முடியல இல்ல!"

"..."

"அவன் அடுத்த வாரம் சென்னை வர்றானாம். அது பத்திப் பேசத்தான் கால் பண்ணியிருந்தான். முடிஞ்சா நம்ம இரண்டு பேரையும் எங்கயாவது ஒருநாள் டின்னருக்கு மீட் பண்ண முடியுமான்னு கேட்டிருந்தான். இல்ல அது சரிப்படாது. உனக்கு ஆபிஸ் டைட்டா போயிட்டு இருக்குன்னு நாசூக்கா சொல்லி தவிர்த்துட்டேன். போதுமா? இவ்வளவுதான் நாங்க பேசுனது. இதோட விடு. எனக்குப் பசிக்குது" என்றவள் நைட்டிக்கு மாறி, அடுக்களைக்குள் சென்றாள்.

ஒரு ரெஸ்டாரண்ட்டின் ஒரே மேசையில் ராகுலுடன் உணவு உண்ணும் அளவுக்கு நித்திலன் பரந்துபட்டவன் இல்லை என்பது அவளுக்குத் தெரியும். அது அவனிடம் இருக்கும் ஒருவித பாதுகாப்பின்மையைக் கிளறுவதாக அமையும். கடைசியில் அடுத்து பல பிரச்சினைகளுக்கு வழிவகுப்பதில் போய் முடியும். ஏழு வருடங்களுக்கும் மேலாக ஐ.டி.யில் இருக்கிறான். நடையிலும் உடையிலும் தன்னை ஒரு உயர்மட்ட கனவானாகக் காட்டிக் கொள்ள முற்படுகிறான். ஆனால், பழக்கவழக்கத்தில் துளியும் அது அவனுக்குக் கூடிவரவில்லை. வேலை முடிந்து வீட்டுக்கு வருபவனுக்கு, வரிசையாக நான்கு தோசைகள் வார்த்துக் கொடுப்பாள். எல்லாவற்றையும் தின்றுவிட்டு டி.வி முன்னால் உட்கார்ந்துவிடுவான். வந்து தோசை வார்த்துத் தர வேண்டாம். குறைந்தபட்சம் 'நீ சாப்பிட்டியா?' என்று ஒரு வார்த்தை கேட்க வராது.

தனக்கு மட்டும் மூன்று தோசைகள் வார்த்து, ஃபிரிட்ஜ்ஜில் காலையில் செய்துவைத்திருந்த தக்காளித் தொக்கை எடுத்துக்

கொண்டு சாப்பிட ஆரம்பித்தாள். அவளுக்கும் அவனுக்கும் வளர்ப்பு சார்ந்து நிறைய வேறுபாடுகள் இருக்கின்றன. அவற்றை எப்படிச் சரிசெய்வது என்பது குறித்து ஒன்றும் புரிபடவில்லை. ஆனால், அடிப்படையில் எங்கோ தவறிருப்பதாக மட்டும் புரிந்தது. பசியிருந்தாலும் தோசையை விழுங்க முடியவில்லை. அதை அப்படியே சாப்பாடு மேசையில் வைத்துவிட்டு அங்கேயிருந்த ஒற்றியெடுக்கும் காகிதக்கட்டிலிருந்து இரண்டை உருவி கைகளை அழுந்தித் துடைத்தெடுத்தாள்.

அவன் அவளுக்குப் பக்கத்தில் வந்து, மெதுவாக அவளது தோளைப் பற்றி "ஸாரிப்பா" என்றான்.

அவளுக்கு அவனின் சின்னச் சின்ன அசைவுகளின் நுணுக்கங்கள் புரியும். அவ்வாறே தன் தோளைப் பற்றிய கைகளையும் அறிவாள். அப்போதுதான் அவள் அவனை இன்னும் அதிகமாக வெறுத்தாள்.

○

17

உள்ளங்கை அளவில், வெண்கலத்தில் செய்யப்பட்ட குட்டி சாய்பாபா சிலை சத்தியமூர்த்தியின் மேசை மேல் வைக்கப்பட்டிருந்தது. சில வருடங்களுக்கு முன், இந்த சிறப்புப் பொருளாதார மண்டலங்களெல்லாம் உயிர்பெறுவதற்கும் முன்பு கிண்டியிலும், வடபழனியில் ஓரிடத்திலும் இவர்களது அலுவலகம் செயல்பட்டுக்கொண்டிருந்த காலங்களில் இவரின் மேசை மேல் இதே போன்ற வெண்கலத்தில் செய்த புத்தகம் வாசிக்கும் கையடக்க விநாயகர் சிலை இருந்தது. நடுவில் 'இவர்' எப்போது 'அவர்' இடத்தைப் பிடித்துக்கொண்டார் என்று அர்ச்சனாவுக்குப் புரியவில்லை. வெகு சிரத்தையாக எதையோ கணினியில் துழாவிக்கொண்டிருந்தார்.

சத்தியமூர்த்திக்கு ஒல்லியான அதேநேரத்தில் உறுதியான உடல்வாகு. செப்பு நிறம். உள்ளொடுங்கியிருந்தாலும் ஒளி பொங்கும் கண்கள். சற்றே ஏறிய நெற்றி, படிய வாரப்பட்ட சிகை. மெலிதாக உலர்ந்திருந்த திருநீற்றுப் பட்டை. கொஞ்சம் தாடி வளர்ந்து தலையில் ஒரு காவித்துண்டையும் கட்டிக்கொண்டார் என்றால் அசப்பில் அந்த சாய்பாபாவைப் போல்தான் இருப்பார் என்று நினைத்தாள். அவளுக்குச் சிரிப்பு வந்தது. காட்டிக் கொள்ளவில்லை.

காலையில் அர்ச்சனாவும் சத்தியமூர்த்தியும் ஒரே நேரத்தில் லிஃப்ட்டில் நுழைந்தார்கள். அப்போது, காபிக்குப் பிறகு, நேரம் இருக்கும்போது தன் கேபினுக்கு வர முடியுமா என்று சத்தியமூர்த்தி

கேட்டிருந்தார். கம்யூனிக்கேட்டரில்[1] அவருக்கு உகந்த நேரத்தைக் கேட்டுவிட்டு மிகச் சரியாக அந்த நேரத்தில் அங்கிருந்தாள்.

அர்ச்சனா ஐ.டி.யில் வேலைக்குச் சேர்ந்த நாளிலிருந்து சத்தியமூர்த்தியை அவளுக்குத் தெரியும். தொழில்நுட்பப் பயிற்சி முடிந்து நேரடியாக அவரின் அணியில் வந்துசேர்ந்திருந்தாள். முதல் நாளில் அவரைச் சந்தித்தபோதிருந்த அதே மரியாதை, அவர் கடிந்து பேசும்படியான எந்தவொரு காரியத்தையும் செய்துவிடக் கூடாது என்பதில் இருக்கும் கவனம், அதன் பொருட்டெழும் மெல்லிய படபடப்பு என்று எதுவுமே இத்தனை வருடங்கள் கழித்தும்கூட மாறியிருக்கவில்லை.

“டீம் பட்ஜெட் ஃபைல் ஒண்ணு வச்சிருந்தேன். அதை எடுத்துக்கிட்டு பேசலாம்னு நினைச்சேன். அவசரத்துக்கு சிக்க மாட்டிங்கிது. சரி ரைட்” என்றவாறே உள்ளங்கைகளைச் சத்தம் வருமாறு தட்டிப் பிடித்தபடி, அர்ச்சனாவைப் பார்த்துப் புன்னகைத்தார்.

“ஆர்கனைசேஷன் கொடுக்கிற இந்த வருசத்துக்கான டீம் பாண்டிங் பணம் இருக்கு. இந்த தடவையும் நீங்கதான் எடுத்துப் பண்ணனும். எங்கயாவது ரிசார்ட்டோ ஹோட்டலோ பவுலிங்கோ வாட்டவர் உங்க இஷ்டம். புதுப் பசங்க எல்லாம் வந்துருக்காங்க இல்லியா? அவங்ககிட்டயும் ஒரு வார்த்தை கேளுங்க. அவங்க உதவியும் எடுத்துக்கோங்க. ரொம்ப ஷார்ப்பான பசங்க. தேவைப்பட்டா நம்ம ப்ராஜெக்ட் பட்ஜெட்ல இருந்தும் கொஞ்சம் பணம் எடுத்துக்கலாம். கொஞ்சம் கிராண்டாவே பண்ணிடுங்க. இந்தத் தடவை வீசா நிறைய பேருக்குப் பண்ண முடியாது. ஏகப்பட்ட ரெஸ்ட்ரிக்சன்ஸ். கேள்விப்பட்டிருப்பீங்களே! ‘ஹைக்’ பத்தியும் சொல்லவே தேவையில்லை. அளந்தளந்து கொடுங்கிறாங்க. பார்த்துப் பார்த்து பிரிச்சுக்கொடுக்க வேண்டியதா இருக்கு. அப்ரைசல் நேரம். அட்ரிசன்[2] அதிகமா இல்லாம பாத்துக்கணும். ஒரு பக்கம் மேனேஜ்மெண்ட், இன்னொரு பக்கம் ஹெச்.ஆர்ன்னு படுத்தி எடுத்துறாங்க. ஸோ, இது மாதிரி கொஞ்சம் ஏதாவது பண்ணாவாது பரவாயில்ல. முடிஞ்சா ஃபேமலியோட கலந்துக்கிற மாதிரி ஏதாவது பண்ண முடியுமா பாருங்க. அது இன்னும் கொஞ்சம் நல்லாருக்கும்.”

“நிச்சயமா சத்தி. நல்லா பண்ணிடலாம். எனக்கு அந்த பட்ஜெட் டீடெயில்ஸ் மட்டும் அனுப்புனீங்கன்னா மிச்சத்த நான் பாத்துகிறேன்.”

1. கம்யூனிக்கேட்டர் *(Communicator)*: நிறுவனத்தில் வேலைபார்ப்பவர்கள் தங்களுக்கிடையே தகவல் பரிமாறிக்கொள்ள உதவும் செயலி.

2. அட்ரிசன் *(Attrition)*: நிறுவனத்திலிருந்து வெளியேறுபவர்களின் எண்ணிக்கை.

“வெரி குட், வெரி குட். இதோ தேடி மெயில் பண்றேன்.”

“அப்புறம் சத்தி, ஒரு விசயம்” என்று அர்ச்சனா ஆரம்பித்த போது கேபின் கதவு தட்டப்பட்டது. மெதுவாகக் கதவைத் திறந்து அவன் தன் கழுத்தை மட்டும் நீட்டினான். உள்ளே அர்ச்சனா உட்கார்ந்திருப்பதைப் பார்த்ததும் மன்னிப்புக் கேட்டு வெளியேற எத்தனித்தவனை சத்தியமூர்த்தி உள்ளே அழைத்தார். அவன் உள்ளே நுழைந்ததும் வந்த ‘பாஸ்’ பெர்ப்யூம் மணம் அந்த அறையை நிறைத்தது.

“சத்தி, நல்லாயிருக்கீங்களா?” என்றான் அட்சர சுத்த ஆங்கிலத்தில். ஒரு கையில் கூலிங் கிளாஸைக் கழற்றிவைத்திருந் தான். மறு கையில் இருந்த பாலீத்தீன் கவரை அவரிடத்தில் கொடுத்தான்.

“இதை, ரிச்சர்ட் உங்ககிட்ட கொடுத்துறச் சொன்னார்”

சத்தியமூர்த்தி அதை வாங்கி வெளியில் எடுத்தார். பி.எஸ்.5 என்று எழுதப்பட்ட கறுப்புப் பெட்டி ஒன்றும். ஸ்விஸ் ‘லிண்ட்’ சாக்லெட் டப்பா ஒன்றும் இருந்தது.

“ரொம்ப தாங்க்ஸ் விவேக்” என்று சொல்லிவிட்டு, அர்ச்சனாவைப் பார்த்து, “ஏதோ வீடியோ கேமாம். சின்னவன் அவன் பிறந்தநாளுக்கு இதான் வேணும்ன்னு சொல்லியிருந்தான். அடுத்த வாரம் அவன் பிறந்தநாள். சரியான நேரத்துல விவேக் கொண்டுவந்துட்டாப்ல” என்றார். மறுபடியும் விவேக்கைப் பார்த்து “தாங்க்ஸ் பா” என்றார்.

“பரவாயில்லை சத்தி, இன்றைக்கு அணியை மதிய உணவுக்கு வெளியில் அழைத்துப் போகலாம் என்றிருக்கிறேன். நீங்களும் வந்தால் நன்றாக இருக்கும்” என்றான். சத்தியமூர்த்தியே தமிழில் பேசியபோதும் அவன் ஆங்கிலத்தை விடவில்லை.

“இல்லப்பா, எனக்குக் கொஞ்சம் வேலை இருக்கு. நீங்க போயிட்டு வாங்க” என்றார்.

விவேக் அங்கிருந்து வெளியேறியதும், “இந்தப் பையனை உங்களுக்குத் தெரியுமா அர்ச்சனா? நம்ம வேணுவோட டீம். பேரு விவேக். ரொம்ப அருமையான பையன்”

அர்ச்சனா நினைவுகூர முடியாத தயக்கத்துடன் உதட்டைப் பிதுக்கி தலையை இடது வலதாக ஆட்டினாள்.

“அது சரிதான். நீங்க அவன முன்னாடி பார்த்திருந்தாக்கூட இப்ப அடையாளம் கண்டுபிடிக்க முடியாது. சின்னப் பையன். ஒரு வருசம் முடிஞ்சதும் இவனுக்கு விசா பண்ணோம். சும்மா

ஒப்புக்குச் சப்பாணியா பண்ணிவச்சோம். இவன் அதிர்ஷ்டம் இவனுக்கு லாட்டரில கிடைச்சுடுச்சு. சாஜூ மாதிரி வேணும் வேணும்ன்னு சொல்றவங்களுக்குக் கிடைக்கல. இவனுக்குச் சொந்த ஊரு ஏதோ சவுத்ல ஒரு சின்ன கிராமம். முதல் தலைமுறை பட்டதாரி. இறுக்கிப் பிடிச்ச கட்டம் போட்ட சட்டை, எண்ணெய் வச்சு வாரின தலைன்னு ஆன்சைட் போறதுக்கு முன்னாடி எங்கிட்ட வந்து சொல்லிட்டுப் போன முகம் என் கண்ணு முன்னாடி அப்படியே இருக்குது. இப்போ எப்படி வந்து நிக்கிறான் பாரு. ஆப்பிள் வாட்ச். லெவைஸ் பேண்ட். ஆளே சும்மா ஜம்முன்னு ஆயிட்டான். லாங்குவேஜ்கூட நல்ல முன்னேற்றம். இவன் ஒருத்தனால அந்தக் குடும்பமே எந்திருச்சுக்கும் இல்ல. இவனைப் பார்த்து இன்னும் நாலு பேரு அவங்க கிராமத்திலிருந்து கிளம்பிவருவாங்க இல்லியா? இதையெல்லாம் பார்க்கும்போதுதான் உண்மையிலேயே இங்க உட்கார்ந்திருக்கிறதுல திருப்தியா இருக்கு. இந்தக் காசு, பணம், பதவி, மரியாதையெல்லாம் அதுக்கு அப்புறம்தான்ன்னு தோணுது”

சத்தியமூர்த்தி உண்மையிலேயே இளகிப்போயிருந்தார். ஒரு தகப்பனின் கண்கள் அப்போது அவருக்கு இருந்ததை அர்ச்சனா கவனித்தாள். தினசரியின் சலிப்புகள், போதாமைகள் இருந்தாலும் இந்த ஐ.டி. வாழ்வும் வேலையும் பலருடைய நிலையை மாற்றியமைத்திருக்கிறது. அவள் உட்பட. குடும்ப வாழ்வி லிருந்த சிக்கல்களால் உடைந்து நொறுங்கியிருக்க வேண்டியவள் அல்லது அதன் அழுத்தங்களுக்கு தன் சுயமரியாதையை நசுங்கக் கொடுத்திருக்க வேண்டியவள், இவ்விரண்டையும் தவிர்த்து இன்று நிம்மதியாக வாழ்வைக் கடப்பதற்கு இந்த வேலையே முக்கியக் காரணம் என்பது அவளுக்குத் தெரியும். அதுவே அவளை இன்றுவரை இயக்குகிறது.

“வாஸ்தவம்தான் சத்தி. கொஞ்ச நாள் முன்னாடி, மேட்டர்னிட்டி போயிட்டுவந்திருக்கு ஒரு பொண்ணு. நித்யான்னு பேரு. வேற எங்கயும் ப்ராஜெக்ட் கிடைக்கல. குழந்தையப் பாத்துக்கிறதுக்காக லேட்டா வருவீங்க. சீக்கிரம் கிளம்பிடுவீங்க. அடிக்கடி லீவ் கேப்பீங்க அப்படின்னு இதையெல்லாம் ஒரு ப்ராஜெக்ட் இண்டர்வியூல வெளிப்படையா சொல்லியே ரிஜெக்ட் பண்ணிருக்காங்க. ஆனா, நான் எடுத்துக்கிட்டேன். அப்போ அவங்க கண்ல இருந்த நிம்மதியைப் பார்க்கணுமே. உண்மையிலேயே சூப்பர் ரிசோர்ஸ் அவங்க. சொன்ன வேலைய டான் டான்னு முடிச்சுட்டு வந்து நிக்குறாங்க. இவங்கள எடுக்காம விட்டது உண்மையில அந்த ப்ராஜெக்ட்டுக்குத்தான் நஷ்டம்”

“கரெக்ட் கரெக்ட்,. நீங்க எப்பவுமே நல்ல பீபிள் மேனேஜர் அர்ச்சனா, அப்புறம் விவேக் வர்றதுக்கு முன்னாடி ஏதோ சொல்ல வந்தீங்களே!”

“இல்ல சத்தி, இந்த ஐவாட்ச் வந்திருக்கில்ல. என்ன சத்தி அது! ஏற்கெனவே இருக்கிறவங்களுக்கு ஆயிரம் பிரச்சனை, இதென்ன புதுசா ஒண்ணை கிளப்பி விட்டுருக்காங்க. அதான் ஐடி கார்ட், அக்ஸஸ் கார்ட், சிசிடிவி, ஸ்வைப் இன், ஸ்வைப் அவுட் இப்படி எல்லா கிடுக்குப்பிடியும் போட்டு இவங்களுக்குப் போதலையா? இப்போ இது வேற. நாம என்ன பண்றோம் ஏது பண்றோம்ன்னு ஒவ்வொரு நிமிசத்தையும் கண்காணிக்குது. சும்மா சிஸ்டம் லாக் பண்ணிட்டு பக்கத்து சீட்ல வேலையா பேசிட்டு இருந்தாக்கூட அதையும் ஒரு ப்ரேக்கா கணக்குப் பண்ணி ஒரு நாளைக்கு நாலு மணி நேரம் தான் நீங்க வேலைபார்த்திருக்கீங்கன்னு ரிப்போர்ட் காட்டுது. நம்மள மாதிரி ஒருத்தன் கண்டுபிடிச்சதை வச்சு நம்மளையே அடிக்கிறாங்க பாருங்க. சபாஷ்!!”

அவள் பேசி முடிக்கும்வரை பொறுமையாகக் காத்திருந்தார். தன் சக பணியாளனின் மீதான உண்மையான அக்கறையின் குரல் அர்ச்சனாவுடையது என்பது சத்தியமூர்த்திக்குத் தெரியும். தனக்குத் தனக்கு என்று ஒலிக்கும் குரல்களுக்கு இடையே இங்கே பிறருக்காக ஒலிக்கும் மிகச் சில குரல்களில் ஒன்று அவளுடையது.

“அர்ச்சனா, உங்க கோபத்துல நியாயம் இருக்கு. ஆனா, இன்னும் சில விசயங்களையும் சேர்த்து யோசிச்சுப்பார்க்கணும். நீங்க சொன்ன அத்தனை கட்டுப்பாடு இருந்தும் நம்ம டீமோட புரடக்ட்டிவிட்டி வெறும் 76%. அப்படின்னா என்ன அர்த்தம்? நாலு பேர்ல ஒருத்தனுக்கு சும்மா தண்டத்துக்குச் சம்பளம் தர்றதுக்கு சமம். முன்னாடி ஆபிஸ் வந்தா, வேலைய மட்டும் பாப்போம். முடிச்சுட்டு வீட்டுக்கு போயி வீட்டைப் பார்ப்போம். ஆனா, இப்போ ஆபிஸ்ல வேலை மட்டுமா பாக்குறாங்க. அன்னைக்கு ஒரு மீட்டிங் போகுறதுக்கு அவசரமா கிளம்பிட்டு இருந்தேன். ஒருத்தன் தன் இடத்துல கீபோர்டையே உத்துப் பார்த்துட்டு ஏதோ தடவிட்டு இருந்தான். ஒரு தடவகூட மானிட்டரை நிமிர்ந்து பாக்கல. என்னமோ தப்பா பட்டுச்சு. பக்கத்துல போகும்போது பார்த்தா மொபைல கீபோர்டு மேல வச்சு கேம் ஆடிட்டு இருக்கான். இவன் ஒருத்தன் இப்படி பண்ணிட்டான்னு யாரும் மொபைலே கொண்டு வராதீங்கன்னு சொல்ல முடியுமா? அவனாவது பரவாயில்ல சின்னப் பையன். நம்மதிலயே மேனேஜர் ஒருத்தர் ஆபிஸ்

நேரத்துல டிரேடிங் பண்ணிட்டு இருக்கார். என்ன பண்றது? இது சும்மா இரண்டு உதாரணம் அவ்வளவுதான். அப்போ, லட்சம் பேர் இருக்கிற இடத்துல இதுபோல இன்னும் எவ்வளவு நடக்கும்? எல்லாத்தையும் எப்படி கட்டுக்குள்ள வச்சுக்கிறது? எல்லாத்துக்கும் மேல இப்போ கிளையன்ட்ஸே கேட்க ஆரம்பிச்சுட்டாங்க. எட்டு மணி நேரத்துக்குப் பில் பண்றீங்கன்னா உண்மையிலேயே எட்டு மணி நேரம் வேலை பாக்குறீங்களான்னு கணக்கு கேக்குறாங்க. சீனுவோட ப்ராஜெக்ட்ல அப்படிக் கேட்டு பெரிய பிரச்சனை ஆயிடுச்சு. இது மாதிரி பல புதுப்புது விசயங்கள் வரத்தான் செய்யும். இப்படியான கட்டுப்பாடுகளையும் கண்காணிப்புகளையும் சேர்த்துதான் இங்க வளர்ச்சி சாத்தியம். அன் இன்குலூசிவ் குரோத்!"

"ம்ம், நீங்க சொல்றதுலயும் உண்மை இருக்குதான். ஆனா, இப்படி இந்த வேலைக்கு நாம கொடுக்கிற விலை ரொம்ப அதிகமோன்னு படுது சத்தி"

"அர்ச்சனா, நீங்க எப்பவுமே எம்ப்ளாயி பக்கம் மட்டும் நின்னுட்டுப் பேசுறீங்க. மேனேஜ்மென்ட்டைப் பொறுத்தமட்டும் அவங்களுக்கு லாபம் இல்லாத ஒரு சின்ன விசயத்தையும் அவங்க அங்கீகரிக்க மாட்டாங்க. முன்னாடியெல்லாம் இங்க என்ன நடந்தாலும் பெரிசா வெளியே தெரியாது. இப்போ அப்படியா? நூறு பேரு வேலை பாக்குற கம்பெனி ஒண்ணுல வருசத்துக்கு ஒருத்தரை வெளிய அனுப்புனா பெரிசா ஒண்ணும் தெரியாது. தொண்ணூத்து ஒன்பது பேர் வேலைபார்க்கிற இடத்துல ஒரே ஒருத்தனை மட்டும் அனுப்புறாங்கன்னா அவன் மேல ஏதோ பிரச்சனையா இருக்கும்ன்னு விட்டுறாங்க. இதையே, ஒன்றரை லட்சம் பேர் வேலை பாக்குற நம்மள மாதிரி ஒரு கம்பெனில வருசம் கூடி 500 பேரை வெளியே அனுப்புறோம்ன்னு வச்சுக்கோங்க. பாய்ஞ்சுட்டு வந்துறாங்க. பேப்பர், பேஸ்புக், டிவிட்டர்ன்னு பல இடங்கள்ல தாளிச்சு எடுத்துறாங்க. அது போர்டு மீட்டிங்வரைக்கும் எதிரொலிக்குது. இங்க 500 பேருங்கிறது நூத்துல அரை பேரைவிடக் கம்மி. அதனால, இப்போ இவங்க என்ன பண்ணாலும் தகுந்த காரணம் காரியத்தோட பண்ண வேண்டிருக்கு. அப்போ அதுக்கு சப்போர்ட் பண்ண இந்த மாதிரியெல்லாம் பல விசயங்கள் கொண்டுவர்றாங்க."

அங்கே இருந்த தண்ணீர் பாட்டிலை எடுத்து தண்ணீர் குடித்துவிட்டு அவரே தொடர்ந்தார், "நம்ம ஹெச்.ஆர் மேனேஜர் ஹேமந்த் போனதடவை நடந்த சீனியர் மேனேஜ்மண்ட் ரிவியூ

மீட்டிங்க்கு வரல. ஏன் தெரியுமா? ஹைத்ராபாத்ல ஒரு கேஸ் விசயமா போயிருக்கார். இங்க சென்னைல ஒருத்தன் ஆறு மாசமா எந்த புராஜெக்ட் உள்ளயும் போகாம பெஞ்ச்லயே இருந்துருக்கான். ப்ராஜெக்ட்ஸ் இருக்குன்னு சொல்லி வந்த கால் எல்லாத்தையும் அது இதுன்னு ஆளுக்கொரு காரணம் சொல்லித் தட்டிக்கழிச்சிருக்கான். அதுக்கு அப்புறமும் இவங்க அவனுக்கு இரண்டு மூணு ஆப்பர்ச்சூனிட்டிஸ் கொடுத்துருக்காங்க. அவன் ஹைத்ராபாத் வேணும்ன்னு அடம்பிடிச்சுருக்கான். அப்படியே ஆறு மாசத்தை சும்மா இருந்தே ஓட்டிருக்கான். அப்புறம் ஒரு நாள் கூப்பிட்டு தம்பி நீ வெளில போய் வேலை தேடிக்கோன்னு கிளப்பிவிட்டுட்டாங்க. அவன் நேரா ஹைத்ராபாத் போயி இவர் மேலேயே கேஸ் போட்டுட்டான். இரண்டு மாசம் கழிச்சு அவனுக்கு சாதகமா தீர்ப்பு வந்துருக்கு. மறு வாரம் ஆபிஸ்க்கு வந்த அவன், இவர் கண்ணு முன்னாடியே ஐடி கார்டைக் கையில வச்சு சுத்திட்டு இருந்திருக்கான். இப்படியெல்லாம் இருக்கு நிலைமை”

அர்ச்சனா அவர் கூறியவற்றை ஆமோதித்துக் கேட்டுக் கொண்டிருந்தாள். அவரவர் நியாயம் அவரவர்க்கு. ஆனால், தான் இப்போது எந்தப் பக்கம் நிற்க வேண்டும்? இங்கே நியாயம் எப்போதும் ஒரே தரப்பில் இருக்காது. அந்தப் பையனைக் கூப்பிட்டு விசாரித்தால்தான் இந்த ஹெச்.ஆர். ஆட்கள் செய்த பிரச்சினை என்ன என்பது தெரியவரும். இங்கே எப்போதும் கறுப்பு, வெள்ளை என்று ஏதேனும் ஒருபக்கமாய்ச் சாய்ந்துவிடக் கூடாது என்பது மட்டும் அர்ச்சனாவுக்குத் தெரியும்.

அர்ச்சனா அவரின் அறையிலிருந்து வெளியே வரும்போது வழியில் இருந்த தூணில் விவேக் சாய்ந்து நின்றுகொண்டிருந்தான். அவனை ஆண்களும் பெண்களுமாய் ஒரு கூட்டம் சூழ்ந்திருந்தது. அவன் கையில் வைத்திருந்த உடைக்கப்படாத மினரல் வாட்டர் பாட்டில் அவன் கையசைப்புக்கு ஏற்ப மேலும் கீழுமாய் ஆடிக்கொண்டிருந்தது.

18

ஐந்து நிமிடம் என்று சொல்லி உள்ளே சென்றவள் அரைமணி நேரமாகியும் வெளியே வரவில்லை. அகில் தன் கைகளைத் துப்பாக்கி யாக்கி வருவோர் போவோரைச் சுட்டு வீழ்த்திக் கொண்டிருந்தான். மருத்துவமனைகளுக்கே உரித்தான பினாயில் வாடை காலியான வயிறைப் புரட்டிக்கொண்டு வந்தது. நிறைசூலியாக ஒரு பெண் அவள் பக்கத்தில் இருந்தவனின் கையை இறுகப் பற்றியிருந்தாள். சாஜூவுக்கு அங்கே இருக்கும் ஒவ்வொரு நொடியும் பதற்றமும் குற்றஉணர்வும் கலந்து பெருகியது. காலையில்தான் பூஜா அழைத்து விசயத்தைக் கூறினாள். எப்போதும் எல்லாவற்றிலும் கவனமாகவும் சிரத்தையுடனும் இருக்கும் அவளும் எப்படி இது போன்ற விசயத்தில் தவறினாள் என்று புரியவில்லை. அவளை ஒரு வார்த்தை குறைகூற முடியாது. தான்தான் இன்னும் கூடுதல் கவனத்துடன் இருந்திருக்க வேண்டும்.

பூஜாவுக்கு மாத நாட்கள் தவறி இன்றோடு இரண்டு வாரங்களுக்கு மேலாகியிருக்கிறது. வீட்டுப் பக்கத்தில் இருந்த மருந்தகம் ஒன்றில் சுயபரிசோதனைக் கருவி வாங்கி சோதனை செய்து பார்த்திருக்கிறாள். அழுத்தம் திருத்தமாக இரண்டு கோடுகள் தோன்றியிருக்கின்றன. சாயுங் காலம் கைனக்காலஜிஸ்ட்டைச் சந்திக்க தான் முன்அனுமதி பெற்றுவைத்திருப்பதாகவும். அலுவலகத்தை முடித்துச் சீக்கிரம் திரும்பி வந்து விடுமாறும் போனில் அழைத்துக் கூறினாள். அதைக் கேள்விப்பட்டதிலிருந்தே சாஜூவுக்கு ஒரு

வேலையும் ஓடவில்லை. மதியம் விடுப்பு போட்டு செல்வதிலும் அர்த்தமில்லை. எப்படியானாலும் டாக்டரை சாயுங்காலமே பார்க்க முடியும். அதற்கு முன்னால் வீட்டுக்குப் போனால் இதைப்பற்றி பேசிப் புலம்பி கடைசியில் அது பூஜாவைக் கோபப்படுத்துவதிலோ அல்லது காயப்படுத்துவதிலோ போய் முடியும். எனவே, காத்திருந்து போவதைத் தவிர வேறு வழியில்லை. மதியம் சாப்பாடு உள்ளே இறங்கவில்லை. நாள் முழுக்க பெரிதாக வேலை ஓடவில்லை. அன்றைய தினத்தை விரைவாகக் கடந்துபோய்விட்டால் நன்றாக இருக்கும். ஆனால், சோதனைக்கு நொடி நொடியாகக் கழிந்தது. மறுநாள் இந்த நேரத்தில் ஏதோ ஒரு முடிவு தெரிந்திருக்கும். பிரச்சினையை எதிர்பார்த்துக் காத்திருக்கும் நேரத்திற்குப் பிரச்சினையே பரவாயில்லை என்று தோன்றிவிடுகிறது.

ஒருவழியாக வேணுவிடம் அனுமதி பெற்று நான்கரை மணிக்கு வெளியே கிளம்பினார். வழியில் சத்தியமூர்த்தி அவர் வழக்கமாகப் சேர்ந்து போகும் அவருடைய நண்பருடன் காஃபேயிலிருந்து டீ குடித்துவிட்டுத் திரும்பிக்கொண்டிருந்தார். சாஜு பையுடன் வெளியே கிளம்புவதைப் பார்த்துவிட்டார். ஆனால், பார்த்ததுபோல காட்டிக்கொள்ளவில்லை. சாஜுவுக்கோ எதிரே வருவது யார், போவது யார் என்பதை யெல்லாம் பகுத்தறியும் மனநிலை சுத்தமாக இல்லை.

சாஜுவின் கால்களுக்கிடையே அகில் வந்து புகுந்து கொண்டான். சாஜுவின் ஆட்காட்டி விரல்கள் இரண்டையும் பற்றி இழுத்தபடி பின்னால் சாய்ந்தான்.

"அப்பா, எப்போ வீட்டுக்குப் போலாம்?"

"இதோ, அம்மா இப்போ வந்துடுவாங்க. வந்த உடனே போயிடலாம். சரியா?"

"ஐயோ, அம்மா எங்க போனாங்க. ஆளையே காணோம்!" என்று சிணுங்கிச் சலித்தான்.

"அம்மாக்கு ஊஊல அதுக்கு டாக்டர் ஆன்ட்டிகிட்ட ஊசி போடப் போயிருக்காங்க. ஃபைவ் மினிட்ஸ்ல வந்துடுவாங்க"

"ஐய்யோ" என்று சலித்துக்கொண்டான்.

"அகில் குட்டி நீ ஒண்ணு பண்ணு. ஒன் டு ஹண்ட்ரட் வரைக்கும் சத்தம் வராம மெதுவா கவுண்ட் பண்ணு. நீ கவுண்ட் பண்ணி முடிக்கும் முன்னாடி அம்மா வந்துடுவாங்க. சரியா.? ஆனா தப்பு விடாம மெதுவா எண்ணணும் சரியா?" என்றார்.

இப்போது அகில் உற்சாகமாகியிருந்தான். பக்கத்தில் இருந்த சேரில் சப்பணமிட்டு உட்கார்ந்தான். கை விரல்கள் ஒவ்வொன்றாய் விரிய வாய் முணுமுணுக்க ஆரம்பித்தது.

வேளச்சேரியில் இருக்கும் அதே மருத்துவமனையில்தான் அகிலும் பிறந்தான். அப்போது வேளச்சேரியில் வாடகை வீடொன்றில் குடியிருந்தார்கள். இப்போது சொந்த வீடு வாங்கியிருக்கும் பள்ளிக்கரணையிலிருந்தும் இது அதிக தூரமில்லை. மேலும், தெரிந்த டாக்டர், வெளிப்படையாகப் பேசவும் வசதியாக இருக்கும் என்பதால் பூஜா இங்கே அழைத்துவந்தாள். சாஜு நினைத்ததைவிட அவள் தெளிவாகவே இருந்தாள். சாதாரணமாக சின்னச் சின்ன விசயங்களுக் கெல்லாம் சோர்ந்து முடங்கும் அவள்தான் வாழ்வின் சிக்கலான தருணங்களிலெல்லாம் திடமானவளாகவும் தைரியம் தருபவளாகவும் இருந்திருக்கிறாள்.

ஆண்களை விட பெண்கள் தங்கள் வீட்டைப் புறக்கணித்து துணிந்து வருவதன் பின் இருக்கும் வலி சொல்லி மாளாது. காதல் கல்யாணத்தை இருவீட்டாரும் எதிர்த்து நின்றபோது, இரண்டு வருடக் காத்திருப்புக்குக் கொஞ்சமும் பலன் இல்லாதபோது, பூஜாதான் திருமணம் செய்துகொள்ளலாம், வருவது வரட்டும் பார்த்துக்கொள்ளலாம் என்ற முடிவை முன்மொழிந்தாள். சாஜு பின்தொடர்ந்தார். அதன் பின்னே அகில் பிறந்ததும் அவள் பார்த்த வேலையை விட்டுவிட்டு முழுக்க முழுக்க அவனுக்காகச் செலவிடுவது என்று முடிவுசெய்தாள். யாதொருவரின் பற்றுக்கோலும் இன்றியே தங்களால் இங்கே தழைத்து வளர முடியும் என்பதை நிறுவுவதன் பொருட்டு இங்கே தங்களுக்கென்று சொந்தமாக வீடொன்றை வாங்க வேண்டும் என்ற முடிவை எடுத்தவளும் அவள்தான். இப்படி வாழ்வை மாற்றும் பல்வேறு முடிவுகள் அவளுடையதாகவே இருந்துள்ளன.

அதேபோல, வீட்டுக்கடன் முதலிய கடன்களையெல்லாம் கட்டி முடித்து நிமிரும்வரை அடுத்த குழந்தை வேண்டாம் என்பதிலும் அவள் தெளிவாக இருந்தாள். ஆனால், எதிர்பாராத விதமாக இப்படித் தங்கிவிட்டது. "ஒன்றும் பிரச்சனையில்லை. கலைத்துக்கொள்ளலாம்" என்று அவள் கூறினாலும் சாஜுவால் அதை அத்தனை சாதாரணமாக ஏற்றுக்கொள்ள இயல வில்லை. சிசேரியன் முடித்து வீடு திரும்பியிருந்த இரவுகளில் ஒவ்வொருமுறை கட்டிலிலிருந்து எழும்போதும் பொறுக்க முடியாத வலியால் அவள் கண்கள் கசிந்து நிற்கும் காட்சி நினைவுக்கு வந்தது. வீட்டு நிர்வாகம், அகிலின் படிப்பு, டான்ஸ்,

ஸ்விம்மிங் என்று அவனுக்குத் தேவையான ஒவ்வொன்றையும் பார்த்துப் பார்த்து அவளே செய்துகொண்டிருக்கிறாள். தன்னையும் அகிலையும் கவனித்துக்கொள்ளும் பொருட்டு அவள் விட்டுக்கொடுத்திருக்கும் விசயங்களைப் பற்றி சாஜூ நன்கு அறிவார். ஒருவேளை வேலையில் தொடர்ந்திருந்தால் தன்னைவிட உயர்ந்த இடத்தில் இருந்திருக்கக்கூடிய அத்தனை தகுதிகளையும் கொண்டவள். இரு வீட்டாரின் துணையில்லாமல் ஒரு குழந்தையை வளர்த்தெடுப்பது சென்னை போன்ற நகரத்தில் அத்தனை சுலபமில்லை என்பதையும் சாஜூ நன்கு புரிந்துவைத்திருந்தார்.

அகில் எண்ணி முடித்திருந்தான். "அப்பா, ஓவர்."

"சூப்பர் அகில், வெரி குட்"

"அப்பா சைபர் ப்ளஸ் சைபர் எவ்ளோ?"

"சைபர்"

"நோப்பா, டூ சைபர்"

"அதுவும்கூட சைபர்தான்டா"

"எப்படி? இரண்டு சைபர்னா. ஒன் டூ" என்றவாறு தன் பிஞ்சுக் கட்டை விரலையும், ஆட்காட்டி விரலையும் திறந்தான். "அதே ஒன் சைபர்னா, ஒன் மட்டுந்தான்" என்றவாறு நீட்டியிருந்த இரண்டு விரல்களில் தன் ஆட்காட்டி விரலை மட்டும் மூடினான்.

சாஜூ அவனை மெதுவாக நெஞ்சோடு அணைத்து முதுகில் தடவினார். அப்போது டாக்டர் அறையிலிருந்து வெளிவந்த நர்ஸ் ஒருவர், "இங்க சஞ்சீவ்ன்னு பூஜா ஹஸ்பண்ட் யாரு?" என்று கேட்டார்.

அகிலைக் கூட்டிக்கொண்டு சாஜூ உள்ளே போனார்.

டாக்டருக்குப் பக்கத்தில் இருந்த பெஞ்சில் பூஜா உட்கார்ந் திருந்தாள். அவருக்கு எதிரேயிருந்த பெரிய டேபிளுக்கு மறுபுறம் இருந்த இரண்டு சேர்களில் ஒன்றில் சாஜூ அமர்ந்துகொண்டார். டேபிளின் மேல் தடித்தடியான மருத்துவம் தொடர்பான புத்தகங்கள் அடுக்கப்பட்டிருந்தன. பூஜாவிடம் அகில் ஓடினான். அந்த அறை சாஜூவுக்கு நன்கு பழக்கப்பட்ட அறை. அன்று, அகிலைக் கருக்கொண்டிருந்த செய்தியை மகிழ்வும் நெகிழ்வுமாய்க் கேட்டறிந்த அதே இடத்தில் இப்போதும் உட்கார்ந்திருந்தார். அங்கே, ஆறு வருடங்களில் பெரிதாக ஒன்றும் மாறிவிடவில்லை. அதிலும் குறிப்பாக அந்த அறையில்

மாட்டப்பட்டிருந்த அந்தப் புகைப்படம். அதில் அந்த டாக்டர் மிகவும் இளமையாக இருந்தார். சீருடை அணிந்து அன்று பிறந்த பச்சைக்குழந்தையைக் கையில் தாங்கியபடி கண்களில் நீர்கோர்க்க புன்னகைத்தபடி இருக்கும் புகைப்படம் அது. அந்த அறையோ, எதிரே இருந்த டாக்டரோ எந்தவிதத்திலும் மாறியிருக்கவில்லை. ஆனால், சாஜூ முற்றிலும் வேறானதொரு நிலையில் இருந்தார்.

“மிஸ்டர், மிஸ்ட . . .” கையிலிருந்த சீட்டை ஒரு முறை பார்த்துவிட்டு “சஞ்சீவ்” என்றார் டாக்டர்.

“யெஸ் டாக்டர்!”

“உங்க மிஸஸ் என்ன சொல்றாங்கன்னு தெரியுமா?” என்று டாக்டர் பூஜாவையும் சாஜூவையும் பார்த்தார். சாஜூ தலையைத் திருப்பி பூஜாவைப் பார்த்தார். அவள் உலர்ந்திருந்த உதட்டை இறுக்கி மெதுவாகப் புன்னகைத்தாள்.

“டி.சி. பண்ணிடலாம்ன்னு சொல்றாங்க” இதற்கு எப்படி பதில் சொல்வது தெரியாமல் சாஜூ விழித்துக்கொண்டிருந்தார்.

“இங்க பாருங்க சஞ்சீவ். பேபி செட் ஆகி இரண்டு வாரத்துக்கு மேல ஆகிடுச்சு. இப்போ அது ஃபார்ட்டி ஃபை டேஸ் பேபி. பல்ஸ் எல்லாம் ரொம்ப நார்மலா இருக்கு. இப்போ போயி கலைக்கிறது சரியில்ல. அது தேவையில்லாத காம்ப்ளிகேசன்ஸ்ல போயி முடியலாம். அதுவும் உங்களுக்கெல்லாம் என்ன பிரச்சனை? ஐ.டி.ல இருக்கீங்க. நல்லா சம்பாதிக்கிறீங்க. அப்புறம் ஏன் வேணாம்ங்கிறீங்க?”

“இல்ல டாக்டர். இரண்டு வீட்லயும் சப்போர்ட் கிடையாது. நாங்களே எல்லாத்தையும் பாத்துக்கணும். இவனையும் சேர்த்து” அகிலின் தலையைக் கோதியவாறே பூஜா பதில் கூறினாள்.

“உன் உடம்புக்காகத்தான் நான் பேசிட்டு இருக்கேன். புரியுதா? முதல்லயே கவனமா இருந்துருக்கணும். இல்ல பின்னாடியாவது சுதாரிப்பா இருந்துருக்கணும். இரண்டும் இல்லாம இப்போ வந்துட்டு தாம்தூம்ன்னு குதிக்கக் கூடாது” என்று உரிமையாக அரற்றினார். அவர் பேச்சிலும் கண்களிலும் உண்மையான அக்கறை தெரிந்தது.

அவரே தொடர்ந்தார், “தம்கட்டி சமாளிங்க சார். எல்லாம் சரியா வரும். அப்புறம் பின்னாடி ஒரு நாள் வந்து நீங்களே இந்த முடிவு எடுத்ததுக்காக சந்தோசப்படுவீங்க. இரண்டாவதப் பெத்துட்டு கையோட பிளானிங் பண்ணிக்கிடலாம். இப்போ டி.சி. பண்ணிட்டு பின்னாடி கஷ்டப்படாதீங்க” என்றார்.

"யோசித்துவிட்டு நாளை வருகிறோம்" என்று சொல்லி வெளியேறினார்கள். "டாக்டர்ஸ்லாம் அப்படித்தான்ப்பா சொல்லுவாங்க. நாம வேணும்னா இன்னொரு டாக்டர்ட்ட கன்சல்ட் பண்ணிக்கலாம்" என்று பேசிக்கொண்டு வந்த பூஜாவின் வார்த்தைகள் எதுவும் சாஜுவின் காதுகளில் விழவில்லை. இந்த முறை சாஜு உறுதியான முடிவுக்கு வந்திருந்தார்.

காரில் திரும்பும்போது, பூஜாவிடமும் அகில் அதே கேள்வியைக் கேட்டுக்கொண்டிருந்தான். "அம்மா சைபர் ப்ள்ஸ் சைபர் எவ்ளோமா?"

◌

19

அன்று வியாழக்கிழமை. அதுவும் பெரிய விசேஷ நாளொன்றுமில்லை. ஆனாலும், ஒரு இருக்கை பாக்கியில்லாமல் கூட்டம் நிறைந்து வழிந்தது. இத்தனைக்கும் ஒரே ஒரு வேளைக்குத் தலைக்கு ஆயிரம் ரூபாய்க்குக் குறையாமல் செலவாகும் பார்பிக்யூ ஓட்டல் அது. வேளச்சேரியிலிருந்து எஸ்.ஆர்.பி டூல்ஸ் செல்லும் பாதையில் தரமணியில் அமைந்திருந்தது. இவர்களின் டேபிளுக்குப் பக்கத்தில் யாரோ ஒரு பெண்ணுக்குப் பிறந்தநாள் கேக் வெட்டி, கைத்தட்டிப் பாட்டுப் பாடிக்கொண்டிருந்தார்கள். கிட்டத்தட்ட அங்கு அமர்ந்திருந்த அனைவருமே எங்கோ ஒரு ஐ.டி. நிறுவனத்திலிருந்து பிறந்தநாள், திருமண நாள், ஆன்-சைட் ரிட்டர்ன், டீம் அவுட்டிங் என ஏதோ ஒரு கொண்டாட்டத்தின் பொருட்டு அங்கு வந்திருந்தனர்.

வேலைக்குச் சேர்ந்த நாளிலிருந்து விவேக் அளிக்கும் முதல் ட்ரீட் அது. வெளிநாடு போய் விடுமுறைக்கு வருபவர்களை அல்லது இங்கிருந்து வெளிநாடு போகப்போகிறவர்களைப் பாரபட்சம் பார்க்காமல் இத்தகைய பெரிய ஓட்டல் ஏதேனும் ஒன்றுக்கு அழைத்து வந்துவிடுவார்கள். இந்த ஓட்டல் தேர்வும் இடமும் ஆளுக்கு ஏற்றபடி, அவர்கள் வாங்கும் சம்பளத்துக்கு ஏற்றபடி மாறுபடும். அவர்களின் ப்ராஜெக்ட்டைப் பொறுத்த மட்டில் இதுபோன்ற விசயங்களில் இடத்தைத் தெரிவுசெய்வது, விசாரிப்பது, அணி திரட்டுவது எல்லாம் பனிமலரின் வேலை.

வேணு இது போன்ற அணி சார்ந்த நிகழ்வுகளில் பொதுவாகப் பங்கேற்பவர் இல்லை. அந்த நேரத்தில் ஏதாவது ஒரு வேலையை முடித்துவைக்கலாம் என்றே யோசிப்பார். மேலும் இது போன்ற கொண்டாட்டங்களிலிருந்து விலகி இருப்பதே அவர் வழக்கம். ஆனால், அன்று வேணுவும் வந்திருந் தார். சாஜூவைத் தவிர விவேக் அணியிலிருந்த அத்தனை பேரும் வந்திருந்தனர். ஒருவிதக் கொண்டாட்டம், உற்சாகம், உரையாடல். விவேக் மட்டும் சற்றுப் பதற்றமாக இருந்தான். அந்த ஏ.சி குளிரிலும் அவனுக்கு நெற்றியெங்கும் வியர்த்துக் கொட்டியது. வேணு, பரத்வாஜ், ஆர்த்தி, விமல் என சைவம் உண்பவர்கள் ஒரு பக்கமும், அசைவம் உண்ணும் மற்றவர்கள் மறு பக்கமும் பரிமாறுவதற்கு ஏதுவாகப் பிரிந்து அமர்ந்தனர்.

கொதிக்கும் க்ரிலை எடுத்துவந்து அதற்கென்று இருந்த குழிகளில் பொருத்தினர். சைவம் உண்பவர்களுக்கு காளான், காலிஃப்ளவர் போன்றவையும், மற்றவர்களுக்கு சிக்கன், மட்டன், மீன், இறால் போன்றவையும் வரிசையாகக் கொண்டுவந்து பரிமாறப்பட்டன.

வேணு பக்கத்தில் இருந்த பரத்வாஜிடம், "இங்க நாம நாலு பேர்தான் வெஜ்ஜா?" என்றார்.

"ஆமா, வேணு அவ்ளோதான்."

"ஓ, மொத்தமே நாலு பேருதானா?"

"யெஸ் வேணு, தட்ஸ் இட்"

"ஆர்த்தியும் விமலும் எப்பவுமே வெஜ்ஜா?"

"ஆர்த்தி எப்பவும் வெஜ்தான். விமலோட அப்பா ஐயப்பன் கோவிலுக்கு மாலை போட்டுருக்கார்போல. இல்லைன்னா அவனும்கூட அந்தப் பக்கம்தான் உட்கார்ந்திருப்பான்"

"சாஜூவும் நான்–வெஜ்தான் இல்ல? இன்னைக்கு வரல. ஆனா, நான் பார்த்திருக்கேன். நான்–வெஜ்தான் இங்கே மெஜாரிட்டி அப்போ" என்று கூறியபடி, தன் தலையை மெதுவாக மேலும் கீழும் ஆட்டினார். மறுபக்கத்தில் அசைவம் சாப்பிட்டுக் கொண்டிருந்தவர்களுக்கு அடுக்கப்பட்ட உணவுகளை ஒருமுறை பார்த்தார். பின்னர், பரத்வாஜ்ஜைப் பார்த்துப் புன்னகைத்தார். அவனும் ஆமோதித்துப் புன்னகைத்தான்.

"ஆமா வேணு, நம்ம டீம்ல நான், நீங்க, ஆர்த்தி மூணு பேர் மட்டும்தான் ப்யூர் வெஜ்"

"ஓ, ரைட் ரைட். நீ சாப்பிடுப்பா"

சிக்கனை மெல்லுவதில் மும்மரமாக இருந்தாலும் இவர்களுக்கிடையே நடந்த சம்பாஷணைகள் ஒவ்வொன்றும் நித்திலனின் காதில் விழுந்துகொண்டிருந்தன. மிக யதேச்சையாகப் பார்ப்பதுபோல் வேணுவின் முகத்தைப் பார்த்தான். அடுத்த முறை இது போன்ற விருந்துகளுக்கு வர மாட்டார் என்பது மட்டும் அவனுக்கு உறுதியாகத் தெரிந்தது.

பொதுவாக இது போன்று அணியாகச் செல்லும் எந்த நிகழ்விலும் அவர் கலந்துகொள்வதில்லை. அப்படியே வந்தாலும் யாரிடத்தும் அளவளாவுவதிலும்கூட சிக்கனமாக இருப்பார். பல நேரங்களில் நிகழ்வுகளில் ஒன்றவியலாமல், இவரிடமும் யாரும் வந்து பேசாமல் தனியாக உட்கார்ந்திருப்பதைப் பார்த்திருக்கிறான். அந்த நேரத்தில் பார்க்கப் பாவமாக இருக்கும். அப்படியான நேரங்களில் சாஜு இருந்தால் நிலைமையை ஓரளவுக்குச் சமாளிப்பார். இதன் காரணமாக இவர்களும் ஒருகட்டத்துக்குப் பின்னர் அவரிடம் தகவல் சொல்வதோடு நிறுத்திக்கொண்டனர். இந்தப் பழக்கவழக்கம் தெரியாத விவேக் அவரையும் சேர்த்து அழைத்துவிட்டான். ஆச்சரியமாக அவரும் ஒப்புக்கொண்டு வந்துவிட்டார். இப்போது மாட்டிக்கொண்டு விழிக்கிறார். ஒரு பக்கம் நித்திலனுக்கு சிரிப்பு வந்தது.

நித்திலனின் மொபைல் அதிர்ந்தது. மீரா வாட்ஸப் செய்திருந்தாள் "இன்று வேலை அதிகம். இரவுணவுக்கு வெளியே வாங்கிக்கொள்ளலாமா?" என்று கேட்டிருந்தாள். அவசர அவசரமாகக் கிளம்பியதால் அவளிடம் இதைப் பற்றி தகவல் கூறவில்லை. தான் நண்பன் ஒருவனின் விருந்தில் இருப்பதாகவும் அவளுக்கு மட்டும் ஆர்டர் செய்து வாங்கிக்கொள்ளுமாறும் பதில் அனுப்பினான்.

விவேக் கர்சீப்பை எடுத்து முகம், கழுத்து என்று வழிந்த வியர்வையை ஒத்தி எடுத்தான். வரவேற்புக்காக வைக்கப்பட்டிருந்த லெமன் ஜூஸை எடுத்துச் சிறிது பருகினான்.

"என்ன விவேக். ஏதோ டென்சனா இருக்க மாதிரி தெரியுது."

"இல்லண்ணே. ஒண்ணுமில்ல. இந்த க்ரில்ல வர்ற ஹீட் ஒத்துக்கல. அதான் வேர்த்து வேர்த்து விடுது" நித்திலனை மட்டும் அவன் அண்ணன் என்று அழைப்பது வழக்கம். நித்திலனும் அதைப் பெரிதாகக் கண்டுகொள்ளவில்லை. சொல்லப்போனால் அங்கே அப்படிக் கூப்பிட ஓர் ஆள் இருப்பது அவனுக்கு நன்றாக இருந்தது.

"பாத்தியா, நம்ம ஊர்ல அடிக்கிற வெயில்ல அலைஞ்சு திரிஞ்சுட்டு, இப்போ க்ரில்லருந்து வர்ற ஹீட்டே தாங்க

முடியலங்கிற!" என்று சிரித்துக்கொண்டே அவன் தோளில் தட்டினான்.

"ஐயோ அப்படி இல்லண்ணே. அங்க இப்போத்தான் குளிர்காலம் ஆரம்பிச்சுது. டே லைட் சேவிங்கூட மாத்தி வச்சாங்களே. அங்க நான் ஃப்ளைட் ஏறும்போது ஏழு டிகிரி. இங்க இறங்கும்போது முப்பத்தேழு டிகிரி. ஒரே நாள்ல முப்பது டிகிரி மாற்றம். உடம்பு தாங்காதுண்ணே. ஏதோ புண்ணியம் இந்த விண்டர் அங்க இருந்து தப்பிச்சுட்டேன்"

விவேக் போர்க்கையும் கத்தியையும் கொண்டு இறாலை எடுப்பதைக் கூர்ந்து கவனித்தபடியே, "ஏ, என்னப்பா? விருப்பப்பட்டுப் போறீங்க. நல்லா ஊர் சுத்தி ஜாலியா இருக்கீங்க. ஃப்ர்ஸ்ட் ஸ்னோ ஃபால்ன்னு பேஸ்புக், வாட்ஸப்புன்னு ஃபோட்டோ போடுறீங்க. அப்புறம் இங்க வந்து ஏதோ தப்பிச்சோம் பிழைச்சோம்ன்னு புலம்புறீங்க" என்றான்.

"நித்திண்ணே, நீங்களுமா இதையெல்லாம் நிஜம்ன்னு நம்புறீங்க. எல்லாம் சும்மா. ஒரு நாள் போயி ஸ்னோவைப் பார்த்து அப்படியே பொங்குவாங்க. ஆனா, அடுத்த நாள்லருந்து வீட்டைவிட்டு வெளிய வரவே மாட்டாங்க. ஹீட்டரைப் போட்டு நெட்ஃபிளிக்ஸ்ல ஏதாவது சீரிஸ் பாத்துட்டு உட்கார்ந்துருப்பாங்க. போட்டோ போடறதுக்குன்னு வெளியே போயி சுத்துற கேசு உண்டு. வெளியே போனா, ஊர் சுத்தினா காசு செலவாகுமேன்னு எதுக்குமே வராம, எங்கையுமே கலந்துக்காம வீடு-ஆபீஸ்ன்னு சுத்தி சுத்தி வர்ற கோஷ்டிதான் இதில அதிகம்."

"ஓ, இது வேறயா?"

"ஐயோ, அதை ஏன் கேக்கிறீங்க? ஒத்தை டாலரைக்கூட பாத்துப் பாத்து செலவு பண்ணுவானுங்க. அடுத்தவனுக்குக் கொடுக்கிற நயா பைசாவுக்குக்கூட கணக்கு வச்சுருப்பாங்க. ஒருநாள் நம்ம சத்தி பிஸினஸ் விஸிட் வந்திருந்தார். நான், பிரவீன், கௌதம் மூணு பேரும் அவரை பிக்அப் பண்றதுக்காக பிரவீன்னோட ஏர்போர்ட் போயிருந்தோம். போய் கூட்டிட்டு வீட்டுக்கு வந்ததும் பிரவீன்கிட்ட இருந்து ஒரு மெசேஜ். ஏர்போர்ட் பார்க்கிங் சார்ஜ் அஞ்சு டாலர். அதை மூணாப் பிரிச்சு மிச்ச ரெண்டு பேருக்கும் அனுப்பிவச்சுருக்கார். நல்ல வேளை பெட்ரோல் செலவை மறந்துட்டார்போல இருக்கு"

"ஏ, என்னப்பா சொல்ற? பிரவீன்லாம் அஞ்சு வருசமா அங்க தானே இருக்கார். நாலு டாலர் கைலருந்து போடுறதுக்கு என்ன?"

"அது அப்படித்தாண்ணே. அங்க வந்து அப்படி மாறிடுறாங்க. காசு, காசுன்னு மிச்சம் பிடிக்கிறதுலயே குறியா

இருப்பாங்க. ஊர்ல கட்டிக்கிட்டு இருக்கிற வீட்டை மட்டும் முடிச்சுட்டேன்னா மொத்தமா திரும்பிவந்துடுவேன்ணே." இதைச் சொல்லும்போது, விவேக்கின் கண்கள் ஒருமுறை ஒளிர்ந்தடங்கியது.

"அட, பொறுமையா எல்லாத்தையும் செட்டில் பண்ணிட்டு வா, அவசரப்பட்டுடாதே. அவனவன் வாய்ப்பு கிடைக்காதான்னு அலைஞ்சுட்டு இருக்கான். முடிஞ்சா சென்னைல ஒரு வீடு வாங்கிப்போடு."

"இல்லண்ணே, நான் சொல்றது உனக்குப் புரியல. அது ஒரு செயற்கையான ரப்பர் உலகம். ஒரு சின்ன வட்டம். அதுக்குள்ளயே ஒவ்வொரு நாளும் விடியும். அடையும். நீ வாரத்துல ஏதாவது ஒரு நாளைச் சொல்லி ஒரு நேரத்தையும் சொன்னா நான் சரியா அப்போ என்ன பண்ணிக்கிட்டு இருப்பேன்னு சொல்லிடுவேன். அவ்வளவுதான் அங்க வாழ்க்கை. அது ஒரு சைக்கிள். நீ பேஸ்புக்லயும், வாட்ஸப்புலயும் பாக்குற தெல்லாம் பொய். ரொம்ப ரொம்பப் பொய். அது, அப்படி ஒண்ணும் சொர்க்க பூமி இல்லை. அதுவும் போன புதுசுல நான் பட்டதெல்லாம் மரண அவஸ்தை. இப்போ நினைச்சாலும் படபடன்னு வருது. உனக்கு அர்ச்சனா டீம்ல ஆன்சைட்ல இருக்காறே பரத் தெரியுமா? ஒரே அப்பார்ட்மண்ட். எனக்குப் பக்கத்து வீடு அவருக்கு. அவரும், அவரோட காலேஜ் ஃபிரண்ட் ஒருத்தரும் சேர்ந்து இருந்தாங்க. திடீர்ன்னு ஒருநாள் அவசரமா ஆம்புலன்ஸ் வந்தது எங்க அப்பார்ட்மண்ட்டுக்கு. பரத்தும் அவர் ஃப்ரெண்டும் நைட் சாப்பிட்டு ஆளுக்கு ஒரு ரூம்ல படுக்கப்போயிருக்காங்க. திடீர்ன்னு ஏதோ டம் டம்ன்னு இடிக்கிற மாதிரி சத்தம் வரவும் அவர் ஃப்ரெண்ட் முழிச்சுப் பார்த்துருக்கார். பரத்தோட ரூம்லருந்து வந்திருக்கு. உள்ள திறந்து பார்த்தா மெத்தை, தலகாணியெல்லாம் நார் நாரா கிழிச்சுப் போட்டு இருந்திருக்கு. சுவத்துல கையால ஓங்கி ஓங்கி குத்திட்டு இருந்திருக்கார். கடைசில, இவர் 911–க்கு ஃபோன் பண்ணி வரவழைச்சுருக்கார்.

பரத் ஊருக்குப் போயி இரண்டு வருசமாயிருக்கும்போல. நடுவுல போனா விசா பிரச்சனையாகிடும். திரும்பி வர முடியாத மாதிரி இக்கட்டான சூழ்நிலை. பொண்டாட்டிய கைக்குழந்தை யோட ஊர்ல விட்டுட்டு வந்துருக்கார். இப்போ அந்தப் பொண்ணுக்கு இரண்டரை வயசு. பொண்ணு பொறந்தப்போ போயி பார்த்தது. இப்போ அது ஓடி ஆடி விளையாடறது எல்லாமே ஸ்கைப்புலயும் வாட்ஸப்புலயும்தான். சமீபத்துல பக்கத்துல எங்கயோ ப்ளே ஸ்கூல் போட்டுவிட்டாங்க போல. காலையில போன்ல பேச நேரமில்ல அந்தப் பிள்ளைக்கு.

நைட்ல இவருக்கு நேரமில்ல. இப்படியே போயிட்டு இருந்துருக்கு.

இவருக்குப் பொண்ணு மேல ரொம்பப் பாசம். அவர் ரூம் முழுக்க அந்தப் பொண்ணோட ஃபோட்டோவா ஒட்டி வச்சுருப்பார். அவரோட ரூம்ல டேபிள் ஒண்ணு இருக்கு. அது மேல மஞ்சத் துண்டு ஒண்ணு மடிச்சு வச்சுருக்கும். எப்பவுமே அது அங்க இருக்கும். அவர் பொண்ண முதன்முதல்லா இவர் கையில் கொடுக்கும்போது சேர்த்து கொடுத்த துணிபோல. பொண்ணு ஞாபகமா தூக்கிட்டு வந்துருக்கார்.

அன்னைக்குத் திடீர்னு பொண்ணுக்கு சுரம் வந்து, அதிகமாகி, பின்னாடி ஃபிட்ஸ் வந்து ஹாஸ்பிட்டல்ல போயி அட்மிட் ஆகுற அளவுக்குப் போயிருக்கு. எதுவுமே இவருக்குத் தெரியாதுபோல. அன்னைக்கு ராத்திரிதான் இந்த விசயமே தெரிஞ்சுருக்கு. அது ஏற்கெனவே இருந்த ஸ்ட்ரெஸ்ஸை அதிகப்படுத்தி இப்படி ஆக்கிவிட்டுருக்கு. இப்போ ஏதோ சைக்காலஜிஸ்ட் ஒருத்தர்கிட்ட ட்ரீட்மெண்ட் போயிட்டு இருக்கார். சைக்காலஜிஸ்ட்ட போகக்கூட ரெடியா இருக்கார் மனுசன். ஆனா அத்தனையும் தூக்கிப்போட்டு வீட்டுக்குப் போக மனசில்ல. ஏன்னா காசு, ச்சை. இப்படி சம்பாரிச்சு என்னத்தச் சாதிக்கப்போறாங்களோ!"

"என்ன பண்றது. அவருக்கு என்ன கஷ்டமோ!"

"அண்ணே, இங்க ஐ.டி.ன்னாலே ஏதோ பயங்கர ஸ்ட்ரெஸ், டென்சன், கழுத குதிரன்னு ஒரு இமேஜ் உருவாகியிருக்கில்ல. அதுக்குப் பெரும்பாலும் இது மாதிரி ஆட்கள்தான் காரணம். உண்மையில இது தனிப்பட்டவங்களோட பிரச்சனையே தவிர ஐ.டி.யோட பிரச்சனையில்லை. இங்க எல்லாருக்கும் எது போதும்ன்னு தெரியறதில்ல. எங்க நிறுத்திக்கணும்ன்னும் தெரியறதில்ல"

"அதென்னவோ சரிதான்டா, ஆனா, ஆன்–சைட் போயிட்டு வந்து எனக்குப் பிடிக்கல. சீக்கிரம் மொத்தமா திரும்பிடுவேன்னு சொல்ற முதல் ஆளை இப்போதான் பாக்கிறேன்டா தம்பி. சபாஷ்!"

பில் வந்தது. விவேக் வீட்டின் ஒரு மாதச் செலவை விட அதிகம். ஆனால், இங்கே இது சம்பிரதாயம். மறுக்க முடியாது. அசிங்கம். முகத்தில்கூட சிறு சுளிப்பைக் காட்டக் கூடாது. ஆனால், மனது வெந்து புழுங்கியது. உட்புழுக்கம் வெளியே வேர்வையாய்க் கொட்டித் தீர்த்தது.

20

டெய்ஸியின் 2009 டைரியிலிருந்து சில நாட்குறிப்புகள்:

○

மெலிண்டா நன்றாகச் சமைக்கக் கற்றுக் கொண்டுவிட்டாள். இன்று அவள் செய்துகொடுத்த 'ஸ்டீக்' அத்தனை மிருதுவாகவும் சாறு நிறைந்தும் சுவையாகவும் இருந்தது. வீட்டைவிட்டு வெளி யேறும் பிள்ளைகள் திரும்பி வரும்போது அவர்கள் தன்னுடன் புதியதொரு உலகத்தைக் கொண்டு வருகிறார்கள்.

○

இந்த முறை ஜனநாயகக் கட்சி ஆட்சிக்கு வருவதற்கான சமிக்ஞைகள் தெரிகின்றன. பராக் ஒபாமாவைப் பார்க்க நம்பிக்கையாக இருக்கிறது. அவர் ஒரு சிறந்த நிர்வாகி என்று தொலைபேசும் போது பால் கூறியது நினைவுக்கு வந்தது. அவன் தற்போது வசிக்கும் இல்லினாய்ஸின் ஆளுநராக இருந்தவர் அவர் என்பதால் அவன் கூறியதை நம்புவதில் தவறில்லை. ஒருவேளை அவர் அதிபராகி நாட்டை இப்பெரும் பொருளாதாரச் சீரழிவிலிருந்து மீட்பாரானால் என்றென்றைக்கும் அமெரிக்க பிரஜைகளால் நினைவுகூரப்படுவார். பார்க்கலாம்.

○

இன்று மெலிண்டா விடுமுறை முடிந்து கிளம்பிவிட்டாள். மறுபடியும் வீட்டில் நானும் சோஃபியும் மட்டும். ஒவ்வொருமுறை வீடு வந்து

திரும்பும்போது அவள் தன்னோடு இந்த வீட்டின் உயிர்ப்பையும் சேர்த்து எடுத்துக்கொண்டு போய்விடுகிறாள். இந்த முறை ப்ராஜெக்ட் ஒன்றின் பொருட்டு பால் வரவில்லை. அவனும் இருந்திருந்தால் இன்னும் சிறப்பாகக் கழிந்திருக்கும். மெலிண்டாவுக்கு வில்லியம்ஸைப் போன்ற கூர்மையான நீலநிறக் கண்கள். அவளுடைய அறைத் தோழனைப் பற்றிப் பேசும்போதெல்லாம் பிரத்தியேகமாக ஒளிரும் அந்தக் கண்களை வில்லியம்ஸுடன் தனித்திருக்கும் பொழுதுகளில் பார்த்திருக்கிறேன். நீல வைரக் கண்கள்!

○

வங்கியின் தகவல் தொழில்நுட்பத்தின் தலைமை செயல் அதிகாரி மாறப்போவதாகப் பேச்சு அடிபடுகிறது. கடந்த இரு ஆண்டுகளாக ஏற்பட்ட பொருளாதாரச் சரிவின் பொருட்டு வங்கிக்குப் பெருத்த இழப்பு ஏற்பட்டிருப்பதாகவும், அதற்குப் பொறுப்பேற்று தற்போதைய தலைமை செயல் அதிகாரி தாமே முன்வந்து பதவி விலகுகிறார் என்றும் அந்த ஜப்பானியப் பெண் யூகி கூறினாள். என்னுடைய இருபது ஆண்டு கால அனுபவத்தில் இப்படி நடப்பது இது இரண்டாவது முறை. எல்லாப் பக்கமும் தலைமை மாறுகிறது. மாற்றங்களை வரவேற்பதே இக்கணத்தில் எல்லோரும் செய்ய வேண்டியது. வேறு வழியும் இல்லை.

○

இன்று விடுமுறை. சோஃபியைக் காலையில் நடைபயில அழைத்துச்சென்றேன். நீண்ட நாட்களுக்குப் பிறகு பால்–மெலிண்டாவின் ஆரம்பப் பள்ளி ஆசிரியர் கார்ட்டரைப் பார்த்தது மனதுக்கு நிறைவாக இருந்தது. டேவிட் கஃபேவில் ஆளுக்கு ஒரு காபி ஆர்டர் செய்து நீண்ட நேரம் பேசிக்கொண்டிருந்தோம். சமீபத்தில் பால், மெலிண்டா மற்றும் சில அலுவலகத் தோழமைகள் தவிர வேறு யாரிடமும் மனம்விட்டுப் பேசியதாக நினைவில் இல்லை. என்னைச் சுற்றியிருக்கும் வட்டம் நாளுக்கு நாள் குறைந்துகொண்டே வருகிறதாக உணர்கிறேன்.

○

அலுவலகத்தில் ஏதோ ஒன்று சரியாக இல்லை. புதிய தலைமைச் செயல் அதிகாரி பதவியேற்றதிலிருந்து இதுவரை மூன்று முக்கியமான துறைகளின் தலைமைப் பொறுப்பாளர்கள் இடம் மாற்றப்பட்டுள்ளனர். அதில் ஒருவர் நிறுவனத்திலிருந்து விலகுவதற்கான கடிதம் சமர்ப்பித்துவிட்டார். அலுவலகத்தினுள்

பார்க்கும் இடங்களிலெல்லாம் இதே பேச்சாக இருக்கிறது. எல்லோர் முகத்திலும் கவலையின் ரேகைகள் ஓடுகின்றன.

❍

இன்று கிளாராவுடன் பேசிக்கொண்டிருக்கும்போது, எந்த விசேஷக் காரணங்களும் இல்லாதபோதும், 'உன்னை என்னால் புரிந்துகொள்ளவே முடியவில்லை' என்பதைத் திரும்பத் திரும்பச் சொன்னாள். எல்லோராலும் எளிதில் புரிந்துகொள்ளப்படக் கூடிய மனுசியாக வாழ்வதில் என்ன சுவாரஸ்யம் இருக்கிறது?

❍

என் அணியில் எனக்கு உதவியாக இந்தியாவிலிருந்து பணியாற்ற அமர்த்தப்பட்டிருக்கும் அந்தப் பையனை எனக்குச் சுத்தமாகப் பிடிக்கவில்லை. நான் சொல்வது எதுவுமே அவனுக்குப் புரிவதுமில்லை. இப்போதுதான் கல்லூரி முடித்து வந்திருப்பான்போல் இருக்கிறது. ஆனால், ஐந்து வருட அனுபவம் என்று பொய் சொல்கிறார்கள். அன்றொரு நாள் டார்கெட்டில் பில் செலுத்துமிடத்தில் வரிசையின் இடையில் நுழைந்து மற்றவர்களிடம் திட்டு வாங்கினானே ஓர் இந்திய இளைஞன், ஏனோ அவன் முகமே இவனுடன் பேசும்போதெல்லாம் நினைவுக்கு வருகிறது.

❍

பால் தனது தீஸிஸை வெற்றிகரமாக சமர்ப்பித்துவிட்டதாகக் கூறினான். மகிழ்ச்சியாக இருக்கிறது. வில்லியம்ஸ் இருந்திருந்தால் வானுக்கும் மண்ணுக்குமாய்க் குதித்திருப்பார். இன்று மிகவும் மகிழ்வான நாள்!

❍

நீண்ட இடைவெளிக்குப் பிறகு இன்று அவளை கராஜின் முன்புறம் உள்ள ரெட் பட் மரத்தின் அடர் ஊதா நிற இலை களுக்கு இடையேவைத்துப் பார்த்தேன். அவளேதான். நீல நிற மூக்கு. அடர் நீலத்தில் கறுப்பும் கலந்த கழுத்து. புல்வெளியில் நின்றால் பிரித்தறிய முடியாத பச்சை நிறத்தில் உடல். வழக்கம் போன்ற 'க்ரீச் க்ரீச்' சத்தம். பார்ப்பதற்கு அத்தனை அழகாய் இருந்தாள். அடிக்கடி வீட்டுப் பக்கம் வந்துபோனால்தான் என்னவாம் உனக்கு?

❍

இன்று வில்லியம்ஸின் நினைவு நாள். வீட்டிலிருந்து வேலை செய்தேன். மனதளவில் நெகிழ்ந்துபோயிருந்தேன். பாலும்

மெலிண்டாவும் அழைத்துப் பேசினார்கள். அந்த இந்தியப் பையன் நிட்டியுடன் அலுவல் தவிர்த்து முதல் முறையாக வேறு விசயங்களும் பேசினேன். கடின உழைப்பாளி போல் தெரிகிறது. அப்பாவியாகவும் தெரிகிறான். வில்லியம்ஸ் இப்போது இருந்திருந்தால் இதை வரவேற்றிருப்பார். புதிய மனிதர்களைச் சந்திப்பதும் அவர்களுடன் அளவளாவுவதும் அவருக்கு மிகவும் பிடித்தமான ஒன்று.

○

என் அணித்தலைவி ஒலிவியா காபிக்குச் சந்திக்கலாம் என்று கூறியபோதே உள்ளுணர்வில் பொறிதட்டியது. நாங்கள் வழக்கமாகச் செல்லும் அலுவலகத்துக்கு அருகில் இருக்கும் காஃபேயைவிட்டு தொலைவிலிருக்கும் காபிக்கடையைத் தேர்ந்தெடுத்தார். வழக்கமாக எங்களுடன் சேர்ந்துகொள்ளும் கிளாரா அன்று வரவில்லை. கடைக்குச் செல்லும் வழியெங்கும் ஒன்றுடன் ஒன்று சம்பந்தமில்லாததாகப் பேசிக்கொண்டு வந்தார். இயல்பாக இருக்கப் பிரயத்தனப்படுகிறார் என்பது புரிந்தது. ஆனால், அவர் முகம் இயல்பாக இல்லை. புன்னகைத்துக் கொண்டே இருந்தபோதும் அது போலியாக, வலிந்து வரவழைத்துக்கொண்டதாகவும் பலவீனமானதாகவும் இருந்தது. ஏற்கெனவே அந்த இந்தியப் பையன் நிட்டியின் நடவடிக்கைகள் அவன் கற்றுக்கொள்ளும் வேகம் ஆகியவை குறித்தெல்லாம் அவர் காட்டிய அதீத அக்கறை மீது எனக்குச் சந்தேகமிருந்தது. அவருக்கும் நான் இங்கிருந்து கிளம்புவதில் உண்மையிலேயே வருத்தம் இருப்பதுபோலவே காட்டிக்கொண்டார். இது அவரின் கட்டுப்பாட்டுக்கு அப்பாற்பட்டது என்பதை நானறிவேன். ஆம், இன்று அவர் அந்தச் செய்தியை அதிகாரப் பூர்வமாக என்னிடம் கூறினார். இவர்கள் தரக்கூடிய மற்ற சலுகைகள், மரியாதை நிமித்த ஊக்கத் தொகை என்பது குறித்தெல்லாம் பொறுமையாக என் மனம் நோகாமல் எடுத்துரைத்தார். எனக்கு விருப்பமென்றால் தன்னுடைய நண்பர்கள் சிலரிடம் வேலைக்குப் பரிந்துரைப்பதாகவும் கூறினார். இரண்டு மாதங்கள் வெறுமனே அலுவலகம் வந்து திரும்பினால் போதுமென்றும், அந்நேரங்களை அடுத்த வேலை தேடுவதற்காகப் பயன்படுத்திக் கொள்ளுமாறும் கூறினார். தேவைப்பட்டால் மேலும் ஓரிரு மாதங்கள் தன்னுடைய மேலதிகாரியுடன் பேசி பணி நீட்டிப்பு வாங்கித் தருவதாய்க் கூறினார். அவரிடம் வெளிப்பட்ட பரிவும் கரிசனமும் போலியானதில்லை என்றே தோன்றியது.

○

செய்தியைக் கேள்விப்பட்டதும் பால் வரும் வார இறுதியில் இங்கே வருவதாய்க் கூறியிருக்கிறான். அவனுடன் சில நாட்களைக் கழிப்பது எனக்கும் கொஞ்சம் ஆறுதலாய் இருக்கும். அடுத்து என்ன செய்யலாம் என்பது குறித்து அலைபேசியை விட அவனுடன் நேரில் விவாதிப்பதே சரியாகவும் இருக்கும்.

◯

இன்று ரிவர் – வாக் பகுதியில் இருக்கும் 'தாய்' உணவகம் ஒன்றுக்கு பால் அழைத்துப் போனான். தாய் உணவு நன்றாக இருப்பதாக ஒருமுறை நான் அவனிடம் கூறியதை நினைவில் வைத்து அழைத்துப் போயிருக்கிறான். பெரிய மனிதனாகி விட்டான். கல்லூரி வாழ்க்கை அவனை நிறைய மாற்றி யிருக்கிறது. மெதுவாக சலசலத்து ஓடும் நதியும், இரவும், உணவும் எல்லாவற்றுக்கும் மேலாக பாலின் அருகாமையும் இன்றைய நாளை என்றென்றைக்கும் நினைவில் கொள்ளும் நாளாக்கியிருக்கின்றன.

◯

இந்த வாரத்தில் இன்றோடு மூன்றாவது நாளாக வீட்டிலிருந்து வேலை செய்கிறேன். பொதுவாக அலுவலகம் செல்வதே பிடிக்கும் என்றாலும் இப்போது அங்கே போவது பிடிப்பதில்லை. அவமானகரமாக உணர்கிறேன். மற்றவர்கள் கண்களில் தெரியும் இரக்கமும் பரிவும் எரிச்சலூட்டுகிறது. இது எதுவுமில்லாத நிட்டியுடன் பேசுவது பிடித்திருக்கிறது.

◯

இந்த நாளைப் பற்றி எழுத வலிமை கூடி வரும் நாளொன்றின் போது விரிவாக எழுதுவேன். மிஸ் யூ வில்லி!

◯

21

சில சமயங்களில் முக்கியமான அலுவலக சந்திப்புகளை, அறிவிப்புகளை அலுவலகத்துக்கு வெளியில் எங்காவது ஒரு காஃபேயில் வைத்துக் கொள்வது அவர்களது வழக்கம். அப்படியான புறச்சூழல்கள் அணியினரிடத்தே கொஞ்சம் தளர்வையும் புத்துணர்வையும் அவர்களுக்கிடையே ஒருவித அணுக்கத்தையும் ஏற்படுத்தும். அது எல்லா வகையிலும் நிறுவனத்தின் செயல்பாடுகளுக்கு உறுதுணையாக இருக்கும். இதற்கென்று ஒவ்வொரு வருடமும் தனி பட்ஜெட்கூட உண்டு. அந்த ஆண்டு இறுதித்தணிக்கை தொடர்பான காரியங்கள் வெற்றிகரமாக முடிவுற்றதைக் கொண்டாடும் விதமாகவும், அவர்களின் தலைமைச் செயலகம் அமைந்திருக்கும் லண்டனுக்கு மூன்று மாத பயிற்சிக்காக செல்லத் தேர்வு செய்யப்பட்டிருந்த வர்ஷாவைப் பாராட்டும் விதமாகவும் அவர்கள் அங்கு கூடியிருந்தார்கள்.

'ஆலிவ் பீச்' ரெஸ்ட்ராண்ட் ஓர் ஐரோப்பிய நகரத்தில் இருக்கும் காஃபேக்களைப் பிரதிபலிக்கும் வகையில் அமைக்கப்பட்டிருந்தது. பெங்களூருவின் இரைச்சல்களிலிருந்து விடுபட்டு தொட்டிச் செடிகளுக்கிடையே மெல்லிய விளக்கொளியில் ஒலிக்கவிடப்பட்டிருந்த இன்ஸ்ட்ரூமண்டல்ஸ் அவ்விடத்திற்குத் தனித்ததொரு ரம்மியத்தைக் கொண்டுவந்து சேர்த்திருந்தது.

உற்சாகம், கேலி, கிண்டல் என்று கழிந்த அந்த மாலைப் பொழுதில் ராகுல் மட்டும் கடைசிவரை பதற்றமாகவே காணப் பட்டான். எவ்வளவோ பிரயத்தனப்பட்டும் அவனால் இயல்பாக இருப்பதாக நடிக்க மட்டுமே முடிந்தது. அதுவும் அப்பட்டமாக வெளிப்பட்டது அவனது துரதிர்ஷ்டம்.

கொண்டாட்டங்களின் நிறைவில், எல்லோரும் கிளம்பிச் செல்ல எத்தனித்தபோது ராகுல் மீராவிடம், "கியா ஹமாரே சாத் ஏக் ஒர் காபி ஹோ பீயங்கே?" என்று கேட்டான். அவன் இதற்கு முன்பு பணியாற்றிய அணியிலும் ஒரு சில தமிழ்ப் பெண்கள் இருந்தார்கள். அவர்கள் யாருக்கும் இந்தி தெரியாது. அவர்கள் பேசும் ஆங்கிலத்தில்கூட தமிழின் சலசலப்பு தெரியும். ராகுலுக்குத் தெரிந்து இத்தனை அட்சர சுத்தமாக இந்தியும் ஆங்கிலமும் பேசும் முதல் தமிழ்ப் பெண் மீரா. அவளை தமிழ்ப் பெண் என்று ஒற்றை வார்த்தையில் குறுக்கிவிட முடியாது. அவளைப் பொறுத்தவரையில் அவளுக்கு அதை மீறிப் பல அடையாளங்கள் இருந்தன.

"இன்னொரு காபியா? ஓ யெஸ்" என்றாள். அவளும் அவனைக் கவனித்திருந்தாள். அதனால், அவன் அழைப்பை மறுக்காமல் ஏற்றுக்கொண்டாள். ஆளுக்கொரு 'காபி மோக்கா' ஆர்டர் செய்துவிட்டுக் காத்திருந்தார்கள்.

"மீரா, இந்த டிரைனிங்கிற்கு நீ போறதா தானே இருந்தது. எப்படி திடீர்ன்னு வர்ஷா உள்ள வந்தா?"

"நான்தான் வேண்டாம்ன்னு சொன்னேன்."

"அதான் ஏன்? ஈரோப் ட்ரிப் உன்னோட செக் லிஸ்ட்ல ஒண்ணுங்கிறது எனக்கு நல்லாவே தெரியும். அதை எதுக்கு மிஸ் பண்றன்னுதான் எனக்குத் தெரியல"

மெதுவாக அவன் கண்களைப் பார்த்து உதட்டை மெதுவாகச் சுழித்துப் புன்னகைத்தவாறே, "உனக்குத் தெரியாதா என்ன?" என்றாள்.

அவள் தன்னைச் சீண்டுகிறாளா? எதையும் உடைத்துப் பேசவோ, எதிர்த்து முழங்கவோ சிறிதும் தயங்காத ஆள் அவள். அப்படியிருக்க இதைப் பற்றித் தெரிந்தும் தெரியாததுபோல் நடிக்கிறாள் என்றால் ஒருவேளை மனதுக்குள் அவளுக்கும் விருப்பம் இருக்குமோ? தன்னை வேண்டுமென்றே சுற்றவிட்டுப் பார்க்கிறாளா?

அவன் மனம் அடுப்பங்கரைப் பூனைபோல சாத்தியமிருக்கும் அத்தனை பாத்திரங்களுக்குள்ளும் மூக்கை நுழைத்தது. இழுத்துப் போட்டு உருட்டியது. அவளின் கண்களில் ஜொலித்த கூர்மையிலிருந்து தன் கண்களை நகர்த்தியவன், அங்கே சுவரில் மாட்டப்பட்டிருந்த நவீன ஓவியத்தைப் பார்த்தபடி, “தெரியும். ஆனா நீ ஏன் சொல்லல” என்றான்.

“எதுவுமே கன்பார்ம் ஆகாம எப்படிச் சொல்ல முடியும்? நீயே சொல்லு”

“நான் உன்ன எல்லாத்தையும் கன்பார்ம் பண்ணிட்டு வந்து சொல்லச் சொல்லல. வீட்டுல இப்படி அல்லையன்ஸ் பாக்குறாங்கன்னு ஏன் ஒரு வார்த்தைகூட சொல்லல?”

“ஏன் சொல்லணும்? உனக்கே அபத்தமா இல்லியா இப்படிக் கேக்குறது?” மீராவுக்கு அவன் அவள் மீது எடுத்துக்கொண்ட உரிமை பிடிக்கவில்லை. அது அவள் வார்த்தைகளில் வெளிப் பட்டது.

“சரி, நான் இன்னும் வெளிப்படையாவே கேக்குறேன். மீரா, என்னை உனக்குப் பிடிக்கலியா?”

அவளின் சலனமற்ற முகத்தைப் பார்த்ததும் அவனுக்கும் கோபம் வந்தது. ஆனால், அதை வெளிப்படுத்துவதற்கு எந்த வகையிலும் ஏற்றச் சூழல் இதில்லை என்பதை நன்கு உணர்ந்திருந்தான். எல்லாம் தெரிந்தும் தெரியாததுபோல் நடிப்பதெல்லாம் திமிர். தன்னைக் கெஞ்சவிட்டு வேடிக்கை பார்க்கிறாள் என்றே நினைத்தான். ஆனால், அதேநேரத்தில் அவளது சுயகௌரவத்தைக் கீறும் சின்ன விசயம்கூட தனக்கு முற்றிலும் எதிராக வந்து முடியும் என்பதை அவன் அறிவான். எனவே, இங்கு தணிவதைத் தவிர அவனுக்கு வேறு வழி இருக்கவில்லை.

“பிடிக்குமே. ஒரு பிரண்டா ரொம்பவே பிடிக்குமே” இதைச் சொல்லிவிட்டு அவன் கண்களையே உற்றுப் பார்த்தாள்.

“ம்ம்ம்.”

“இங்க பாரு ராகுல். உன் மனசுல என்ன இருக்குன்னு எனக்குத் தெரியாதுன்னு நீ நினைச்சுட்டு இருக்கியா? எனக்கு எப்பவோ புரிஞ்சுடுச்சு. பொண்ணுங்களுக்குன்னு ஒரு இன்ஸ்டிங்க்ட் இருக்கு. ஒரு சின்ன தொடுதலக்கூட அது அன்பா, பாசமா, காதலா, காமமா, அதுவும் உண்மையா

பொய்யான்னு ரொம்ப சுலபமா கண்டுபிடிச்சுட முடியும். நீ என்கூடவே சுத்தறப்போ உன் மனசுல என்ன ஓடுதுன்னு எனக்குத் தெரியாதா?"

"அப்புறம் ஏன்?"

"வெய்ட் ப்ளீஸ், லெட் மீ கம்ப்ளீட். ஏன் இதைப் பத்தி பேசலன்னா, எனக்கு அப்படிக் கொஞ்சம்கூட தோணல. நீயும் ஊர் உலகத்துல உள்ள எல்லார்கிட்டயும் சொல்லிருக்க. ஆனா என்கிட்ட வந்து பேச உனக்கு முடியல. பரவாயில்ல. இதை நீ என்கிட்ட வந்து சொல்றப்போ நான் அதை மறுத்துதான் சொல்லப் போறேன். அப்படிங்கிறப்போ அது உனக்குக் கஷ்டமா இருக்கலாம். நம்ம நட்பைக்கூட அது பாதிக்கலாம். அதனால எனக்கும் இதைப் பத்தி பேச விருப்பம் இல்ல. போகுறவரைக்கும் போகட்டும்ன்னு விட்டுட்டேன். ஒருவேளை என்னோட தயக்கம் உனக்குப் புரிஞ்சா இப்படி முகத்துக்கு நேரா வேண்டாம்ன்னு சொல்ற தர்மசங்கடமான நிலைமை வராம இருக்கலாம்ன்னு நினைச்சேன். நீயே இதையெல்லாம் ஒருகட்டத்துல புரிஞ்சுப்பேன்னு நினைச்சேன். இதுல என் மேலகூட தப்பு இருக்கு. முதல்லயே உன்கிட்ட இதைப் பத்தி பேசியிருக்கணும். நானும்கூட நட்பை இழந்துடக் கூடாதுன்னு கொஞ்சம் சுயநலமா இருந்துட்டேன்னு சொல்லணும். அது என் தப்புத்தான். ஐ அம் ஸாரி ஃபார் தட். ரியலி வெரி ஸாரி!"

வருத்தமோ பரிவோகூட இல்லாத பாவனையில் அவள் இதைச் சொல்லி முடித்தபோது அவன் இன்னும் குழம்பிப் போனான்.

"அந்தப் பையன் ஏதோ ஐ.டி.–ல வேலை பாக்குறானாம். ஊர் பக்கமாமே."

"ஆமா ராகுல். எங்க அப்பாவோட ஊர் அவனுக்கு. பேரு நித்திலன். சென்னைல ஐ.டி.–ல வொர்க் பண்றான். எல்லாம் ஒத்து வந்துச்சுன்னா நான்கூட சென்னைக்கே போயிடலாம்ன்னு யோசிக்கிறேன்."

"நீ, நிஜமாத்தான் இதெல்லாம் பேசுறியா? இல்ல என்ன கிண்டல் பண்றியான்னே எனக்கு ஒண்ணும் புரியல" தன் உள்ளங்கைகளால் முகத்தை அழுந்தத் துடைத்துக்கொண்டான்.

"ராகுல், இதுல கிண்டல் பண்ண எதுவும் இல்ல. நான் ரொம்ப சீரியஸாத்தான் இதைப் பேசுறேன்"

"மீரா, பரபரப்பான ஐ.டி. வேலை. கசகசக்கிற சென்னை. ஊர்க்காரப் பையன். இதெல்லாம் உனக்கு ஒத்துவராது மீரா. எல்லாத்தையும் தெளிவா, தீர்க்கமா பார்த்து யோசிச்சு முடிவு பண்ற நீ எப்படி இதுக்கெல்லாம் ஒத்துகிட்டன்னு எனக்குக் கொஞ்சம்கூட புரியல. உனக்கே உன்னோட உயரம் தெரியல. அவ்ளோதான் சொல்வேன்."

"எனக்கு அப்படி எல்லாம் தோணல ராகுல். எனக்கென்னவோ என்னைவிட எல்லாத்துலயும் எதிர்ப்பக்கம் இருக்கிற ஒருத்தன் வர்றது நல்லா இருக்கும்ன்னு தோணுது. நான் காபி மோக்கா ஆர்டர் பண்ணா, எதிர உட்கார்ந்து இங்க ஃபில்டர் காபி கிடைக்குமான்னு கேக்குறவன் இருந்தா வாழ்க்கை இன்னும் கொஞ்சம் சுவாரஸ்யமா இருக்கும் இல்லியா?" என்று சொல்லிவிட்டு தன் ஒரு பக்கப் புருவத்தை மெலிதாக உயர்த்தினாள்.

"ஓ, அப்போ இன்னொரு காபி மோக்கான்னு சொல்றவன் உனக்குப் பிடிக்கல இல்ல"

"பிடிக்குது பிடிக்கலன்னு சொல்ல வர்ல. சொல்லப்போனா ஒரு நண்பனா உன்னை எனக்கு ரொம்பப் பிடிக்கும். ஆனா அதுக்கு மேல கேட்டா நிச்சயமா இல்லன்னுதான் சொல்லுவேன். இதுக்கு மேல இதைப் பத்தி எதுவும் பேச வேண்டாம் ப்ளீஸ். எல்லாம் நல்லபடியா முடிஞ்சா பத்திரிக்கை தர்றேன். ஒழுங்கா கல்யாணத்துக்கு வந்து சேரு அவ்ளோதான்" என்று சொல்லி விட்டு எழுந்துகொண்டாள்.

எதிரே இருப்பவர்களைத் தன் சொல்லுக்கு 'சரி'யென்று தலையசைக்கவைக்கும் ஆளுமை அவளுக்கு இருந்தது. இதைப் பற்றி மேலும் மேலும் பேசுவது தேவையில்லாத மனஸ்தாபங்களையே வளர்க்கும் என்பதை அவள் உணர்ந்திருந்தாள். நல்ல நண்பன் ஒருவன் முகத்தைத் திருப்பிக்கொண்டுபோவது போன்றதொரு சூழலை அவள் வளர்த்தெடுக்க விரும்பவில்லை.

வர்ஷா வந்து மீராவுக்கு வரன் ஒன்று முடியும் தருவாயில் இருக்கிறது என்று சொன்னபோது தன்னுடைய மனதிலிருப்பதைப் பற்றிப் பேசவே வேண்டாம் என்றே முதலில் நினைத்திருந்தான். ஆனால், வர்ஷாதான் பேசிப்பார்ப்பதில் ஒன்றும் தவறில்லை. பேசாமல் விட்டுவிட்டு, பின்னால் ஒருநாள் ஒரு வார்த்தை பேசியிருந்தால் எல்லாம் சரியாக வந்திருக்குமோ என்றெண்ணி வருத்தப்படுவதை விட, இப்போது பேசி அது

பிரச்சினையானால்கூட பரவாயில்லை என்று கூறி அனுப்பி வைத்தாள். ராகுலுக்கு மீராவைப் பற்றித் தெரியும். அவளின் முடிவுகளை மாற்றுவது அவ்வளவு சுலபமில்லை.

ஏதோ ஒரு விசயம் தனக்கும் அவளுக்கும் சரியாக வரவில்லை என்று அவள் உணர்ந்திருக்கிறாள். அந்த எண்ணத்தை இனிமேல் மாற்றுவதென்பது அத்தனை எளிதான காரியமில்லை என்பதை அவளுடன் பழகிவந்த இரண்டு ஆண்டுகளில் நன்றாகவே உணர்ந்து வைத்திருக்கிறான். மீரா 'கேப்' ஒன்றை புக் செய்து கிளம்பிவிட்டாள்.

அவன், குடிக்கப்படாமல் ஆறிப்போயிருந்த தன் காபிக்கோப்பையை வெறித்தபடி அமர்ந்திருந்தான்.

○

22

நித்திலனுக்கு எரிச்சலும் கோபமும் தன் மேலேயே தாழ்வுணர்ச்சியும் மண்டியது. தன் இயலாமையின் பொருட்டு ஆத்திரம் பொங்கிப் பொங்கி வந்தது. முன்பெல்லாம் அப்ரைஸலுக்குப் பின்னர் எதிர்பார்த்த பலன்கள் கிடைக்காமல் சோர்வுற்று இருப்பவர்களைத் தேற்றத்தான் அழைத்துப் பேசுவார்கள். இப்போதோ, கூப்பிட்டு அழைத்து அப்ரைஸலுக்கு முன்னரே துணிச்சலாக அறிவித்துவிடுகிறார்கள். இவ்வளவுதான். இதற்கு மேல் கிடையாது என்று. வேணுவால் முடியாத விசயம் என்று ஒன்று இந்த ப்ராஜெக்ட்டில் இருக்கவே முடியாது. வேணுவுக்கு ஒருவரின் வேலை பிடித்துப்போய்விட்டால் அவர்களுக்குத் தேவையானதை எப்பாடு பட்டேனும் செய்து கொடுத்துவிடுவார். அவர் சொல்லுக்கு சத்திய மூர்த்திகூட மறுவார்த்தை சொல்லிப் பார்த்தில்லை. அவரே இவ்வளவு அவநம்பிக்கையோடு பேசுகிறார் என்றால் ஒன்று உண்மையிலேயே நிலைமை அவ்வாறாக இருக்க வேண்டும், இல்லையெனில் தனக்குச் செய்வதற்கு அவருக்கு விருப்பம் இல்லாமல் இருக்க வேண்டும்.

நித்திலன் அறிந்தவரை ப்ராஜெக்ட் நிலைமையோ அல்லது ஒட்டுமொத்த ஐ.டி.–யின் நிலைமையோ அத்தனை மோசம் ஒன்றுமில்லை. ஒவ்வொரு காலாண்டிலும் குறிப்பிடத்தக்க வருவாயையும் லாபத்தையும் காட்டிக்கொண்டேதான்

இருக்கிறார்கள். ஆனாலும் வேலைபார்ப்பவர்களுக்குக் கொடுப்ப தென்றால் மட்டும் இல்லாத காரணமெல்லாம் கண்டுபிடித்துக் கொண்டுவந்துவிடுகிறார்கள். அதேநேரத்தில் அவர்களுக்கு வேண்டப்பட்டவர்களுக்கென்றால் எத்தனை கெடுபிடிகளுக்கு இடையிலும் செய்ய வேண்டியதைச் செய்யத் தவறுவதில்லை.

ப்ராஜெக்ட்டில் எத்தனையோ சீனியர்கள் இருக்கும்போது ஆர்த்திக்கு மட்டும் பிஸினஸ் விசா எடுத்து அனுப்ப முடிகிறது. எத்தனையோ சறுக்கல்களையும் மீறி பரத்வாஜூக்கு ப்ரமோஷன் சாத்தியப்படுகிறது.

அப்படியெனில், தான் எந்த விசயத்தில் தவறவிடுகிறோம்? கொடுத்த வேலையை உரிய நேரத்துக்கு முடித்துக்கொடுக்காமல் வீடு திரும்பியதே இல்லை. தேவைப்பட்டால் சனி ஞாயிறுகூட வேலைக்கு வரத் தயங்கியதில்லை. இந்த ஜெஃப் விவகாரத்தைத் தவிர வேறெங்கும் பிரச்சினை என்று வந்து நின்றது கிடையாது. அதுவும்கூட ஜெஃப்தான் பிரச்சினை பண்ணக்கூடிய ஆள் என்று வேணு முதல் சத்தியமூர்த்திவரை அனைவருக்கும் தெரியும். அப்படியிருக்க ஏன் தனக்கு மட்டும் எல்லாம் தாமதமாகிறது?

தான் ஐ.டி.—க்கு உள்ளே வரும்போதே நிலைமை கொஞ்சம் கொஞ்சமாய் மாறத் தொடங்கியிருந்தது. இப்போது முற்றிலும் மாறியிருக்கிறது. முன்பு இத்தனை ஆட்களுக்கு இவ்வளவு மணி நேரத்துக்கு என்று கஷ்டமர்களிடம் டாலர்களில் கறந்துகொண்டிருந்தார்கள். இப்போது அவர்களும் சுதாரித்துக் கொண்டார்கள். நாட்களுக்கும் ஆட்களுக்கும் கூலி கொடுத்தது போய், இவ்வளவு வேலைக்கு இவ்வளவு கூலி என்று வகைப் படுத்திக்கொண்டார்கள். தனக்கு இன்னின்ன வேண்டும். அதுவும் இத்தனை நாட்களுக்குள் வேண்டும். உங்களால் எவ்வளவு டாலருக்குள் முடித்துத் தரவியலும்? அந்த வேலையை ஐந்து பேரைவைத்து முடித்துக்கொடுப்பதும் ஐம்பது பேரை வைத்துக்கொண்டு கட்டி அழுவதும் அவரவர் பாடு.

இந்தியாவின் பிரதான நிறுவனங்கள் ஒவ்வொன்றும் பலவித மான கணக்குகளைப் போட்டு அவரவர்க்குக் கட்டுப்படியாகும் தொகைக்கு விண்ணப்பங்களை முன்வைக்கிறார்கள். அதில் இருப்பதிலேயே குறைந்த விலையில் அதேநேரத்தில் நல்ல தரத்தில் முடித்துத் தரக்கூடிய நிறுவனத்தை அவர்கள் தேர்ந்தெடுத்துக்கொள்கிறார்கள். அதனால், ஒருவரை விட ஒருவர் எப்படிக் குறைந்த செலவில் வேலையை முடிப்பது என்பதில்தான் இவர்களின் வெற்றி அடங்கியிருக்கிறது. இன்றைய நிலைமையில் வேலையைப் பெற்றுவிட்டாலும்

அதைத் தங்களின் லாப வரம்புக்குள் கொண்டுவருவதற்குள் நிறுவனங்கள் சற்று திணறித்தான் போக வேண்டியிருக்கிறது. அப்படியான நிலைமையில் இவர்கள் முதலில் கைவைப்பது பணியாளர்களின் தலையில்தான்.

இதுதான் இன்றைய ஐ.டி. துறையின் நிலைமை. போகப் போக இன்னும் மோசமாகலாம். கூண்டில் சிக்கிய எலிபோல இதிலிருந்து வெளியேறுவதின் சூட்சமம் தெரியாமல், உள்ளே இருக்கும் ஒவ்வொருவரும் இதற்குள் உழன்றுகொண்டிருக்கிறார்கள்.

சாஜூவிடமிருந்து கம்யூனிக்கேட்டரில் "டீ போகலாமா?" என்ற குறுஞ்செய்தி வந்தது.

"கேஃபே?"

"கேஃபே வேண்டாம். வெளியே போகலாம்."

சாஜூவுக்குப் புகைபிடிக்க வேண்டும். இங்கே அலுவலகத் துக்குள் புகைக்க அனுமதியில்லை. ஒவ்வொருமுறையும் புகைப்பதற்கு அவர்கள் தளத்திலிருந்து இறங்கி நடந்து வெளியே வர வேண்டும். அதற்குள்ளேயே போதும் போதும் என்றாகிவிடும். அதற்குச் சோம்பேறித்தனப்பட்டு சிலராவது குறைத்துக் கொண்டால் நல்லதுதான். ஆனால், இதைக் காரணமாக்கி ஒரே நேரத்தில் இரண்டு மூன்று சிகரெட்டுகளை அடுத்தடுத்து புகைத்துவிட்டுப் போகிறவர்களே அதிகம் இருந்தார்கள்.

நித்திலனுக்கு அந்தப் பழக்கம் இல்லையாதலால் பொதுவாக அப்படிப் போகும்போது அவனை அழைக்க மாட்டார். அப்படி அழைத்தாலும் அவன் மறுக்க மாட்டான் என்று அவருக்குத் தெரியும். அவருக்கு அதற்கென்று ஒரு தனிக்குழு இருந்தது. இன்று அவனுடன் பேச வேண்டும் என்பதற்காக அவனையும் அழைத்துக்கொண்டு வெளியில் வந்தார்.

பேப்பர் கப்பில் இரண்டு டீ சொன்னார். சாஜூ எப்போதும் புகைக்கும் 'லைட்ஸ்' சிகரெட் ஒன்றை எடுத்துப் பற்றவைத்துக் கொண்டார்.

ஆங்காங்கே தனித்தனியாகவும் கூட்டமாகவும் புகைத்துக் கொண்டிருந்தனர். அப்படி நான்கைந்து பேராக இருந்த ஒரு கூட்டத்தில் ஒரே ஒரு பெண் மட்டும் தெரிந்தாள். மொத்த இடத்திலும் அவள் ஒருத்தியே பெண். அவள் கையில் சிகரெட் எதுவும் இல்லை. டீ கிளாஸ் இருந்தது. சுற்றியிருந்த புகை, ஆண் கூட்டம், இரைச்சல் என எதையும் பொருட்படுத்தாமல் அவள் வெகு இயல்பாக இருந்தது நித்திலனுக்குப் பிடித்திருந்தது.

வாயிலிருந்த சிகரெட்டை கையில் எடுக்காமலேயே, “என்ன புதுமாப்பிள்ளை? அப்புறம் கல்யாண வாழ்க்கையெல்லாம் எப்படிப் போகுது?” என்றார்.

“ம்ம், போகுது சாஜு” என்று சொல்லி இழுத்தான்.

“என்ன நித்தில்? பிரச்சனை ஒண்ணுமில்லயே?”

“பெரிசா ஒண்ணுமில்ல, ஆனா சிறுசா நிறைய இருக்கு” என்று சொல்லிச் சிரித்தான்.

“அட அப்படி எதுவும் இல்லேனாதான்ப்பா உண்மையில் வருத்தப்படணும். சின்னச் சின்ன சண்டையெல்லாம் வரத்தான் செய்யும். கல்யாணமான புதுசுல எல்லோருக்கும் வர்றதுதான். லவ் மேரஜ் பண்ண எங்களுக்குள்ளேயே அவ்ளோ பிரச்சனை வந்திருக்கு. அப்போ உங்களை மாதிரி பெரியவங்க பாத்துவச்ச கல்யாணத்தப் பத்தி சொல்லணுமா என்ன? குழந்தை ஒண்ணு வந்துட்டா நாளாக நாளாக எல்லாம் சரியாப் போயிடும்” என்றவாறு சாம்பலைத் தரையில் ஓரமாகத் தட்டினார்.

கடையில் இருந்தவனிடம் “மணி, அந்த ஐயிராத்தை மறக்காம சிட்டையில எழுதிக்கோ” என்றவாறே டீயை எடுத்துக் கொண்டு பின்னால் வந்தார். அந்தக் கடையில் இருக்கும் மணிக்கு நித்திலனைவிடக் குறைந்த வயதுதான் இருக்கும். டீ போடுவது, சிகரெட்டை எடுத்துக்கொடுப்பது, கணக்கை எழுதுவது என்று தனியாளாய் பரபரத்துக்கொண்டிருப்பான். சாஜுவும் மணியும் ஒரே ஊர்க்காரர்கள். அவ்வப்போது இருவரும் சங்கேதமாகப் பேசிக்கொள்வார்கள்.

“என்ன சாஜு, மணிக்குக் கைமாத்தா காசு ஏதாவது கொடுத்திருந்தீங்களா?”

வாயிலிருந்த சிகரெட்டை ஒருமுறை இழுத்து உறிஞ்சிப் புகையை வெளியிட்டார். நித்திலனைப் பார்த்துப் புன்னகைத்தார். “இந்த மாசம் இன்சூரன்ஸ் ஒண்ணுக்கு பிரீமியம் கட்டணும்னு நான்தான் மணிகிட்ட கடன் வாங்கியிருக்கேன். இதை வெளியில சொன்னாக்கூட நம்ப மாட்டாங்க. ஐ.டி.ல வேலை பாக்குறவன்லாம் லட்சத்தில புரளுறான்னு எல்லாருக்கும் ஒரு நினைப்பு. சரி அதவிடு. வேணு கூப்பிட்டு பேசுனாரா?”

“ஆமாங்க சாஜு”

வாங்கிய டீயை ஒரு நிமிடம் பிடித்திருக்குமாறு நித்திலனிடம் கைமாற்றிவிட்டு அடுத்த சிகரெட்டைப் பற்றவைத்தார். ஆழமாக சிகரெட்டை உள்ளிழுத்து அவனுக்கு எதிர்ப்புறம் திரும்பி

தலையை உயர்த்தி வானத்தை நோக்கி புகையை வெளியிட்டார். மறுபக்கதிலிருந்த ஒருவர் சரியாக இவன் முகத்துக்கு நேராகவே புகையை ஊதினார். நித்திலன் மூக்கை மூட வேண்டும் என்றும், குறைந்தபட்சம் கண் முன்னால் அலையும் புகையைக் கை வைத்தாவது விலக்கிவிட வேண்டும் என்றும் நினைத்தான். ஆனால், அப்படிச் செய்துகொண்டு அங்கு நிற்பது அந்த இடத்துக்கு அவ்வளவு பொருத்தமாக இருக்காது என்பதால் விட்டுவிட்டான்.

"உனக்கு முன்னாடி என்கிட்டயும் பேசுனார்."

நித்திலன் ஆர்வமாகி, "உங்ககிட்ட என்ன சொன்னார்?" என்றான்.

"உன்கிட்ட என்ன சொன்னாரோ அதேதான் என்கிட்டயும் சொன்னார். கூடவே இன்னொண்ணும் சொன்னார்" என்று சொல்லிவிட்டு, சாஜூவே தொடர்ந்தார். "இந்த வருசமும் விசா பண்ண மாட்டாங்களாம். பட்ஜெட் இல்லையாம். தேவைப் பட்டா மத்த ப்ராஜெக்ட்ல விசா வச்சுட்டு இன்னும் டிராவல் பண்ணாம இருக்குறவங்கள முதல்ல பயன்படுத்திக்கணும்ன்னு சொல்லிருக்காங்களாம்." இதைச் சொல்லும்போது தனக்குள்ளேயே பேசிக்கொள்ளும் பாவனை தெரிந்தது. பிடித்துக்கொண்டிருந்த சிகரெட்டைக் கீழேபோட்டு அணைத்துவிட்டு மறுபடியும் ஒன்றை எடுத்துப் பற்றவைத்துக்கொண்டார்.

"எனக்குப் புரமோசன். உங்களுக்கு விசா"

"ஓ, உனக்கு புரமோசன் இருக்காதுன்னு சொன்னாரா?" இப்போது அவர் ஆர்வமானார்.

"அப்படி நேரடியா சொல்லிடல. ஆனா சுத்தி வளைச்சு அதைத்தான் சொன்னார்"

"ஒரு மயிரும் தரமாட்டாணுங்க. வேலைய மட்டும் நொட்டணும் இந்த நொன்னைங்களுக்கு" அவரது கண்கள் சிவப்பேறியிருந்தன. இத்தனை நிதானம் இழந்து நித்திலன் அவரைப் பார்த்ததில்லை.

"விசா பண்ண மாட்டோம்ன்னு சொல்றதெல்லாம் ரொம்ப அநியாயங்க. நேத்துவரைக்கும் லிஸ்ட்ல உங்க பேருதான் முதல்ல இருக்குன்னு சொன்னாரு"

"இந்த முறை யாருக்குமே விசா கிடையாதாம். அடுத்த குவார்ட்டர்ல பாக்கலாம்ன்னு ரொம்பச் சாதாரணமா சொல்றார். அமெரிக்காக்காரன் என்ன குவார்ட்டர்க்கு

குவார்ட்டரா விசா கொடுத்துட்டு இருக்கான். ஏற்கெனவே அவன் ஒரு பக்கம் படுத்தி எடுக்கிறான். இதுல இவனுங்க வேற."

"நீங்க என்ன சொன்னீங்க?"

"சரி வர்றேன்னு சொல்லிட்டு கிளம்பி வந்துட்டேன். அடுத்துதான் நீ உள்ள போன."

"எனக்கும் அப்படித்தான் இருந்தது. பல்லக் கடிச்சுட்டு வெளியே வந்துட்டேன்"

"ஆனா, நான் பேப்பர்[1] போட்டுட்டேன்"

"என்ன? என்னங்க சாஜு பொசுக்குன்னு இப்படி சொல்லிட்டீங்க. வெளியில ஆஃபர் ஏதும் வச்சுருக்கீங்களா?" இதை நித்திலன் சற்றும் எதிர்பார்க்கவில்லை என்பது அவன் அடைந்த பதற்றத்திலேயே தெரிந்தது. சாஜு அவர்களுடைய ப்ராஜெக்ட்டில் ஒரு தவிர்க்கவியலாத சக்தி. ஒரு வேலையை அவரிடம் ஒப்படைத்துவிட்டால், அதைப் பற்றி ஒப்படைத்த நபர் மறந்துவிடலாம். எல்லாவற்றையும் சாஜு பார்த்துக்கொள்வார். பொறுப்பும் நிதானமும் கூடிய ஆள். புயலே அடித்தாலும்கூட "ஒரு நிமிசம் இந்த மெயில் அனுப்பிட்டு வந்துடுறேன்" என்பார். அவரிடமிருந்து அப்படியான திடீர் முடிவொன்றை அவன் எதிர்பார்த்திருக்கவில்லை.

"இல்ல, அப்படி ஒண்ணும் இல்ல. ஆனா பார்த்துக்கலாம்."

"வேணுவுக்குத் தெரியுமா? இந்நேரத்துக்கு மெயில் போயிருக்குமே?" இவன் பதறினான். சாஜு நிதானமாக இருந்தார்.

"இப்போத்தான் போயிருக்கும். போகட்டும். சிஸ்டத்துல பேப்பரைப் போட்டுட்டுத்தான் டீக்குப் போகலாமான்னு உன்னக் கேட்டேன். இப்போ வேணுவுலருந்து சத்தியமூர்த்திவரைக்கும் எல்லாருக்கும் தகவல் போயிருக்கும்."

"ஓ. நீங்க இல்லாம இந்த ப்ராஜெக்ட்டை நடத்துறது அவ்வளவு சுலபமில்லைன்னு அவங்களுக்கே நல்லாத் தெரியும் சாஜு. மெயில் பார்த்ததும் பதறியடிச்சுட்டு உங்க இடத்துல வந்து நிப்பாங்க பாருங்க. வேணு இதைக் கொஞ்சமும் எதிர்பார்த் திருக்க மாட்டார். இந்த நேரத்துக்குக் கொஞ்சம் பயந்துகூட போயிருப்பார் சாஜு."

---

1 பேப்பர் போடுதல்: நிறுவனத்திலிருந்து விலக விரும்புபவர்கள் இரண்டு அல்லது மூன்று மாதங்களுக்கு முன்னரே அவர்களின் விலகல் விண்ணப்பத்தைச் சமர்ப்பிக்க வேண்டும். இதைச் பேச்சுவழக்கில் பேப்பர் போடுதல் என்பார்.

நட்சத்திரவாசிகள் 149

“தெரியல நித்தில். அவருக்கு எல்லாம் தெரியும். ஆனா, நம்மளவிட்டு இவங்கயெல்லாம் எங்கப் போயிறப்போறாங்கன்னு அவ்வளவு தைரியம் இல்ல? இருக்கட்டும். இப்போ வந்து நிப்பாங்கல்ல. அப்போ பேசிக்கிறேன்” இதைச் சொல்லும்போது கையைச் சுடக்கிவிட்டுக்கொண்டார். சாஜூவுக்கு தான் மேற்கொண்டிருக்கும் பணியின் முக்கியத்துவம் பற்றி நன்றாகத் தெரியும். அதுவும் அவர் வேலைபார்க்கும் தொழில்நுட்பம் பழையது என்றாலும் சந்தையில் மிகவும் அரிதான ஒன்று. அந்த ப்ராஜெக்ட்டில் வேறு யாருக்கும் அதைப் பற்றி அவரளவுக்குத் தெரியாது. அவரும் அதை யாருக்கும் சொல்லிக்கொடுக்க விரும்பவில்லை. அப்படி சொல்லித் தந்தே ஆகவேண்டிய சூழ்நிலையில்கூட மிகவும் மேலோட்டமாகச் சொல்லிவிட்டு விலகிவிடுவார்.

அதனால், எப்படியும் அவர்கள் வந்துதான் ஆக வேண்டும் என்பது இவருக்கு நன்றாகத் தெரியும். அதன் பொருட்டே அடுத்த வேலையைக்கூட தேடிக்கொள்ளாமலே இங்கு பேப்பர் போட்டுவிட்டு வந்து நிற்கிறார். அடுத்த நிறுவனம் ஒன்றைத் தேடிப்பார்த்து மாறினால்கூட சம்பளம் வேண்டுமானால் சற்றுக்கூட கிடைக்குமே தவிர விசாவெல்லாம் அவ்வளவு சுலபமாகத் தந்துவிட மாட்டார்கள். அங்கும் இதைப் போலவே நீண்ட வரிசை ஒன்றிருக்கும் என்பதையும் அவரறிவார். எனவே, வேணு கூப்பிட்டுப் பேசினால் விசா மட்டும் வேண்டும் என்று சொன்னால் நிச்சயமாகச் செய்துவிடுவார்கள். கொஞ்சம் அழுத்திக்கேட்டால் சம்பள உயர்வுக்கும்கூட சாத்தியமுண்டு என்பதையெல்லாம் கணக்குப் போட்டுக்கொண்டிருந்தார்.

“இவங்களுக்கு வேணும்னா எல்லாம் பக்குவமா பார்த்துப் பார்த்துப் பண்ணிப்பாங்க. போன வருசம் வேணுவுக்கு விசா பண்ணும்போது தெரியாத பட்ஜெட்டெல்லாம் நமக்குப் பண்ணும்போது மட்டும் தெரியும். அவ்வளவு தெளிவா அவருக்கு மட்டும் பண்ணிக்கிட்டாரே.”

“இல்ல நித்தில். அவங்கெல்லாம் எல்லாத்துலயும் எக்ஸப்சனல். உண்மையிலேயே சொல்லப்போனா அவங்களோட நம்மள ஒப்பிட்டுக்கிறதே இங்க தப்புதான். உனக்கு இது தெரிஞ்சிருக்கலாம். இந்த ப்ராஜெக்ட் வெறும் ஆறு பேரோட ஆரம்பிச்சது. இப்போ உன்னையும் என்னையும் சேர்த்து அமெரிக்கா, சென்னை, பெங்களூரு, புனே, கூர்காவுன்னு அறுநூத்துச் சொச்சம் பேரு இருக்கோம். அப்படி ஆரம்பிச்ச அந்த முதல் ஆறு பேருல ஒருத்தர்தான் இந்த வேணு. அவங்களோட டீம் லீடா இருந்தவர்தான் சத்தியமூர்த்தி. மிச்ச அஞ்சு பேரு

யாருன்னு உனக்கே தெரிஞ்சுருக்கும். ஆளாளுக்கு ஒரு ஏரியாவுல தனி சாம்ராஜ்யமே நடத்திட்டு இருக்காங்க. இங்க சத்தியமூர்த்தி இருக்கிறவரைக்கும் அவங்கள யாரும் எதுவும் கேட்க முடியாது. எல்லாரும் அவரோட செல்லப் பிள்ளைகள். அந்த தைரியத்துல வர்றதுதான் இந்த மாதிரிப் பேச்செல்லாம். நாளைக்கே ஒரு பிரச்சனைன்னா நம்ம தலைகள் வேணா உருளலாம். அங்க இம்மிகூட அசையாது.

ஆனா, அவங்களும் சும்மா ஒண்ணும் இந்த நிலைமைக்கு வந்திடலதான். ஒருகாலத்துல மாடா உழைச்சுருப்பாங்க. உனக்குத் தெரிஞ்சுருக்குமே *Y2K* பிரச்சனையைப்[2] பத்தி. ஸ்டாக் மார்க்கெட்ல இருந்து ஸ்டார் வாட்சிங்வரைக்கும் அத்தனையும் ஸ்தம்பிச்சுப்போகிற நிலைமை. அதுலயும் பாங்க்ஸெல்லாம் பயங்கரமா பாதிக்கப்பட்டிருக்கு. அதுல நம்ம பாங்கும் ஒண்ணு. எப்படியோ போராடி அதுக்கான தீர்வைக் கண்டுபிடிச்சுட்டாங்க. ஆனா அதை ஒவ்வொரு இடத்துலயும் செயல்படுத்துறது பெரிய பிரச்சனையா இருந்துச்சு. நம்ம பாங்க்ல அதை ராப்பகலா உட்கார்ந்து சரி பண்ண முக்கியமான ஆளுங்கள்ல ஒருத்தர்தான் நம்ம வேணுகோபால் சர்மா. அவர் கொடுத்த தீர்வு பிடிச்சுப்போயிதான் நம்மளோட போட்டி கம்பெனிட்ட இருந்த இந்தப் ப்ராஜெக்ட் கொஞ்சம் கொஞ்சமா நம்ம கைக்கு வந்துருக்கு. அப்போ இவரை அப்படியே தூக்கிவச்சு கொண்டாடிருக்காங்க. அது இப்போவரைக்கும் தொடருது.

வேணு நினைச்சா இங்க என்ன வேணும்னாலும் பண்ண முடியும். உனக்கு புரமோஸன், எனக்கு விசா இப்படி எதுவும். ஆனா அவர் அப்படி நினைக்க மாட்டார். அதுதான் பிரச்சனை. சொல்லப்போனா அவர் ரொம்ப நேர்மையான ஆளு. அப்படித் தான் சொல்லணும். போன வருசம் விசா வாங்கினார்ல அவர் ஏன் அங்க போகல தெரியுமா. அவருக்குக் கொடுக்கிற சம்பளத்துல பாதி கொடுத்தாப் போதும்கிற மாதிரி ஒரு ஆள் கிடைச்சுருக்கான். அதுதானே ப்ராஜெக்ட்டுக்கும் கம்பெனிக்கும் லாபம். அதனாலே அவனைப் போகச் சொல்லிட்டு இவர் இங்கயே இருந்துட்டார். பத்துப் பைசாகூட கம்பெனிக்கு லாபமா நஷ்டமான்னு பார்த்துட்டுத்தான் பண்ணுவார்.

---

2. *Y2K (Year 2000)*: இரண்டாயிரத்துக்கு முன், வருடத்தைக் குறிக்க கடைசி இரண்டு இலக்கத்தைக்கொண்டே நிரல்மொழி *(program)* எழுதியிருப்பார்கள். அந்நிலையில் 1999ஆம் வருடத்துக்குப் பிறகு அனைத்தும் 00 ஆகிவிடும். இந்நிலையில் கணினிகளுக்கு அது இரண்டாயிரமா அல்லது ஆயிரத்துத் தொள்ளாயிரமா என்று தெரியாது. இதன் காரணமாக புரோகிராம் செய்யப்பட்ட அனைத்து கணினிகளும் தீவிரமாக பாதிக்கப்படும் நிலை இருந்தது.

என்ன பண்றது நம்ம நிலைமை அப்படியில்லையே. மாசம் பொறந்தா இ.எம்.ஐ, ஸ்கூல் ஃபீஸ், ஹாஸ்பிட்டல், வீட்டுச் செலவு, அது இதுன்னு ஆளுக்கு ஒருபக்கம் நம்மள பிடுங்கித் திண்ணுடுறாங்க. எல்லாம் முடிஞ்சு பத்தாம் தேதி வந்தாலே பர்ஸ் காலியாயிடுது. அப்படியிப்படி அமெரிக்கா போயிட்டு வந்து இந்த ஹோம் லோனை அடைச்சுட்டாலே எனக்குப் பெரும் நிம்மதி. வீடு வாங்கும்போது பெரிசா தெரியல. ஆனா இப்போ தொண்டைல சிக்குன முள்ளு மாதிரி விழுங்கவும் முடியாம, துப்பவும் முடியாம படுத்தி எடுக்குது."

"வேணு நல்ல உழைப்பாளிதான். நான் மறுக்கல. அவர் வேணுமின்னா கம்பெனிக்கு நல்ல எம்ப்ளாயியா இருக்கலாம். ஆனா நிச்சயமா அவர் ஒரு நல்ல மானேஜர் கிடையாது. பார்கவியோட கதையை யாராலயும் அவ்வளவு சுலபமா மறந்திட முடியாதில்ல"

"ஆமா, இட்ஸ் வெரி பிட்டிஃபுல்" என்று அதைப் பற்றி பேச்சை வளர்க்காமல் சுருக்கமாக முடித்துக்கொண்டார். ஆனால், நித்திலனால் அவ்வளவு சுலபமாக அந்தக் காட்சியை கடந்துவர முடியவில்லை. அந்த அழுகையும் கூக்குரலும் வசவும் காதுகளில் இப்போதும் அவனுக்கு ஒலித்தது. ஒருமுறை அவன் உடல் சிலிர்த்தடங்கியது.

மூன்றாவது சிகரெட்டைத் தரையில் போட்டு காலால் மிதித்து இழுத்தார். சாஜுவுக்கு வேணுவிடத்தும், அதே போன்ற பரஸ்பர மரியாதை வேணுவுக்கு சாஜுவின் மேலும் இருக்கிறது என்பதை நித்திலன் நன்றாகவே அறிவான். அதனால், சாஜுவை வெளியே விட வேணு ஒருபோதும் அனுமதிக்க மாட்டார் என்பதும் நித்திலனுக்குத் தெரியும். அது சாஜுவுக்கு இன்னும் நன்றாகவே தெரியும். அந்தத் தைரியத்தில்தான் கையில் வேறு வேலை இல்லாதபோதும் துணிச்சலாக சாஜு பேப்பர் போட்டுவிட்டு வந்திருக்கிறார் என்பதை யூகிப்பதும் பெரிய காரியமில்லை. சொல்லப்போனால் இது சாஜுவுக்கும் வேணுவுக்கும் நடக்கும் ஒரு சிறு ஊடல் அவ்வளவுதான்.

நித்திலனின் கையிலிருந்த டீ காலியாகியிருந்தபோது சாஜு மூணாவது சிகரெட்டைக் காலடியில் போட்டு மிதித்துக் கொண்டிருந்தார்.

23

இன்றுங்கூட பார்கவியின் பெயரைக் கேட்டவுடன் அந்த ப்ராஜெக்ட்டில் இருக்கும் ஒவ்வொருவருக்கும் பதறிப்போகிறது. அவளின் நெருங்கிய நண்பர்கள் பலரும் குற்றஉணர்வில் குறுகிப்போய்விடுகிறார்கள்.

நிறுவனத்தில் இருக்கும் ஒவ்வொரு ப்ராஜெக்ட்டுக்கும் அவற்றின் அளவுக்கும் தன்மைக்கும் தகுந்தாற்போல சில இலக்குகள் உண்டு. குறிப்பிட்ட வருவாயை எட்டுவது, புதிய ஆட்களைச் சேர்ப்பது, புத்தம் புதிய தொழில்நுட்பங்களை அறிமுகப்படுத்துவது, செய்யும் வேலையின் நேரத்தைப் புதிய கண்டுபிடிப்புகள், உத்திகள், ஏதேனும் டெக்னிகல் கருவிகள் – இவற்றின் துணைகொண்டு குறைப்பது, இதன் விளைவாக வாடிக்கையாளர்களிடமிருந்து உயர்ந்தபட்ச திருப்தி குறியீடுகளைப் பெறுவது போன்றவை அவற்றில் சில. அதில் முக்கியமான மற்றொன்றும் உண்டு. வாடிக்கையாளர்களுடன் செய்த ஒப்பந்தத்தைப் பூர்த்தி செய்வதோடு அதையும் மீறி சில மதிப்புக் கூட்டும் விசயங்களைச் செய்து தருவது. இலவச சேவைதான். ஆனால், அத்தகைய சின்னச் சின்ன மேம்படுத்தல்கள் வழியாகவும், இலவச சேவைகளின் மூலமாகவும் இருக்கும் வாடிக்கையாளர்களை திருப்திப்படுத்துவதோடு அதன் மூலமாக மேலும் சில புதிய ப்ராஜெக்ட்டுகளையும் பெற முடியும். பலமுறை அப்படிப் பெற்றும் இருக்கிறார்கள். உண்மையில் இங்கே இலவசம் என்ற பேச்சுக்கே இடம் கிடையாது.

வேணுவின் ப்ராஜெக்ட்டில் வாடிக்கையாளர்களுக்கான மதிப்பு கூட்டும் சேவை, அந்த ஆண்டுக்கான இலக்கினை அடைவதற்கான அளவில் இல்லை. அதைப்பற்றி விவாதிப்பதற்காகவே அன்று அவர் குழுச்சந்திப்புக்கு அணியில் உள்ள அனைவரையும் அழைத்திருந்தார்.

அதற்கு முன்னரே பல்வேறு விசயங்களில் பார்கவிக்கும் வேணுவுக்குமிடையே கனன்றுகொண்டிருந்தாலும், இருவருக்குமான மோதல் அன்றுதான் உச்சம் பெற்றது.

அவர்களுக்கிடையே நிலவிவந்த பனிப்போர் எல்லோரும் அறிந்ததுதான். அன்று அது அப்படி வெடிக்கும் என்பதைத்தான் யாரும் ஊகித்திருக்கவில்லை. பார்கவிக்கு எதையும் மூடி மறைத்துப் பேச வராது. சரியென்று பட்டதை எந்தச் சபையிடத்தும் உரக்கப் பேசுவது அவளது வழக்கம். அந்தப் பராஜெக்ட்டைப் பொறுத்தவரை வேணுவின் சொல்லே வேதம். அதுவே கடைசிச் சொல்லாக இருக்க வேண்டும் என்று விரும்புவார். அவர்தம் முடிவுகளையும், ஆலோசனைகளையும் அவருடைய பாஸ்ஸான சத்தியமூர்த்திகூட மறுத்துப் பேசுவதில்லை. முதல் முறையாக ஒரு சிறு பெண் அவரை எதிர்த்து நிற்கிறாள். மறுத்துப் பேசுகிறாள்.

பார்கவிக்குச் சொந்த ஊர் கேரளாவின் பட்டணம்திட்டா. பிறந்தது முதல் அங்கே தங்கியிருந்த நாட்களைவிட அவளது அப்பாவின் வேலை, இப்போது அவளின் வேலை என்று அங்கிருந்து விலகியிருந்த நாட்களே அதிகம். ஆனாலும் அந்த ஊரின் மீது அதீத பற்று அவளுக்கு. தோட்டம் வைத்த பெரிய பூர்வீக நாலுகட்டு வீடு அவளுடையது. அடுக்கப்பட்ட பெட்டிகளைப் போல இருக்கும் சென்னையின் விடுதியறைகளும் அவற்றின் பராமரிப்பும், எல்லாவற்றுக்கும் மேலாக அதன் புழுதி பறக்கும் சாலைகளும், ஜன நெருக்கடியும் அவளுக்கு உளச்சோர்வையும் அருவருப்பையும் அளித்தன. பட்டணம்திட்டாவுக்கு கொச்சினிலிருந்து இரண்டரை மணி நேரப் பயணம். எனவே, கொச்சினில் இருக்கும் அவர்களின் அலுவலகத்துக்குப் பணிமாற்று கேட்டிருந்தாள். அவள் கேட்கும் போது அவள் அந்த ப்ராஜெக்ட்டுக்கு வந்து ஒரு வருடம் கூட ஆகியிருக்கவில்லை. நிறுவன நெறிமுறைகளின்படி ஒரு ப்ராஜெக்ட்டுக்குள் வந்துவிட்டால் குறைந்தது பதினெட்டு மாதங்கள் அதில் பணியாற்றியாக வேண்டும். அது அவளுக்கும் தெரியுமாதலால் முதலில் இடமாற்றத்தை ஒரு கோரிக்கையாகவே முன்வைத்தாள். அப்போது வேணு அடுத்த மூன்று மாதங்களில் முக்கியமான ப்ராஜெக்ட் ரிலீஸ் ஒன்று முடிந்தவுடன் அதைப் பற்றி பேசலாம் என்றார். பட்டணம்திட்டா பற்றி விசாரித்தார்.

அருகேயிருக்கும் சபரிமலை குறித்தும், அரவணப்பாயசம் குறித்தும் விசாரித்து அறிந்துகொண்டார். அப்போதெல்லாம் இருவருக்கும் இடையே சிரித்துப் பேசக்கூட சில விசயங்கள் இருந்தன.

மறுபடியும், மூன்று மாதங்கள் கழித்துப்போய் நின்றாள். அப்போது அவளுக்கு அந்த ப்ராஜெக்ட்டில் ஒரு வருடம் பூர்த்தியாகியிருந்தது. பார்கவி தன் வேலையைத் திருத்தமாகவும் பொறுப்பாகவும் செய்யக்கூடியவள். ஐடியில் வேலை செய்வதை விட, செய்த வேலையைத் தக்க முறையில் தகுந்த இடத்தில் வெளிச்சமிட்டுக் காட்டத் தெரிந்திருக்க வேண்டும். அதற்கு நல்ல மொழிவளமும், மற்றவர்களிடத்தே கூச்சமின்றிப் பழகும் தன்மையும் அவசியம். அவள் அவ்விரண்டிலும் விற்பன்னள். தனது ஆரம்பக்கால கல்வியை துபாயில் ஒரு சர்வதேசப் பள்ளியில் பயின்றவள். அது அவளுக்கு ஒரு வலுவான அடித்தளத்தை அமைத்துக்கொடுத்திருந்தது.

எத்தனை பெரிய கூட்டத்திலும், எவர் முன்னும் சிறிதும் தயக்கமின்றி ஒலிக்கும் குரல் அவளுடையது. அவளின் சிறப்பான செயல்பாடுகள் கிளையன்ட்களிடத்தும் நல்ல பெயரைப் பெற்றுத்தந்தன. அதனால், அவளை இழக்க வேணு விரும்ப வில்லை. அதேநேரத்தில் அவளைத் தக்கவைக்க விரும்பும் காரணத்தைச் சொல்லி அவளை இருத்திவைக்கவும், அதன் வழியாக அவளது முக்கியத்துவத்தை உணர்த்தவும் அவரது சுயகௌரவம் இடம் கொடுக்கவில்லை. இங்கே முடிந்தமட்டில் அவரவர்களின் முக்கியத்துவத்தை அவர்களை உணரவிடாமல் வைத்திருப்பதென்பதை ஒரு உத்தியாகவே கையாளுவார்கள். அதன் வழியாக அவர்களுக்குப் பிரத்தியேக சலுகைகள் அளிக்க வேண்டிய நிர்பந்தத்திலிருந்து தப்பித்துக்கொள்ளலாம். எனவே, பதினெட்டு மாதங்கள் குறித்த விதிமுறையை எடுத்துக்கூறி அடுத்து ஆறு மாதங்களுக்கு அங்குதான் இருக்க வேண்டும் என்றார்.

அங்கு பார்கவிக்குப் பேசுவதற்கு இடமில்லை என்பதால் ஏமாற்றத்தையும் மீறி அவளுக்குப் பொறுமையாக இருப்பதைத் தவிர வேறு வழியிருக்கவில்லை. ஆனாலும் தளராமல் சரியாக பதினெட்டு மாதங்கள் முடிவடைந்த அடுத்த நாளே வேணுவிடம் போய் நின்றாள். அப்போது வேணு தானே நல்ல ப்ராஜெக்ட் ஒன்றைப் பார்த்து அங்கு அவளை அனுப்புவதாய் கூறினார்.

மேலும் இரண்டு மாதங்கள் ஓடின. ஆனால், அவளுடைய இடமாற்றம் குறித்த எந்தத் தகவலும் இல்லை. அடுத்த முறை பேசும்போது, கொச்சினில் சொல்லிக்கொள்ளும்படி

ப்ராஜெக்ட்டுகள் எதுவுமில்லை; அவளால் முடிந்தால் தேடிக் கொள்ளும்படியும், அப்படி ஏதேனும் நல்ல ப்ராஜெக்ட் கிடைத்தால் இந்த ப்ராஜெக்டிலிருந்து தான் அவளை உடனடியாக விடுவிப்பதாகவும் உறுதியளித்தார்.

நண்பர்கள், நண்பர்களின் நண்பர்கள் என்று தேடி, ஒருவழியாக ஒன்றரை மாதப் பிரயத்தனங்களுக்குப் பிறகு ப்ராஜெக்ட் ஒன்றைக் கண்டடைந்தாள். அதில் தேர்ச்சி பெறுவதற்காகவே சில சான்றிதழ்களைப் பெற வேண்டியிருந்தது. அதையும் வெற்றிகரமாகச் செய்து முடித்தாள். கடைசியில், அந்த ப்ராஜெக்டிலிருந்து உரிய பதில் கிடைக்கவில்லை. அந்தப் பராஜெக்ட்டின் மேலாளர் ஒருவரை இவளே தொடர்புகொண்டு அதுகுறித்து விசாரித்தாள். தற்போது அவள் இருக்கும் ப்ராஜெக்டில் அவளை விடுவிக்க அவர்கள் தயாரில்லை அதனால்தான் புதிய ப்ராஜெக்ட்டில் எடுக்க இயலவில்லை என்றார்.

அன்று பார்கவி, வேணுவை தனிச்சந்திப்புக்கு அழைத்துப் போனாள். கிட்டதட்ட ஒரு மணி நேரத்துக்குப் பின்னர் வெளிவந்த இருவரது முகங்களும் வெளிறிப்போயிருந்தன. அன்று வேணு வழக்கத்திற்கு முன்பாகவே வீட்டுக்குக் கிளம்பிப்போனார்.

அதன் பிறகு பார்கவி வேணுவின் மேலாளர் சத்திய மூர்த்தியைச் சந்தித்தாள். பெரிய பலனிருக்கப் போவதில்லை என்று தெரிந்தும் மனித வளத் துறை அதிகாரியான ஸ்டீபனையும் சந்தித்தாள். அவர்தான் அவளுடைய பிரச்சனைக்கு நல்ல தீர்வொன்றை அளிப்பதாய்க் கூறினார். அவரின் கனிவான புன்னகை அவளுக்கு நம்பிக்கை அளித்தது. இரண்டு நாட்களுக்குப் பின்னர் அவரே, ப்ராஜெக்ட்டுக்குத் தேவையான மிக முக்கிய மான சில தகவல்களும் திறன்களும் அவளிடம் மட்டுமே இருப்பதாகவும், அதை மற்றொருவருக்குச் சொல்லித்தந்து அவர் அதில் நல்ல தேர்ச்சி பெறும்வரை பார்கவியை அங்கிருந்து விடுவிக்க முடியாது என்றும் சொன்னார். அப்போதும் அதே புன்னகை.

இந்த இடைப்பட்ட நாட்களில் பார்கவி மிகக் கூர்மையாக அவதானிக்கப்பட்டாள். அவளுக்கு விடுப்புகள் மறுக்கப்பட்டன. அவளிடமிருந்த சில முக்கியமான பொறுப்புகள் பறிக்கப்பட்டன. சில நாள் தாமத வருகைக்குக்கூட மற்றவர்களின் முன் மறைமுகமாக எச்சரிக்கை கொடுக்கப்பட்டது. அவளின் வேலையில் பொருட்படுத்தத் தேவையற்ற சிறு பிழைகளும், விடுபடுதல்களும்கூட பெரிதுபடுத்தப்பட்டன. பல முக்கியமான மின்னஞ்சல்களில் அவள் பெயர் விடுபட்டிருந்தது. அங்கு

நடப்பது எல்லாவற்றையும் அங்கிருந்த எல்லோருமே அறிந்திருந் தனர். அலுவல் சம்பந்தமான நடவடிக்கைகள் பலவற்றிலிருந்தும் அவள் தனிமைப்படுத்தப்பட்டிருந்தாள். ஆனால், இதற்காகப் பயந்து ஒதுங்கிவிடக் கூடாது. எதிர்த்து நிற்க வேண்டும். எந்த எல்லைக்கும் சென்று பார்த்துவிட வேண்டும் என்று தனக்குள் சங்கல்பம் எடுத்துக்கொண்டாள். அதையும் மீறி அவளை உடைந்துபோகச் செய்யும் சம்பவங்கள் ஒன்றொன்றாய் நடந்து கொண்டேதான் இருந்தன.

இந்தச் சூழலில்தான் மதிப்பு கூட்டுச் சேவை குறித்தான அச்சந்திப்பு நடைபெற்றது. அத்தகைய சேவைகளை எப்படி மேம்படுத்தலாம் என்பதற்கான ஆலோசனைக் கூட்டம். இது போன்ற சந்திப்புகளில் பொதுவாக பார்கவியின் குரல் தனித்து ஒலிக்கும். முதலில் அன்று எதுவும் பேச வேண்டாம் என்றுதான் நினைத்திருந்தாள். ஆனால், அப்படி அமைதி காப்பது பயந்து ஒதுங்குவதாய் எடுத்துக்கொள்ளப்படும் என்பதால் அவள் தன் முறைக்காகக் காத்திருந்தாள். முன்பைவிடத் தீவிரமாகத் தன்னைத் தயார்படுத்திக்கொண்டாள்.

ஒவ்வொருவராகத் தங்களது ஆலோசனைகளைக் கூறி வந்தனர். அதுவரை கர்மசிரத்தையாகக் கூட்டத்தை நடத்திவந்த வேணு, பார்கவியின் முறை வந்ததும், மூடிவைத்திருந்த லேப்டாப்பை எடுத்துத் திறந்துவைத்துக்கொண்டார். தீவிரமாக யாருக்கோ மெயில் அனுப்புவதாய் பாவனை செய்தார். ஆனால், அவரின் காது முழுக் கூர்மையுடன் பார்கவி பேசுவதையே கவனித்தது.

அவள் பேசிக்கொண்டிருக்கும்போது தெரியாமல் செய்வது போல தனது குறிப்பட்டையைக் கீழே தவறவிட்டார். தங்கள் கைக்கு அது எட்டாது என்று நன்றாகத் தெரிந்தவர்கள்கூட அதை எடுப்பதற்காகக் கீழே குனிந்தனர். அதன் பிறகான சில நொடி மவுனத்துக்குப் பிறகு தன்னிடம் சில ஆலோசனைக் குறிப்புகள் இருப்பதாகவும், அதை ஒவ்வொன்றாகக் கூறப்போவதாயும் பார்கவி அறிவித்தாள். அத்தனை பிரச்சினைகளுக்கும் கெடுபிடி களுக்கு இடையிலும் அவள் தன் வேலையில் நேர்மையாகவே இருந்தாள்.

அவள் தன் முதல் பாயிண்டைக் கூறி முடித்ததும் வேணு லேப்டாப்பைப் பார்த்தவாறே சிரித்தார். சற்று சத்தமாகவே சிரித்தார். ஒரு நொடி நிறுத்திவிட்டு பார்கவி தொடர்ந்தாள். அப்போது, வேணு தனது லேப்டாப்பை மூடிவைத்தார். தனது வலதுகையை எடுத்து தான் அமர்ந்திருந்த நாற்காலியை அணைத்தவாறு போட்டுக்கொண்டார். இடது காலை தளர்த்தி

நீட்டிவைத்துக்கொண்டார். பின், தன் வலது பக்கத்தில் காலியாக இருந்த நாற்காலியையே வெறித்துக்கொண்டிருந்தார். பார்கவி அவரது இடப்பக்கத்திலிருந்து பேசிக்கொண்டிருந்தாள். நடுவில் ஒருமுறை சத்தமாகக் கொட்டாவிவிட்டார். பார்கவி மீண்டும் ஒருமுறை தன் பேச்சை நிறுத்தி சில கணங்கள் இடைவெளிவிட்டுப் பின் அவளே தொடர்ந்தாள். அவள் தனது இரண்டாவது பாயிண்டை எடுத்துப் பேசி முடித்ததும், வேணு மறுபடியும் உதாசீனமானதொரு சிரிப்பை உதிர்த்தார். அந்த அறையிலிருந்த மற்ற எவரும் அவளை ஆதரித்தோ எதிர்த்தோ பேசவில்லை. அவள் தன் முறையை முடிப்பதற்காகக் காத்திருந்ததாகப் பட்டது.

அவள் எதையும் பொருட்படுத்தாமல் அடுத்த பாயிண்டைப் பற்றிப் பேசினாள். அப்போது மறுபடியும் அந்த வெற்று நாற்காலியைப் பார்த்து வேணு சிரித்தார். இந்த முறை இன்னும் சற்று சத்தமாகவும் நக்கலாகவும் சிரித்தார்.

பார்கவி தனது இருக்கையிலிருந்து எழுந்துகொண்டாள். "எக்ஸ்க்யூஸ்மி" என்று கூறிவிட்டு அந்த அறையைவிட்டு வெளியேறினாள்.

அதன் பிறகு அன்று அவள் யாரிடமும் பேசவில்லை. சாப்பிடப் போக அழைத்தபோதும் தனக்குப் பசிக்கவில்லை என்று கூறி மறுத்துவிட்டாள். மதிய உணவுக்குப் பின்னர் சாஜு அவளிடம் சென்று பேசினார். வெளியில் சென்று சிறிது தூரம் நடந்துவரலாம் என்றார். அப்படி நடை பயில்வது அவர்களது வழக்கம். அவள் திரும்பத் திரும்ப மறுத்துத் தான் வரவில்லை என்றாள். கடைசியில் வந்தாள்.

அவள், நித்திலன், பனிமலர், புதிதாகச் சேர்ந்திருந்த அசோக் மற்றும் சாஜு இவர்கள் ஐவரும் சிறு நடை சென்றனர். அவர்களின் அலுவலக வளாகத்தைச் சுற்றி வரவே இருபது நிமிடங்கள் ஆகும். அத்தனை பெரியது. வழியெங்கும் செயற்கை நீரூற்றுகளும், வெட்டிவைத்த புல்வெளிகளும், அழகுச் செடிகளும் நிரம்பியிருந்தன. மேலும், பாதையெங்கும் புதிதாகச் செடிகளைப் பாதுகாப்பாக வேலி போட்டு நட்டுவைத்திருந்தனர். சென்னை வெயிலிலும் புல்லின் சிறு நுனிகூட கருகிவிடாதவாறு சிரத்தையுடன் கவனித்திருந்தனர்.

அவர்கள் ஐந்து பேரும் மெதுவாக நடக்கத் தொடங்கினர். அந்த வாரம் வெளியான மலையாளத் திரைப்படம் ஒன்றைப் பற்றி சாஜு பேசிக்கொண்டிருந்தார். அப்படியே ஆளாளுக்கு அரசியல், விளையாட்டு என்று பேச்சை எடுத்துப்போயினர்.

மறந்தும்கூட ஒருவரும் அன்றைக்குக் காலையில் நடந்த சம்பவம் குறித்துப் பேசவில்லை. பார்கவி இதில் எதிலும் கலந்துகொள்ளாமல் அமைதியாக நடந்துவந்தாள்.

வரிசையாக நால்வரும் நடந்துகொண்டிருக்க பார்கவி மட்டும் ஓரிடத்தில் அங்கிருந்த செடியைச் சுற்றிவைக்கப்பட்டிருந்த மூங்கில் கம்புகளுக்குப் பக்கத்தில் நின்றுகொண்டாள். மற்றவர்கள் அவள் வந்துசேர்ந்துகொள்வதற்காகத் தங்களது வேகத்தைக் குறைத்தனர். அவள் அங்கிருந்து நகரவில்லை. அவர்களும் அவளுக்குச் சற்று முன்னால் சில அடிகள் தூரத்தில் அவள் வந்து இணைந்துகொள்வதற்காக அப்படியே நின்றுகொண்டனர்.

அசோக்தான் முதலில் அதைக் கவனித்தான். பார்கவி செடியைச் சுற்றி நடப்பட்டிருந்த கம்பை மெதுவாக ஆட்டிப் பிடுங்கிக்கொண்டிருந்தாள். முதலில், அவள் ஏதோ விளையாட்டாய்ச் செய்வதாகத்தான் நினைத்தான். ஆனால், அவள் ஆக்ரோசமாக அதைப் பிடுங்க முயன்றுகொண்டிருந்தாள். ஒரு கம்பைப் பிடுங்கி கையில் எடுத்தவள் கரும்பொன்றைக் கடித்துத் தின்பதைப் போல, கரகரவென்று கடிக்கத் தொடங்கினாள். இப்போது அத்தனை பேரும் அவளருகே சென்றனர். பனிமலர் அவள் அருகே சென்று கையைப் பிடித்து தடுக்க முற்பட்டாள். பார்கவி ஆத்திரம்கொண்டு அங்கிருந்து அவளைப் பிடித்து ரோட்டில் தள்ளினாள்.

“நினக்கு எந்தா வேண்டது? தெண்டி . . . குத்திச்சினி மயிரே” என்று திட்டியவாறு அதே கம்பையே கையில் எடுத்துச் சுழற்றி மாறி மாறி பனிமலரை ஓங்கி அடித்தாள். பனிமலரின் முதுகு, கை, கால், தொடை என்று எல்லாப் பக்கமும் அடிகள் விழுந்தன. கைகளால் முகத்தை மூடி மறைத்துக்கொண்டாள். அதைத் தடுக்கப்போன சாஜூவுக்கும் நித்திலனுக்கும் அதே அடிகளும் திட்டுகளும் விழுந்தன.

அங்கிருந்து அவர்கள் நகர்ந்து ஓடி அருகிலிருந்த செக்யூரிட்டியை அழைத்தனர். பனிமலர் வலியிலும் பதற்றத்திலும் கதறி அழுதுகொண்டிருந்தாள். உடலெல்லாம் வியர்த்துக் கொட்டியது. அடிகள் விழுந்த இடது தொடையைக் கைகளால் தடவிவிட்டுக்கொண்டிருந்தாள். கால்கள் பயத்தில் நடுங்கின. இப்போது ஆணும் பெண்ணுமாக நான்கைந்து செக்யூரிட்டிகள் பார்கவியைச் சூழ்ந்துவிட்டிருந்தனர். ஆனால், அவள் அவர்கள் யாரையும் அவள் பக்கத்தில் நெருங்கவிடவில்லை. நெருங்கிப் போன அவள் அணியின் மற்றவர்களையும் அதே போல வெறிகொண்டு அடித்தாள். அவர்களை அங்கிருந்து போய்விடுமாறு கத்தினாள்.

“அப்போ எந்தா நிங்கடே நாவிறங்கி போயோ? எல்லாம் கண்டோண்டு வாயும் பொத்தி இருந்நல்லோ? என்னிட்டிப்போ செலக்கன் வனக்குன்னு. புறத்தே போ பட்டிகளே” என்று திட்டி விரட்டினாள். தன் வாயில் கம்பைவைத்துக் கடிப்பதை நிறுத்தவில்லை. அது அவளின் உதட்டைப் பற்றிக் கிழித்து ஒரு பக்கமாக ரத்தம் வழிந்தது. அதைப் பற்றிய பிரக்ஞை சிறிதுமற்றவளாய் மீண்டும் மீண்டும் அந்தக் கம்பை கடித்துத் துப்பினாள். அந்தப் பக்கம் போவோர் வருவோர் என்று கூட்டம் கூடியது. ஆட்கள் கூடக் கூட பார்கவியின் மூர்க்கம் அதிகமாகியது.

அடுத்த பத்து நிமிடத்தில் அங்கு ஆம்புலன்ஸ் வந்தது. செக்யூரிட்டிகளும் மருத்துவப் பணியாளர்களும் சேர்ந்து, அவளின் கைகளை இறுக்கிப் பற்றி அதிலேற்ற முயன்றதும் அவள் நகர மறுத்து அங்கே தரையிலேயே உட்கார்ந்துவிட்டாள். அங்கிருந்த அத்தனைபேரும் தங்களால் ஆன விதங்களில் அவளோடு போராடிக்கொண்டிருந்தனர். அங்கு நடக்கும் எதையுமே பொருட்படுத்தாமல் ஆம்புலன்ஸின் டிரைவர், சீட்டில் உட்கார்ந்தபடி சாவதானமாக யாருடனோ மொபைலில் பேசிக்கொண்டிருந்தான். செக்யூரிட்டிகள் அங்கே சூழ்ந்து நின்ற மற்றவர்களை அவரவர் இடங்களுக்குச் செல்லுமாறு அறிவுறுத்திக்கொண்டிருந்தனர்.

இரண்டு மூன்று பேர்கள் சேர்ந்தும்கூட அவளை அங்கேயிருந்து நகர்த்த முடியவில்லை. ஒரு கட்டத்தில் தரையோடு தரையாகப் படுத்துவிட்டாள். அவளுக்குக் கொடுக்கப்பட்ட தண்ணீர் பாட்டிலைத் தட்டிவிட்டாள். அங்கே இருந்தவர்கள் அதற்குமேல் என்ன செய்வது என்று புரியாமல் திணறிக்கொண்டிருந்தனர். சட்டென்றெ ஒரு கணத்தில் ஆம்புலன்ஸிலிருந்து அதன் டிரைவர் வெளியே குதித்து அதன் கதவை ஓங்கிச் சாத்தினான். கூட்டத்தை விலக்கி பார்கவியின் பக்கம் வந்தவன், அவளின் தலைமுடியைக் கொத்தாகப் பிடித்து, முகத்தில் ஓங்கி இரண்டுமுறை மாற்றி மாற்றி அறைந்தான். அவளின் இடது காதில் அணிந்திருந்த தோடு தெறித்து விழுந்தது. அடித்த தன் கையை ஒருமுறை உதறிவிட்டு பேன்டில் இழுத்துத் தடவிக் கொண்டான். சுற்றியிருந்தவர்களுக்குப் பதறியது. ஆனால், ஒருவரும் அவனைத் தடுக்கவில்லை. ஆனால், அவளது கூச்சலும் அழுகையும் நின்றுபோனது. அதையடுத்து அவளே அந்த ஆம்புலன்ஸில் ஏறி அமர்ந்துகொண்டாள். அந்த வேன் அங்கிருந்து கிளம்பிச்செல்லும்வரை சுற்றியிருந்த யாரும் யாருடனும் பேசிக்கொள்ளவில்லை.

அன்று ஆம்புலன்ஸில் ஏற்றிச் செல்லப்பட்ட பின்னர் அவள் அலுவலகத்துக்குத் திரும்பி வரவில்லை. அவர்களுடன் எல்லாவிதமான தொடர்புகளிலிருந்தும் அவள் தன்னை துண்டித்துக்கொண்டாள். அவள் வேலையை விட்டு நின்று விட்டாள் என்றார்கள். அவளுடைய அப்பாவும் அண்ணாவும் அவள் வேலைக்கே செல்ல வேண்டாம் என்று கூறி ஊருக்குக் கூட்டிப்போய்விட்டார்கள் என்றார்கள். அவள் இங்கு வேலை பார்ப்பதற்கு தகுதியற்ற நிலையில் இருப்பதால் அந்த நிறுவனம் தான் அவளை வேலையைவிட்டு நிறுத்திவிட்டது என்றும் சொன்னார்கள்.

அந்தச் சம்பவம் நடந்து இரண்டு வாரங்களுக்குப் பின்னர் சாஜுவும் மற்றவர்களும் மீண்டும் நடைபயில ஆரம்பித்தனர். பாதையை மட்டும் மாற்றிக்கொண்டனர்.

24

சாஜூவுக்குக் கண்களைத் திறக்க இயவில்லை. இரவு முழுவதும் தூக்கம் பிடிக்காமல், உறக்கம் இது விழிப்பு இது என்று பிரித்தறிய முடியாத நிலையிலேயே மொத்த இரவும் கழிந்தது. வயிற்றமிலம் வாய்க்கு வந்து எக்களித்தது. தலையைச் சுற்றி பாரம் ஏறி நெற்றிப்பொட்டில் வலித்தது. வலது தோள்பட்டை இறுகிக் கனத்தது. மொபைலைத் திறந்து தன் அணியின் ‘வாட்ஸப்’ குழுவில் உடம்பு சரியில்லை என்று கூறி விடுப்பு தெரிவித்தார். வரிசையாக டெம்ப்ளேட் ‘டேக் கேர்’ செய்திகளால் குழு நிரம்பியது.

அலெக்ஸாவில் அலாரம் அடித்தது.

“அலெக்ஸா, தயவுசெய்து அலாரத்தை நிறுத்து!”

அலாரம் நின்றது. “குட் மார்னிங்” சொன்னது.

இரண்டு வாரங்களுக்கு முன்னர் வந்த சாஜூவின் பிறந்த நாளுக்கு பூஜா இதை வாங்கிப் பரிசளித்திருந்தாள். அமேஸான் அலெக்ஸா எக்கோ. உள்ளங்கை அளவு நீளம். கல்லில் செய்த லிங்கம் போன்று உருண்டு திரண்ட வடிவமைப்பு. நாலா பக்கமும் ஸ்பீக்கர்கள் பொருத்தப்பட்டு கைக்கு அடக்கமாக அழகாக இருந்தது.

கேட்ட பாடலை ஒலிக்கவிடும். சொன்னால், பிடித்த பாடல்களின் பட்டியலில் அதை இணைத்துக் கொள்ளும். வானிலை பற்றிய முன்னறிவிப்புத் தரும். சொன்ன நேரத்துக்கு எழுப்பிவிடும். சஞ்சீவ் கபூரின் சமையல் குறிப்புகளைச் சொல்லும். வீட்டிலுள்ள

சாதனங்களைத் தன் கட்டுப்பாட்டில் இணைத்துக்கொள்ளும். சொன்னால் டி.வி-யைப் போடும், அணைக்கும். தினசரி செய்திகளைச் சேகரித்துத் தரும். அன்றைய தின திட்டங்களை அறிவிக்கும். என்ன கேட்டாலும் இணையத்தில் ஓடித் தேடி பதில் தரும்.

அம்மாவுக்கும் பிள்ளைக்கும் அலெக்ஸாவின் வருகை ஒரு கொண்டாட்டமாக மாறிப்போனது. புதிது புதிதாக அதனிடம் எதையாவது கேட்பது, அது தரும் பதில்களைக் கண்டு ஆச்சரியப்பட்டு கண்களை விரிப்பது என அலெக்ஸாவுடன் தொடர்ச்சியான உரையாடல்களை நிகழ்த்திக்கொண்டிருந்தனர். முதலில் சாஜுவுக்கு இதெல்லாம் தொந்தரவாகத் தோன்றியது. அத்துமீறி வேறு யாரோ தன் வீட்டுக்குள் நுழைந்துவிட்டது போன்ற பிரேமையைக் கொடுத்தது. ஆனால், கொஞ்சம் கொஞ் சமாக அவருக்கும் அலெக்ஸாவைப் பிடிக்க ஆரம்பித்தது. அவரும் அதை ரசிக்க ஆரம்பித்தார்.

பூஜாவும், அகிலும் பெங்களூருவில் இருக்கும் பூஜாவின் நெருங்கிய கல்லூரித் தோழி இஷாவின் திருமணத்துக்காகப் போயிருக்கிறார்கள். அப்பெண் தன் வேலையின் பொருட்டு லண்டன் போயிருந்ததால் வரன் அமைவது தள்ளிக்கொண்டே போனது. அதன் காரணமாக அங்கிருந்த வேலையை விட்டுவிட்டு பெங்களூரு திரும்பியும், மேலும் இரண்டு ஆண்டுகள் காத்திருக்க வேண்டியிருந்தது. இத்தனை ஆண்டுகளுக்குப் பின்பே இந்த வரன் அமைந்திருக்கிறது. பூஜாவுக்கு அதில் அளப்பரிய சந்தோசம். கல்லூரிக்காலத்திலிருந்து ஒரே வகுப்பு, விடுதியில் நான்கு ஆண்டுகளாய் ஒரே அறை என்று சேர்ந்தே சுற்றியிருக்கிறார்கள். சாஜு - பூஜா திருமணத்தின்போதுகூட பொருளாதார ரீதியான சிக்கல்களைத் தீர்க்க இஷா உதவியாக இருந்தாள்.

பூஜாவுக்கு மூன்று மாதங்கள் தாண்டிவிட்டதாலும், ரயில் பயணம் என்பதாலும் தனியே செல்வதில் பெரிய பிரச்சினை யில்லை. அகிலுக்கும் பள்ளி ஒரு வார விடுமுறை. அடுத்த வாரம்தான் ஊர் திரும்புவார்கள். அதுவரை அலெக்ஸாவே துணை.

அலெக்ஸாவை பூஜா அறிமுகப்படுத்தியதும் சாஜு முதலில் கேட்ட கேள்வி, “என்ன விலை?”.

“ஏன் எல்லா விசயங்களையும் பணமாவே பாக்குற? அதோட வால்யூ வெறும் பணம் மட்டுமில்ல. இது என்னோட கிஃப்ட். உனக்கான ப்ர்த் டே கிஃப்ட். அவ்வளவுதான்! உடனே எப்படி உனக்குப் பணம் கிடைச்சதுன்னு கேட்காத. ப்ளீஸ்

சஞ்சிவ், க்ரோ அப்” என்றாள். சிரித்துக்கொண்டேதான் கூறினாள் என்றாலும் அவனுக்குச் சுருக்கென்று குத்தியது.

சாஜூவால் அப்படித்தான் சிந்திக்க முடிந்தது. ஒவ்வொரு பொருளைப் பார்க்கும்போதும் அதன் விலையும் மதிப்பும் அவ்விரண்டும் ஒன்றுக்கொன்று பொருத்தம்தானா என்ற கூட்டலும் கழித்தலுமே மனதில் தோன்றும். இருக்கும் வீடு, போய் வரும் கார், ஐம்பத்தைந்து இஞ்ச் டி.வி, பிளாட்டினம் கிரெடிட் கார்ட் என பூஜாவுக்கு அத்தியாவசியம் எனத் தோன்றும் எல்லாமே சாஜூவுக்கு ஈ.எம்.ஐக்களாக மட்டுமே தெரிந்தது. இவர்கள் காதலித்த காலங்களிலோ, தான் சொந்தமாக சம்பாதித்த காலங்களிலோகூட பூஜா இப்படி இல்லை. வீட்டை மறுத்துத் திருமணம் செய்துகொண்ட பின் இப்படி மாறிப்போனாள். யாருக்கோ எதையோ நிரூபிக்க விரும்புகிறாள். இருவருக்கும் நல்ல மனநிலை வாய்க்கும் நாளொன்றில் இதைப் பற்றி அவளிடம் பேச வேண்டும் என்று நினைத்துக்கொண்டார்.

எப்படியாவது இருக்கும் கடன்களையெல்லாம் ஒழித்துக் கட்டிவிட்டு நிம்மதியாக இருக்கலாம் என்று நினைத்தால், ஒன்று போய் இன்னொன்று வந்து நிற்கிறது. மாசக் கடைசியில் பத்து காசு நிற்பதில்லை. முதல் சம்பளமாக எட்டாயிரம் வாங்கும் போதிருந்த அதே நிலைமையே இப்போது எண்பதாயிரம் வாங்கும்போதும் நீடித்தது. இவையெல்லாவற்றையும் சரி செய்யும் ஒரே பிரம்மாஸ்திரம் வெளிநாடு செல்லும் வாய்ப்பு மட்டுமே. இரண்டே வருடங்கள் போய்விட்டு வந்தால் போதும். இருக்கும் கடன்களையெல்லாம் அடைத்துவிட்டு நிம்மதியாக இருக்கலாம். ஆனால், அதுவோ மூன்று வருடங்களாக ஒன்று மாற்றி ஒன்றால் தள்ளிப்போய்க் கொண்டே இருக்கிறது.

சிகரெட் பாக்கெட்டை எடுத்துக்கொண்டு பால்கனிக்கு வந்தார்.

முதல் நாள் நடந்த சம்பவங்கள் ஒவ்வொன்றாய் நினைவுக்கு வந்து போனது. வேணு அழைத்துப் பேசியது; கோபத்தில் பேப்பர் போட்டது; நித்திலனுடன் சேர்ந்து வெளியில் போனது என்று காட்சி காட்சியாய்க் கண் முன்னே வந்தது.

வேணு, பதறியடித்து நேற்றே அழைத்துப் பேசியிருக்க வேண்டும். ஆனால், அப்படிப் பேசவில்லை. மாலை, அலுவல் முடிந்து வீட்டுக்குப் போகும்போதுகூட தனது லேப்டாப் பையை ஒருபக்கத் தோளில் தொங்கவிட்டபடி பனிமலரிடம் நின்று ஏதோ பேசிக்கொண்டிருந்தார். அப்போது, சாஜூவின் உடல் மட்டுமே அவரின் இருக்கையில் இருந்தது. கவனம் முழுவதும் அவ்விருவரின் உரையாடலிலே குவிந்திருந்தது. மிகவும்

தெளிவாக, எந்தவிதப் பதற்றமோ, கோபமோ வெளிப்படாத நிதானமான வேணுவின் பேச்சு சாஜூவை மேலும் குழப்பியது. வேணுவைப் பற்றி சாஜூவுக்கு நன்றாகத் தெரியும். அவரின் ஒவ்வொரு அசைவையும் உற்றுக் கவனித்திருக்கிறார்.

கோபத்தில் பேப்பர் போட்டுவிட்டாலும் சாஜூவுக்கு அங்கிருந்து செல்வதற்கு மனமில்லை. பத்து வருடங்களுக்கும் மேலாகத் தன்னை முழுவதுமாய் நிரூபித்து, தனக்கென்று தனித்ததொரு இடத்தை அங்கே நிறுவியிருக்கிறார். சாஜூவுக்கு அந்தப் ப்ராஜெக்ட்டில் மட்டுமில்லாமல் மற்ற ப்ராஜெக்ட்டுகளிலும்கூட நல்ல பழக்கமும் பரிச்சயமும் உண்டு. வேணு, சத்தி, சுரேஷ் என்று தனக்கு அடுத்தடுத்து மேலேயே இருக்கும் ஒவ்வொருவரிடத்தும் நல்ல பெயர் வாங்கிவைத்தாயிற்று. உண்மையில், வேணு தனக்குப் பிறகு ஒருவரை அவரிடத்தில் நிறுத்த வேண்டிய சந்தர்ப்பம் வரும்போது தயக்கமே இல்லாமல் முதலில் வரும் பெயராகத் தன் பெயரே இருக்கும் என்பதையும் சாஜூ அறிவார். எல்லாவற்றுக்கும் மேலாகக் கடந்த சில வருடங்களாக விசாவுக்கான எல்லாவித முன்னெடுப்புகளையும் எடுத்திருந்தார்கள். அதிர்ஷ்டம்தான் அவர் பக்கம் இல்லை. ஒவ்வொரு முறையும் லாட்டரியில் கிடைக்கவில்லை.

இதையெல்லாம் வைத்துப் பார்க்கும்போது, தான்தான் அவசரப்பட்டுவிட்டோமோ? இன்னும் கொஞ்சம் பொறுமையாக இருந்திருக்கலாமோ? நாளையோ மறுநாளோ இதையெல்லாம் ஒவ்வொன்றாக வேணு எடுத்துச்சொல்லிப் பேசும்போது என்ன பதில் சொல்வது? என்று வரிசையாகக் கேள்விகள் எழுந்தன.

அதேநேரத்தில், இங்கே வேணுவோ சத்தியோ நினைத்தால் முடியாத காரியம் ஒன்று உண்டா? அவர்களின் முன்பு வளையாத விதி ஒன்று இங்கே கிடையவே கிடையாது. அவர்கள் நினைத்திருந்தால் நிச்சயம் செய்திருக்க முடியும். வெறுமனே மேலிடத்து முடிவு என்று சொல்லி தப்பித்துக்கொள்கிறார்கள். அவ்வளவுதான். இங்கே எப்போதும் சத்தமிடுகிறவனுக்குத்தான் சகலமும் கிடைக்கும். அமைதியாக இருந்தால், அப்படியிருக்கும்வரை பிரச்சினையில்லை என்று போய்விடுவார்கள். என்ன நடந்தாலும் தான் ஒன்றும் சொல்லப்போவதில்லை என்றெண்ணித்தானே இப்படியான ஒரு முடிவைக்கூட சின்ன வருத்தமோ சமாதானமோ இல்லாமல் அதிகாரத் தோரணையில் கூற முடிந்தது.

ஒருவேளை, வேணு இன்னும் கொஞ்சம் பக்குவமாக, தணிந்த குரலில் போலியான வருத்தத்துடன் சொல்லியிருந்தால்கூட இதெல்லாம் நடந்திருக்காது. தானும் இப்படி ஒரு குழப்பத்திற்கு ஆளாக நேர்ந்திருக்காது.

அவரது குரலில் ஒலித்த அதிகாரத்தொனியே சாஜுவைக் கிளப்பிவிட்டது. எல்லோரும் அவரைப் போலவே நிறுவனத்துக்காக நேர்ந்துவிடப்பட்டவர்களைப்போல வேலைபார்க்க முடியுமா? வாழ்வதற்குத்தானே வேலை. வேலைக்காகவே வாழ்வதெல்லாம் என்ன மாதிரியான வாழ்க்கை? அதுவும் தன்னைப் போலவே அத்தனை பேரும் வேலைபார்க்க வேண்டும், நிறுவனத்தின் நலனையே முதன்மையாகக் கொள்ள வேண்டும் என்று எப்படி அவர் எதிர்பார்க்க முடியும்?

வேணுவுக்குத் தன்னைப் பற்றி நன்றாகத் தெரியும். இத்தனை வருடங்களில் அவர் சொன்ன எந்த ஒன்றையும் மறுத்துப் பேசியதாக நினைவில் இல்லை. எத்தனை இரவுகள், எத்தனை வாரயிறுதிகள், எத்தனை எத்தனை கொண்டாட்டங்கள் வேணுவுக்காகவும் நிறுவனத்துக்காகவும் காவு கொடுக்கப் பட்டிருக்கிறது? அத்தனை பேரும் கைவிட்டுவிட்ட ஒரு தீபாவளி இரவில் ஒற்றை ஆளாக இருந்து கஷ்டமர்களைச் சமாளித்ததை யெல்லாம் அவ்வளவு எளிதாக அவர் மறந்துவிட மாட்டார்.

பொதுவாக பேப்பர் போட்டவுடன் அழைத்துப் பேச மாட்டார்கள். பேப்பர் போட்டவர்கள் கோபத்தில், ஆத்திரத்தின் விளிம்பில் இருப்பார்கள். அப்போது பேசுவது தேவையில்லாத சிக்கல்களையே கொண்டுவந்துசேர்க்கும். அதன்பொருட்டே வேணுவும் இப்போது அமைதியாக இருப்பார். கொஞ்ச நாளில் அழைத்துப் பேசுவார். அப்படிப் பேசும்போது என்ன மாதிரியான கோரிக்கைகளை முன்வைக்க வேண்டும். அவரின் மடக்கல் கேள்விகளுக்கு எப்படிப் பொறுமையாகவும், அதேநேரத்தில் தெளிவாகவும் திடமாகவும் பதில் சொல்ல வேண்டும் என்று மனதுக்குள் ஒத்திகை பார்த்துக்கொண்டார்.

அவர் பிடித்துக்கொண்டிருந்த மூன்றாவது சிகரெட்டிலிருந்து சாம்பல்பூக்கள் உதிர்ந்து பால்கனியை நிறைத்தன.

௦

25

ரயில் அந்த ஊரில் மிகச் சரியாக ஒரே ஒரு நிமிடம் மட்டும் நிற்கும். அதற்குள், தன்னுள் ஐம்பது கிலோவரை கொள்ளும் அந்தக் கறுப்புநிற பெரிய இழுவைப்பெட்டி, லேப்டாப் உள்ள முதுகுப் பை, கையில் தூக்கிவரும் மிருதங்க வடிவிலான பயணப் பை என அனைத்தையும் இறக்க வேண்டும். அவன் இறங்க வேண்டிய இடத்துக்கு முந்தைய நிறுத்தத்திலேயே பைகளைத் தூக்கிக்கொண்டு கதவுப் பக்கமாய் வந்து நின்றுகொண்டான். பெரும்பாலான பயணிகள் கிளம்பிவிட்டபடியால் பெட்டி கிட்டத்தட்ட காலியாக இருந்தது. அங்கே மிச்சமிருந்த ஓரிருவரும்கூட வரும் வழியில் ஓரிடத்தில் ஏறி, அடுத்தடுத்த நிறுத்தங்களில் இறங்குபவர்களாக இருந்தார்கள். காலையில் குளித்துக் கிளம்பி, அவர்களின் பவுடர் அப்பிய முகங்களை அன்றைய செய்தித்தாள்களில் புதைத்தபடி இருந்தனர். வண்டி மதுரையைத் தொடும்போதே அவனுள் உற்சாகம் தொற்றிக்கொண்டது. அங்கிருந்து இரண்டு மணி நேரப் பயணம் மிச்சமிருந்தது. ரயில் வேறு ஒரு மணி நேரம் தாமதமாகிவிட்டது. சட்டென்று அமெரிக்காவுடன் ஒப்பிடுவதற்கு எழுந்த மனதை அடக்கினான். இங்கு இப்படித்தான் இருக்கும். எக்காரணம் கொண்டும் இங்கிருக்கும் ஒன்றை அங்குடன் ஒப்பிட்டுப் பார்க்கும் விசயத்தை மட்டும் செய்யவே கூடாது என்பதில் அவன் உறுதியாக இருந்தான். உற்சாகத்தில் உறக்கம் பிடிக்கவில்லை. உடல் அலுத்துச் சோம்பிக்கிடந்தாலும், உள்ளம் கிடந்து அடித்துக்கொண்டது.

அத்தனை கொண்டாட்டத்துக்கும் மகிழ்ச்சிக்கும் மத்தியில் மனதின் ஆழத்தில் மின்னல் வெட்டுப்போல மாறாத வலி வந்து உறுத்தியது. எதன் பொருட்டு என்பதை அவனறிவான். அதை அகழ்ந்தாராய இன்னும் இன்னும் வீறுகொண்டு எழுந்து அவனை மொத்தமாக அமிழ்த்திவிடும். மனதை வலுக்கட்டாயமாக வேறு சிந்தனைகளில் புகுத்தினான். ஊரில் செய்து முடிக்க வேண்டிய காரியங்கள், தேடித் தின்ன வேண்டிய பண்டங்கள், சந்திக்க வேண்டிய நபர்கள் என்று பட்டியல் போட்டு மனதைத் திருப்பினான்.

இரண்டாண்டுகளுக்குப் பின்னர் ஊருக்குச் செல்கிறான். அதுவும் அமெரிக்கா போய் சம்பாதித்துவிட்டு ஒரு மாத விடுமுறைக்காக வந்திருக்கிறான். முதன்முதலில் வேலை கிடைத்து அவன் அப்பாவினுடையதைப் போன்ற மூன்று மடங்குச் சம்பளத்தை தனது ஒரு மாதச் சம்பளமாகக்கொண்டுவந்தபோது இருந்ததைவிட மகிழ்வாய் இருந்தது. அப்பாவின் பெருங்கனவு ஒன்று ஊரில் வளர்ந்துகொண்டிருக்கிறது. அப்பாவின் வைராக்கியத்தைத் தன்னால் காப்பாற்ற முடிந்ததில் விவேக்கிற்குப் பெரும் திருப்தி.

ரயில் நின்ற அந்த ஒரு நிமிடத்தில் பெட்டிகளை அவசரமாக இறக்கும்போது பிளாட்பாரத்திலிருந்து உதவிக்கு இரு கைகள் உயர்ந்தன. இருபத்தைந்து வருடங்களுக்கு முன்னர் அரசு மருத்துவத் தாதியிடமிருந்து தன்னை வாங்குவதற்கு நடுக்கத்துடன் நீண்ட அதே கைகள். ஒரு மணி நேரத்துக்கு முன்னரே வந்துவிட்டிருந்தாற்போல் இருந்தது. கையில் இரண்டு செய்தித்தாள்கள் வைத்திருந்தார். குளித்துச் சுத்தமாகி, திருநீற்றால் நெற்றி முழுக்க பட்டை தரித்திருந்தார். ஆள் சற்று மெலிந்திருந்தார். ஆனால், முகத்தில் களை இருந்தது.

'நல்லாருக்கியா' போன்ற வழமையான முகமன்களுக்கு அவர்களிடையே எப்போதும் இடம் இருந்ததில்லை. அப்பா மகனுக்கிடையேயான எல்லாவிதமான சம்பாஷணைகளுக்கும் அம்மா வேண்டும். இரண்டு வருடங்களுக்குப் பிறகு தனக்கென தனித்ததொரு அடையாளத்துடன் வந்திறங்கும் மகனைப் பார்த்த பெருமிதம் அவர் கண்களில் தெரிந்தது. ஒரு காலத்தில் ஓயாமல் பேசிக்கொண்டிருந்தவர்தான். காலத்தின் ஏதோ ஒரு புள்ளியில் முற்றிலுமாக அமைதியாகிவிட்டார். அத்தனை தூரத்திலிருந்து போனில் பேசும்போதும் அளந்தளந்து ஐந்து வார்த்தைகள் பேசுவார். அந்த ஒரு நிமிடத்தில் 'ஒளுங்காச் சாப்பிடுதியா?' என்ற கேள்வியை மூன்று முறை கேட்டுவிடுவார்.

“டீ ஏதாவது குடிக்கியா?” என்றவர் அவன் பதிலுக்குக் காத்திருக்காமல் பிளாட்பாரமில் இருந்த கடையில் இருவருக்கும் டீ சொன்னார். பிஸ்கட் பாக்கெட் ஒன்றை எடுத்துடைத்து அவன் முன்னால் நீட்டினார். ‘எல்லாருக்கும் ரத்தம் ஓடுதுன்னா உங்கப்பா ஒடம்புல பூரா டீதா ஓடுது தெரியுதா?’ அப்பாவின் பால்யகால நண்பராக அறியப்பட்ட நடராஜன் மாமா கூறியது நினைவுக்கு வந்தது.

அங்கிருந்து ஷேர் ஆட்டோவில் இருபது நிமிடப் பயணம் போனால் அவர்களது சிற்றூர் வரும். ஆட்டோ ஓட்டிக்கொண்டு வந்த அண்ணனுக்கு அவனைப் பற்றி அத்தனையும் தெரிந்திருந்தது. விசாரித்துக்கொண்டார். அடுத்து முப்பது நாட்களுக்கும் பார்க்கும் முகங்களெல்லாம் இதே கேள்விகளை வெவ்வேறு குரல்களில் திரும்பத் திரும்ப கேட்கும். ஏற்கெனவே பதில் தெரிந்த கேள்விகள். அவனைப் பற்றிக் கேள்விப்பட்டவற்றை சரிபார்த்தலின் பொருட்டு அவனிடமே திரும்ப ஒரு முறை கேட்கப்படும்.

இரண்டு வருடங்களில் பெரிய மாற்றம் ஒன்றும் இல்லை. ஊர்த்திருவிழாவின் பொருட்டு, சப்பரம் வருவதற்காக மரக்கிளை களை வெட்டிவிட்டிருந்தார்கள். அது தெருவை இன்னும் கொஞ்சம் விரித்துக்காட்டியது. பூனைக்கடையில் அதே வழக்க மான கூட்டம். பாய்லரிலிருந்து வெளியேறிய ஆவிக்குப் பின்னால் நின்று சுடலையண்ணன் டீ ஆற்றிக்கொண்டிருந்தார். அவர் டீ போடுவதே – கைகளை லாவகமாக உயர்த்தி, இடுப்பினை ஒருபக்கமாகச் சாய்த்து – ஒருவித நடனம்போல் இருக்கும். தூரத்தில் இருந்தாலும் அவர்மேல் வீசும் கோகுல் சாண்டல் பவுடரின் வாசனையை இவனால் நினைவுக்குக் கொண்டுவந்து நுகர முடிந்தது. சுடச்சுட வடையும் கேசரியும் வாழையிலைகளில் பரிமாறப்பட்டுக்கொண்டிருந்தன. இதையே உணவாகத் தின்றுவிட்டு பஞ்சாலைக்கு விரையும் கூட்டம் மொத்தமாக அவன் வந்த ஆட்டோவைத் திரும்பிப் பார்த்தது. புருவ நெறிப்புகள், புன்னகைகள். கேள்விகள், ஆமோதித்த தலையசைப்புகள். சிறு கைகாட்டல்கள்.

அந்த டீ கடையிலிருந்து ஐம்பதடி தூரத்தில் இருக்கிறது அவ்வீடு. இருபக்கத் திண்ணை வைத்த வீடு. புதிதாக வண்ணம் அடிக்கப்பட்டிருந்தது. அதே பச்சை வண்ணம். கதவு ஒருக்களித்துச் சாத்தப்பட்டிருந்தது. எக்காரணம் கொண்டும் அந்தப் பக்கம் பார்வையை ஓடவிடக் கூடாது. இனி பார்த்தென்ன ஆகப்போகிறது? மெல்லிய இருட்டில் நிழல்போல் இங்கும் அங்கும் நகரும் அவ்வுருவத்தை இனி

எப்போதும் அங்கே பார்க்கப்போவதில்லை. அரவமற்ற இரவுகளில் ஒலிக்கும் கொலுசின் முத்தோசையை இனியொரு முறை கேட்க வாய்க்கப்போவதில்லை. ஆனாலும் அவனின் கண்கள் அவ்வீட்டுப் பக்கம் திரும்பின. காதுகள் அதை நோக்கி கூர்மையுற்றன. பெரிய பாரம் ஒன்று மனதை அழுத்தியது. அவ்வீட்டுக்கு எதிரே இருந்த குட்டியின் டெய்லர் கடை இன்னும் திறக்கப்பட்டிருக்கவில்லை. பூட்டியிருந்த கடையின் வாசலில் ஒருவன் பீடி பிடித்துக்கொண்டிருந்தான்.

அம்மா வாசலில் காத்துக்கொண்டிருந்தாள்.

வீட்டுக்குள் நுழைந்ததும் வந்த இட்லியின் ஆவி மணமும், வெள்ளாட்டுக்கறி வேகும் வாசனையும் எச்சிலூறச் செய்தது. வீட்டின் முன்னறையில் எல்.இ.டி. டிவி ஒன்று வைக்கப்பட்டிருந்தது. ஃப்ரிட்ஜ், வாசிங் மெசின் என்று புதிய பொருட்களால் வீடு அடைந்து போயிருந்தது. கழுவித் துடைத்திருந்த சிமெண்ட் தரையிலிருந்து குளுமை உள்ளங்கால் வழியே ஏறியது. அவன் வீட்டுக்கே உரித்தான பிரத்தியேக வாசம் மனதை நிறைத்தது.

அப்பா புது வீட்டுக்கு வெள்ளையடிக்க ஆள் வந்திருப்பார்கள் என்று அம்மாவிடம் சொல்லி அவசர அவசரமாக டீ போடச் சொல்லிக் குடித்துவிட்டுக் கிளம்பினார்.

அப்பா கிளம்பிப்போனதும் அம்மா, “இவர் என்னவோ கட்டட மேஸ்திரியாட்டம் இந்தப் போடு போடுறாரு” என்று கிண்டலடித்தாள். போன வேகத்தில் திரும்பி வந்தவர் மறந்து வைத்துவிட்ட சாவியை எடுத்துக்கொண்டார். அதே அவசரத்தில் கிளம்பி வெளியேறினார்.

அம்மா, விவேக்கைப் பார்த்துச் சிரித்துக்கொண்டாள்.

அப்பாவுக்கு நாளுக்கு நாள் இந்த மறதி அதிகமாகிக்கொண்டே போனது. தொட்ட வியாபாரமெல்லாம் நட்டமாகிப்போனதில் ஏற்பட்ட மனஅழுத்தத்தில் வந்த மறதி. விவேக் படித்து முடித்து வேலைக்குப் போய், பொருளாதார அளவில் கால் ஊன்றி எழ ஆரம்பித்தும்கூட மறதி மட்டும் குறைந்தபாடில்லை.

அப்போதுதான் அவன் அதைக் கவனித்தான். அப்பாவின் அடி தேய்ந்துபோயிருந்த செருப்புகள் வாசலில் கிடந்தன. இந்த முறை செருப்பை அங்கேயே விட்டுப்போயிருந்தார்.

○

26

"அனைவருக்கும் காலை வணக்கம். எல்லோரும் உங்களுடைய பரபரப்பான காலைப் பொழுதில் ஒரு பத்து நிமிடங்களை எனக்காக ஒதுக்கித் தருமாறு வேண்டுகிறேன்." - அந்தத் தளத்தின் மத்தியில், தேவையற்ற காகிதங்களைத் துண்டு துண்டாகக் கத்தரித்து அழிப்பதற்காக வைக்கப்பட்டிருந்த 'ஸ்ட்ரெட்டர்' கருவியின் முன்னால் நின்றுகொண்டு அட்சரம் பிசகாத ஆங்கிலத்தில் ஸ்டீபன் பேசினான். முக்கியமான காகிதங்கள் எதுவும் தேவையற்றவர்களின் பார்வையில் பட்டுவிடவோ அங்கிருந்து வெளியேறி விடவோ கூடாது என்பதற்காக, பாதுகாப்பின் பொருட்டு கஷ்டமர்களின் வேண்டுகோளுக்கு ஏற்ப அந்த ஸ்ட்ரெட்டர் கருவி அங்கே வைக்கப் பட்டிருந்தது. ஆனால், அதிகமாய் உபயோகப்படுத்தப் படாமலே பழுதாகிவிட்டிருந்தது. இயங்குவதில் பிரச்சினையில்லை என்றாலும்கூட இயக்கும்போது விடலைப் பையன்களின் மோட்டார் சைக்கிளைப் போல சத்தமிட ஆரம்பித்திருந்தது. அது வைக்கப் பட்டிருந்த மேசையின் மேல் முதுகைவைத்து வாகாய் சாய்ந்து கொண்டான். இந்த ப்ராஜெக்ட்டுக்கு என்று பிரத்தியேகமாக நிர்மாணிக்கப்பட்டுள்ள மனித வளத்துறை அதிகாரி அவன். விமானப் பணியாள் போல நெடு நெடுவென்ற உயரம். கோதுமை நிறம். கூரான நாசி. தோலை இறுக்கிப் பிடித்துத் தைத்ததைப் போன்ற உடற்கட்டு. மனித வளத்துறையைத் தேர்ந்தெடுக்கும் யாதொருவரும் மற்ற எந்தத் துறையினரையும்விட தங்கள்

ஆடைத்தேர்வில் அதிக அக்கறை கொண்டிருப்பர். இவனும் அவ்வாறே. தூய வெண்ணிறச் சட்டை, பழுப்பு வண்ண பேன்ட், அதற்குப் பொருத்தமாக அடர் பழுப்பு நிற பெல்ட்டும் ஷூவும் அணிந்திருந்தான். கையில் கட்டியிருந்த ஸ்ட்ராப்கூட பெல்ட்டைப் போன்ற அதே நிறம். அத்தனையும் கச்சிதம்.

தன் கைகளை உரக்கத்தட்டி, மாறாத சிரிப்புடன் மறுபடியும் அதையே கூறினான். இப்போது அவனைச் சுற்றி மெதுவாகக் கூட்டம் கூடியது.

கூடி நின்றவர்களுக்கு நன்றி தெரிவித்துவிட்டு, திருத்தமான ஆங்கிலத்தில், "என்னிடம் முக்கியமான மூன்று அறிவிப்புகள் உள்ளன" என்று கூறி தனது வலதுகை கட்டைவிரலை உயர்த்தினான். "ஒன்று. எல்லோருக்கும் இந்த வருடத்துக்கான அப்ரைஸல் பக்கம் திறந்திருக்கும். அடுத்த வெள்ளிக்கிழமைக்குள் உங்களது உள்ளீடுகளைக் கொடுத்து முடித்துவிடுமாறு வேண்டிக் கொள்கிறேன். முடிக்கத் தவறுபவர்களுக்கு இந்த வருடத்துக்கான சம்பள உயர்வு கிடைக்காமலே போவதற்கு வாய்ப்பு அதிகம். எனவே, உரிய நேரத்துக்குள் கவனமாக முடித்துவிடுங்கள். இந்த முறை எக்காரணம் கொண்டும் நிர்ணயிக்கப்பட்ட தேதிக்கு மேல் நீட்டிப்பு வழங்கப்பட மாட்டாது குறித்த நேரத்துக்குள் முடிக்கத் தவறிவிட்டு எங்களிடம் வந்து நின்றால் எங்களாலும் உங்களுக்காக அதிகபட்சம் ஒரு 'ஸாரி' மட்டுமே சொல்ல முடியும். எனவே, கடைசி நாள்வரை காத்திருக்காமல் தயவுசெய்து சீக்கிரம் முடித்துவிடுங்கள்."

அடுத்ததாய் தன் ஆட்காட்டி விரலை உயர்த்தி, "இரண்டாவது, தினமும் எத்தனை பேர் அலுவலகம் முடித்துச் செல்லும்போது உங்களது கணினியை அணைத்துவிட்டுச் செல்கிறீர்கள்? கைதூக்குங்கள் பார்க்கலாம்" என்றான்.

அந்தத் தளம் முழுமைக்குள் இரண்டே இரண்டு பேர் மட்டும் கைதூக்கினார்கள். அவர்களைப் பார்த்து, "இரண்டு பேர். மிக்க மகிழ்ச்சி. நீங்கள் உங்கள் கணினியைத் திறந்ததும், கீழே இருந்த சிறிய சட்டகத்தில் கேமராவின் லென்ஸ் படம் போட்ட ஐகான் ஒன்று இருந்ததைக் கவனித்தீர்களா என்றான்?"

அவ்விருவரில் ஒருவர் மட்டும் ஆமாம் என்பதுபோல தலையசைத்தார்.

"மிக்க நன்றி. அதுதான் 'ஐவாட்ச்'. புதிதாக உங்கள் கணினிகளில் நிறுவப்பட்டுள்ள செயலி. அது உங்களின் மொத்த கணினிச்செயல்பாடுகளைக் கண்காணிக்கும். நீங்கள் உங்கள் வேலையை அன்று எப்போது தொடங்கினீர்கள், எப்போது முடித்தீர்கள், எவ்வளவு நேரம் உங்களது கணினி செயற்படாமல்

இருந்தது, எத்தனை முறை இடைவெளி எடுத்துள்ளீர்கள். நீங்கள் நுழையும் வலைப்பக்கங்கள், அங்கு செலவழித்த நேரம் உள்ளிட்ட அனைத்துத் தகவல்களையும் உங்கள் பெயரில் சேமித்துவைத்துவிடும். வாரம் ஒரு முறை உங்களுக்கும் உங்களின் மேலாளருக்கும் அந்த வாரத்துக்கான மொத்த தகவல்களையும் திரட்டி அறிக்கையாகத் தரும். அது தவிர, எப்போது வேண்டுமானாலும் இதிலுள்ள தகவலை உங்களின் மேலாளரோ, மனித வளத்துறையினரோ எடுத்துப் பார்த்துக்கொள்ள முடியும். இன்று உங்கள் கணினியை அணைத்துவிட்டுப் போனால் நாளை வந்து திரும்பத் திறக்கும்போது தானாகவே தன்னை நிறுவிக்கொள்ளும். இதுகுறித்து உங்களுக்கு ஏதாவது சந்தேகம் இருந்தால் இப்போதே கேட்கலாம்"

அந்தத் தளம் முழுவதும் துக்கவீட்டின் அமைதி நிறைந்திருந்தது. மெதுவாகக் குசுகுசுப்புகள் கேட்கத் தொடங்கின. "ஏற்கெனவே இந்தத் தளத்தில் மட்டும் பத்துக்கும் மேற்பட்ட சிசிடிவி கேமராக்கள், உள்ளே நுழையும் நேரத்தையும், வெளியேறும் நேரத்தையும் கணக்கிட சிப்கள் பொறிக்கப்பட்ட ஐடி கார்டுகள், இவையெல்லாம் போதாதென்றா புதிதாக ஒன்றைக் கொண்டுவருகிறீர்கள்?" என்று நித்திலனுக்கு அடுத்த வரிசையில் உள்ள கேபினில் அமர்ந்திருக்கும் டேட்டாபேஸ் அணியைச் சேர்ந்த சுகிதா கேட்டாள்.

"ஐவாட்ச் உட்பட இவையெல்லாவற்றையும் பாதுகாப்பை உறுதிசெய்யும் ஒரு அம்சமாகவே செய்கிறோம். கொஞ்ச நாட்களுக்கு முன்னர் 'வான்னா கிரை' என்ற வைரஸ் தாக்குதலால் நம் நிறுவனத்துக்கு நேர்ந்த நஷ்டம் மட்டும் எவ்வளவு தெரியுமா? சுமார் 60 கோடி. இதில் கொஞ்சம்கூட மிகைப்படுத்தல் இல்லை. கிட்டத்தட்ட மூவாயிரம் கணினிகள் பாதிப்புக்கு உள்ளாகியிருக்கின்றன. அதுபோக ஒரு கஷ்டமரின் டேட்டாபேஸையும் பதம்பார்த்திருக்கிறது. அதன் விளைவாக, அந்த கஷ்டமரையும் நாம் இழந்துவிட்டோம். இதற்கெல்லாம் காரணம் நமது ஊழியர் ஒருவர் திறந்த தவறான இணையதளம். ஒரே ஒரு நிமிட அலட்சியம். அறுபது கோடி நஷ்டம். எனவேதான், இப்படியான கண்காணிப்புகள் அவசியமாகின்றன. இதனால், நீங்கள் அடிக்கடி சம்பந்தமில்லாத இணையதளங்களுக்குச் செல்லும்போது உங்களுக்கு, உங்கள் மேலாளரைவைத்து மின்னஞ்சல் வரும். இதன் வழியாக முழுவதுமாக இல்லாவிட்டாலும் முடிந்த அளவுக்குத் தவறான கையாளுதலைக் கட்டுப்படுத்த முடியும். அதுதான் நோக்கம். என் பதில் உங்களுக்குப் போதுமானதாக இருக்கும் என்று நம்புகிறேன். நன்றி."

பாதுகாப்பையும் தாண்டி தங்களை முழுக்க முழுக்க அவர்களின் கட்டுப்பாட்டுக்குள் கொண்டுவரும் முயற்சியின் அடுத்த படிநிலைதான் இது என்பது அங்கே குழுமியிருந்த அனைவருக்கும் தெரியும். இவ்விடத்தில் கேள்விகள் கேட்பதன் மூலமாகவோ, இதை இங்கே வந்து சொல்லும் இவனிடத்தில் கோபம்கொள்வதன் மூலமாகவோ எடுக்கப்பட்ட முடிவில் சிறு சலனத்தைக்கூட ஏற்படுத்த முடியாது என்பதும் அவர்களுக்கு நன்றாகத் தெரியும். லட்சம் பேருக்கும் மேல் வேலைபார்த்தாலும் இங்கு எல்லோரும் தனியானவர்கள். தனித்தனியானவர்கள். உதிரிகள். எதிர்த்துப் பேசவோ ஏனென்று கேட்கவோ திராணி யற்ற உதிரிகள்.

மறுபடியும் அங்கே அமைதி கவிந்தது. "உங்களுக்கு வேறு கேள்விகள் இல்லையென்றால், அடுத்த விசயத்துக்கு வருகிறேன். கடந்த காலாண்டில் சிறப்பாகச் செயல்பட்டவர்களுக்கு சான்றிதழ் வழங்கி அவர்களைக் கௌரவிக்க சத்தியமூர்த்தியை அழைக்கிறேன்" என்றான்.

அவர், தன் கேபினிலிருந்து வெளியே வந்தார். தேர்ந் தெடுக்கப்பட்ட மூவருக்கு சான்றிதழ்களும், ஆயிரம் ரூபாய்க்கான பரிசட்டைகளும் வழங்கப்பட்டன. அதில் சாஜுவும் ஒருவர். அந்த 'காலாண்டின் நட்சத்திரம்' என்று எழுதப்பட்ட சான்றிதழும், லைஃப்ஸ்டைல் கூப்பன் ஒன்றும் அவருக்கு வழங்கப்பட்டது.

சாஜு அதை நன்றி சொல்லி வாங்கிவிட்டு கூட்டத்துக்குள் நுழையும்போது தன் வலது புருவத்தைத் தூக்கி, நித்திலனைப் பார்த்து பலவீனமாகப் புன்னகைத்தார். நித்திலனுக்கு அப்புன்னகைக்குப் பின்னால் இருந்த அர்த்தம் புரிந்தது.

அறிவிப்புகள் முடிந்து, கூட்டம் கலைய அனைவரும் அவரவர் இடங்களுக்குச் சென்றனர். புறாக்கூட்டத்தைப் போன்ற சலசலப்பு அவ்விடத்தை நிறைத்தது. அடுத்த அரைமணி நேரத்தில் சாஜுவை வேணு மீட்டிங் நடக்கும் அறைக்குக் கூப்பிட்டு அனுப்பினார்.

சாஜு பேப்பர் போட்டுவிட்டதாய்ச் சொன்ன நாளன்றே பெரிய களேபரம் நடக்கும் என்று நித்தில் ஆர்வ முடன் காத்துக்கொண்டிருந்தான். ஆனால் அன்று அவன் எதிர்பார்த்தாற்போன்ற நிகழ்வொன்றும் நடைபெறவில்லை. யாரும் பதறவில்லை. எல்லா நாட்களையும்போல இயல்பான மற்றொரு நாளாகவே அன்றைய நாளும் கழிந்துபோயிற்று. சாஜு பேப்பர் போட்டதே அவனைத் தவிர அங்கு வேறு யாருக்கும்

தெரிந்திருக்கவில்லை. அப்படியொரு நிகழ்வு நடந்ததாகவே யாரும் காட்டிக்கொள்ளவில்லை. வேணு உட்பட. ஒருவேளை சாஜூ தன்னிடம் பொய் சொல்லியிருப்பாரோ என்றுகூட நித்திலன் நினைக்கத் தொடங்கியிருந்தான்.

வேலையை விட்டு வெளியேறுவதற்கான நோட்டிஸ் கொடுத்த பின்னரும்கூட இப்படியான பாராட்டு கிடைக்கிறதென்றால் அதற்கான முழுத் தகுதியும் கொண்டவர் சாஜூ. இந்நிகழ்வு அவரை மேலும் உற்சாகம் கொள்ள வைத்தது. பேப்பர் போட்டு விட்டாரே ஒழிய புதிய வேலை தேடுவதற்கான முயற்சியை அவர் தொடங்கவேயில்லை. அதுகுறித்து அவருக்கும் லேசாக உதறத்தான் செய்தது. ஆனால், அதுவரை இருந்த அச்சம் அன்று அந்த விருதுக்குப் பின்னர் மெல்ல விலகியது.

வேணு தன்னை அவ்வளவு சீக்கிரம் அங்கிருந்து வெளியேற அனுமதிக்க மாட்டார் என்பதில் சாஜூவுக்குத் திடமான நம்பிக்கை இருந்தது. ஒருவேளை தான் வெளியேறினால், தன்னைப் போன்ற அனுபவம் கொண்ட ஒருவரை வேறு எங்கிருந்தாவது இங்கே கொண்டுவந்து நிறுத்துவது அவ்வளவு சுலபமான காரியம் அல்ல. தனக்கு இங்கு தரப்படுவதைவிட அதிக சம்பளம் கொடுத்தாக வேண்டும். அப்படியே அதிக சம்பளம் கொடுத்து எடுத்தாலும் புதிதாக வருபவன் தன்னள வுக்கு வேலையை இழுத்துப்போட்டுச் செய்வான் என்பதற்கு எந்த உத்தரவாதமுமில்லை. இதையெல்லாம் கருத்தில் கொண்டால் தன்னை அவ்வளவு சுலபத்தில் வெளியேவிட வேணு அனுமதிக்க மாட்டார். இதுவே தனக்கான சந்தர்ப்பம் என்பதை சாஜூ தெரிந்துகொண்டார். தர்மசங்கடமான கேள்விகளும் கேட்கப்படலாம். அப்படியான கேள்விகளை எப்படி எதிர்கொள்வது என்பதை மனதுக்குள் ஒத்திகை பார்த்துக்கொண்டார். அதேநேரத்தில் தன் முடிவைத் திரும்பப் பெற்றுக்கொள்ள என்ன வேண்டும் என்ற கேள்விக்கு மிகத் தெளிவான பதிலை எந்தவிதக் கூச்சமுமின்றி முன்வைத்துவிட வேண்டும் என்பதிலும் உறுதியாக இருந்தார்.

சாஜூ உள்ளே நுழைந்ததும், அவரைக் கைகாட்டி எதிரே இருந்த இருக்கையில் உட்காரச் சொன்னார்.

அவர் வந்து உட்கார்ந்த பின்பு இரண்டு நிமிடங்களுக்கு இருவரும் எதுவுமே பேசவில்லை. வேணு யாருக்கோ வேக வேகமாக எதையோ டைப் அடித்துக்கொண்டிருந்தார்.

வழக்கமான வேலை தொடர்பான சில தகவல்களைக் கேட்டறிந்துகொண்டார். பின்னர், “நீங்க புட்பால் தவிர

கிரிக்கெட்டலாம் பாக்குறது உண்டா சாஜு? நேத்து ஐபிஎல் பாத்தீங்களா?"

"ஸ்போர்ட்ஸ் எல்லாமே பார்ப்பேன். இது அதுன்னு பாரபட்சமெல்லாம் இல்லை"

"இந்த ரஸ்ஸல் பையன் என்னமா அடிக்கிறான்ல. ரஸ்ஸல்ன்னு இல்ல. பிராவோ, கெயில்ன்னு வெஸ்ட்இண்டீஸ்காரன் ஒவ்வொருத்தனும் தனித்தனியா அப்படி விளையாடுறானுங்க. ஆனாலும் டீமா தோத்துடுறானுங்க. முட்டாப் பசங்க. இல்லியா?"

"ஆமா வேணு, நேத்திக்கு நல்ல மாட்ச். எனக்கென்னமோ அவங்க டீம்ல ஒரு பிரச்சனையுமில்லன்னுதான் தோணுது. சரியான நிர்வாகம் மட்டும் இருந்திருந்தா இன்னைக்கு வெஸ்ட்இண்டிஸ் கிரிக்கெட்ல தவிர்க்க முடியாத ஒரு சக்தியா இருந்திருக்கும். அவங்களோட கிரிக்கெட் நிர்வாகம், அவங்க திறமைய மதிக்காம அடிமாட்டு விலைக்கு கான்ட்ராக்ட் சைன் பண்ணச் சொன்னதா போன வருசம்கூட ஒரு பிரச்சனை ஓடுச்சில்லயா வேணு?" இதைச் சொல்லிவிட்டு மெதுவாக சாஜு புன்னகைத்தார்.

பேச்சுவார்த்தையை இலகுவாகத் தொடங்குவதற்காகத்தான் ஐ.பி.எல் பற்றியெல்லாம் சுற்றி வளைத்துப் பேச்சை ஆரம்பித்தார். ஆனால், அதை வெகு சாமர்த்தியமாக தனக்குச் சாதகமாக சாஜு மாற்றிக்கொண்டார். வேணு இதைச் சற்றும் எதிர் பார்த்திருக்கவில்லை.

"வீட்ல எல்லாம் சவுக்கியமா? விஷுவெல்லாம் எப்படிப் போச்சு"

"எல்லாரும் நல்லா இருக்காங்க வேணு. நன்றி. எங்களுக்கு விஷு இல்ல. புத்தாண்டு. புதுவருசம் பொறந்திருக்கு. எல்லாமே நல்ல தொடக்கமா அமையுங்கிற நம்பிக்கையும் கூடியிருக்கு." இதைச் சொல்லும்போது தானாகவே சாஜுவின் குரலில் உற்சாகம் கூடியிருந்தது. அவர் எதைக் குறிப்பிட்டு இதைச் சொல்கிறார் என்பது இருவருக்குமே புரிந்திருந்தது. இதுக்காகவே காத்திருந்தது போல வேணு ஆரம்பித்தார்.

"ஓஹோ அப்போ ஏதோ பெரிய திட்டமெல்லாம் போட்டுத் தான் பேப்பர் போட்டுருக்கீங்கபோல இருக்கே" இயல்பாக இருப்பதுபோல பாவனை காட்டினார்.

"அப்படியெல்லாம் ஒண்ணுமில்ல வேணு. ஒரு மாற்றம் வேணும் அப்படின்னு தோணுச்சு" என்று சொல்லி நிறுத்திய சாஜு, "சரி, உடைச்சே பேசுறேனே. இந்த வருசம் விசா

கிடைக்காதுண்ணு சொல்லிட்டீங்க. சம்பள உயர்வும் சொல்லிக்கிற மாதிரி வராதுண்ணும் சொல்றீங்க. நல்லா வரும்ன்னு சொன்னபோதே சொல்லிக்கிற மாதிரி ஒண்ணும் வர்றதில்ல. இப்போ இந்த வாய்ப்பும் போச்சுன்னா என்னோட நிலைமை ரொம்ப மோசமாயிடும். எனக்கு சில தனிப்பட்ட கமிட்மன்ட்ஸ் இருக்கு. என்னோட நிலைமை உங்களுக்கே நல்லாத் தெரியும். அதான் வேற வழியில்லாம பேப்பர் போடுறதா ஆகிப்போச்சு."

சாஜு முடிக்கும் முன்னரே இடைமறித்தவர், "சாஜு, நீங்க சீனியர். நீங்களே இப்படிப் பேசலாமா? நம்ம கம்பெனியோட நிலைமை உங்களுக்குத் தெரியாதா? நம்ம கம்பெனிய விடுங்க. ஒட்டு மொத்த ஐ.டி.யே தள்ளாடிட்டு இருக்கும்போது இதெல்லாம் எப்படி எதிர்பார்க்க முடியும் சொல்லுங்க?"

"வேணு இதையெல்லாம் நேத்து புதுசா கம்பெனிக்குள்ள வந்தவன் வேணும்னா நம்புவான். அன்னைக்கு இந்த குவார்ட்டர் ரிசல்ட்ஸ் எதிர்பார்த்த மாதிரி வரலன்னு சொன்னீங்களே. அதுக்கு அர்த்தம் என்ன? நஷ்டம் வந்துருச்சா? இல்லையே. லாபத்துல கொஞ்சம் குறைஞ்சு வந்துருக்கு. அவ்வளவுதானே. இல்லை தெரியாமத்தான் கேக்குறேன், இந்த கம்பெனி ஆரம்பிச்ச இந்த இருபத்தஞ்சு வருசத்துல ஒரு தடவையாவது நஷ்டம்ன்னு ஒண்ணு வந்துருக்கா? இல்லவே இல்லையே. அப்படி இருக்கும்போது இங்க மாடா உழைக்கிறவங்களுக்குக் கொடுக்கிறதுக்கு மட்டும் யாருக்கும் கை நீள மாட்டிங்குது இல்ல?"

"என்ன சாஜு, கட்சிக்காரன் மாதிரி பேசுறீங்க. லாபம் குறைஞ்சுடுச்சுதானே. ஆனா, அதுக்காக உங்களுக்குத் தந்துகிட்டிருக்கிற சம்பளத்தையா குறைக்கிறாங்க? இல்லியே! உங்க கைல இருந்தா காசைப் பிடுங்கிறாங்க? அவங்க தர சம்பள உயர்வைக் குறைக்கிறாங்க அவ்வளவு தானே. அப்போ அதுக்கும் இதுக்கும் சரியாப்போச்சு இல்லையா?"

"ஓ, இப்போ மட்டும் எங்க கைல இருந்து காசைப் பிடுங்கலையா என்ன? பெர்ஃபாமன்ஸ் போனஸ்ல வருசா வருசம் அது இதுன்னு ஏதாவது சொல்லி கைவைக்கத்தானே செய்யுறீங்க. என்னோட ஒரு நாள் பில்லிங் எவ்வளவு வேணு? ஒரு மணி நேரத்துக்கு அறுபது டாலர். ஒரு நாளைக்கு நானூற்று எம்பது டாலர். அதாவது கிட்டத்தட்ட முப்பதாயிரத்துச் சொச்சம் இந்திய ரூபாய். இதுல எனக்கு ஒரு நாள் சம்பளமா பத்து சதவீதம்கூட தர்றது இல்ல. இப்படி இருக்கும்போது சம்பளத்தைக் குறைச்சு வேற தரணுமா? கொடுக்கிறதே குறைச்சு தானே வேணு. இவ்வளவு ஏன், இந்தக் கம்பெனிக்கு நான்

உள்ள வரும்போது இதோட ஷேர் வால்யூ என்ன தெரியுமா? வெறும் நாப்பத்தஞ்சு ரூபாய். பத்து வருசத்துல அதோட மதிப்பு மூவாயிரத்துச் சொச்சம் ரூபாய். இதுக்கு நடுவுல ஷேர் ஸ்பிலிட், போனஸ், டிவிடண்ட் இதையெல்லாம் சேர்த்து கணக்குப் பார்த்தா இன்னைக்கு மதிப்பு ஐயாயிரத்தையும் தாண்டும். பத்து வருசத்துல நூறு மடங்குக்கு மேல வளர்ச்சி. ஆனா என்னோட சம்பளம் பத்து வருசத்துல இரண்டு மடங்குகூட ஆகல. இப்போ நான் சொன்ன எல்லாமே என்னவிட இன்னும் தெளிவாவே உங்களுக்கும் தெரியும். ஆனா ஏத்துக்க மாட்டீங்க."

சாஜு பேசி முடித்ததும் பெருமழை ஒன்று பெய்து தீர்த்த அமைதி நிலவியது.

வேணுவே அதைக் கலைத்தார். மூச்சை உள்ளே இழுத்து முதுகை நேராக்கிக்கொண்டார். சாஜுவின் கண்களைத் தீர்க்கமாகப் பார்த்தபடி ஆங்கிலத்தில், "சாஜு, நீங்க ரொம்ப பக்குவமானவர் என்பது எனக்குத் தெரியும். மிகவும் யோசித்து ஆழ்ந்து சிந்தித்த பிறகே இந்த முடிவுக்கு வந்திருப்பீர்கள் என்பதையும் புரிந்துகொள்கிறேன். உங்கள் முடிவை நான் மதிக்கிறேன். உங்களுக்கு என் வாழ்த்துகள். நோட்டீஸ் கால கட்டத்தை ஏதேனும் குறைத்துத் தர வேண்டுமானால்கூட சொல்லுங்கள். சத்தியுடன் பேசி, ஹெச்.ஆரிடம் அதைப் பற்றி பேச முடியுமா என்று கேட்டுச்சொல்கிறேன். இத்தனை வருடங்களான உங்கள் அர்ப்பணிப்புக்கும் உழைப்புக்கும் நிறுவனத்தின் சார்பில் செலுத்தப்படும் அன்பின் சிறு காணிக்கையாக அது இருக்கட்டும்" என்று கூறி எழுந்து சாஜுவுக்குக் கைகொடுத்தார். சாஜு தன் கைகளின் நடுக்கத்தை மறைக்க கடும் பிரயத்தனப்பட வேண்டியிருந்தது.

அந்த அறையிலிருந்து வெளியேறிய சாஜுவுக்கு உடனே சிகரெட் பிடிக்க வேண்டும்போல் இருந்தது. ஏமாற்றத்தின் கசப்பு உடம்பெங்கும் ஊறியது. இருக்கையில் வந்து அமர்ந்தார். அங்கே சற்று முன் சத்தி வழங்கிய அந்தச் சான்றிதழும் பரிசட்டையும் இருந்தது. இரண்டையும் கையில் எடுத்துக்கொண்டார்.

ஸ்ட்ரெட்டரிலிருந்து எழும்பிய சத்தம் அந்தத் தளமெங்கும் எதிரொலித்தது.

27

ராகுலுக்கு விடைகொடுத்துவிட்டு வீட்டிற்குள் நுழைந்ததும் மீரா அவன் அளித்த பரிசுப்பொருளை எடுத்து அதைச் சுற்றியிருந்த மினுங்கும் கவரைப் பிரித்தாள். மீராவும் நித்திலும் திருமணக் கோலத்தில் இருக்கும் குட்டி மெழுகு பொம்மை. அச்சாக அவர்களைப் போலவே செய்யப் பட்டிருந்தது. இதே போன்ற புகைப்படம் ஒன்றைத் தான் திருமணம் ஆன புதிதில் ஃபேஸ்புக்கில் பதிவிட்டிருந்தாள். அதிலிருந்துதான் இதை ராகுல் எடுத்திருக்க வேண்டும். கண்களை விரித்து "வாவ்" என்றாள். இது எதையும் பொருட்படுத்தாமல் நித்தில் மொபைலை எடுத்துப் பார்த்துக்கொண்டிருந்தான்.

அவர்கள் சேலையூரிலிருந்து மேடவாக்கம் – சோழிங்கநல்லூர் – காரப்பாக்கம் வழியே கந்தன்சாவடி வந்துசேர்வதற்குள் முன்பதிவு செய்திருந்த நேரத்தைவிடக் கால் மணிநேரம் அதிகமாக ஆகிவிட்டிருந்தது. வார நாள் என்பதால் அதிகக் கூட்டமிருக்கவில்லை. சிக்ரி க்ரில்ஸில் இரவுணவு பஃப்பேக்குப் பதிவு செய்யப்பட்டிருந்தது. வெளிப் பார்வைக்கு மிகவும் சாதாரணமாக இருந்த கட்டடத்துக்குள் நுழைந்ததும் பொன் நிற விளக்குகளால் ஒளிர்ந்த பெரிய உணவுக்கூடம் அவர்களை வரவேற்றது. அந்தக் காலத்தில் பெரிய பெரிய ராஜாக்களுக்குக்கூட சுகிக்கக் கிடைக்காத ஆடம்பரமெல்லாம் இன்று ஒரு

சாதாரண பிரஜ்ஜைக்கே சாத்தியமாயிருக்கிறது. தரையிலிருந்து மிகவும் உயரத்தில் அமைந்திருந்த அந்தக்கூடத்தின் உத்திரமும், அதில் குட்டி குட்டி நிலவுகளை இணைத்ததுபோல தொங்க விடப்பட்டிருந்த மஞ்சள் வண்ண விளக்குகளும், சுவர்களில் மாட்டப்பட்டிருந்த பெரிய ஓவியங்களும் அவ்விடத்துக்கே தனியொரு பிரமாண்டத்தைத் தருவித்திருந்தன. எல்லாவற்றுக்கும் சிகரமாய் ஸ்பீக்கர்களில் இளையராஜாவின் 'தேவனின் கோவில்' பாடலின் இன்ஸ்ட்ருமெண்டல்ஸ் மெலிதாக ஒலிக்க விடப்பட்டிருந்தது.

ராகுல் கிளம்பும்போதே சொல்லிவிட்டான். அது தன்னுடைய விருந்தென்று. ராகுல், மீரா மற்றும் நித்தில் மூவரும் ஏற்கெனவே அவர்களுக்கென்று ஒதுக்கப்பட்டிருந்த உணவு மேசையில் அமர்ந்தனர். காரில் வரும் போதே பரஸ்பர அறிமுகப்படுத்தல்கள் ஆகிவிட்டிருந்தன. ராகுலோ நித்திலோ ஒருவருக்கொருவர் சங்கடப்பட்டுக்கொள்ளும்படியாக எந்தக் கேள்வியும் கேட்டுக்கொள்ளவில்லை என்பதில் மீராவுக்குச் சற்று ஆறுதல். ராகுலுக்கு தமிழ் தெரியாது. பெங்களூரிலேயே பிறந்து வளர்ந்தவனாதலால் தமிழ் பேசினால் புரிந்துகொள்வான். ஆனால், சரளமாகப் பேச வராது. நித்திலனுக்கு இந்தி தெரியாது. எனவே, அவர்கள் மூவரும் ஆங்கிலத்திலேயே பெரும்பாலும் உரையாட வேண்டியிருந்தது.

உணவை முடித்துத் திரும்பி வரும்போது அவர்களிடையேயான உரையாடல் படிப்படியாகக் குறைந்து, சோழிங்கநல்லூர் சிக்னலுக்குப் பின்னர் முற்றிலுமாக நின்றுபோயிருந்தது. மீரா மட்டும் இருவருக்கும் பொதுவான சில உரையாடல்களைத் துவக்கிவைக்க முயன்றாள். அவையும் தலையாட்டல்களுடன் கூடிய ஒரு சில ஆமோதிப்புகளுடன் முடிவுற்றன.

பெங்களூரிலிருந்து ராகுல் அவன் தன்னுடைய ரெனால்ட் டஸ்டர் காரிலேயே வந்திருந்தான். பெங்களூரின் கூட்ட நெரிசல்களைக் கடந்து, புகை கக்கும் வீதிகளை விட்டு, காதை நிறைக்கும் இரைச்சல்களிலிருந்து வெளியேறி நீண்ட பயணங்களில் தனியாக கார் ஓட்டிப்போவது அவனுக்கு மிகப்பிடித்த பொழுதுபோக்குகளில் ஒன்று. கிட்டத்தட்ட ஆறு மாதங்களுக்குப் பிறகு மீராவைச் சந்திக்கப்போகிறோம் என்பதே அவனுக்குத் தனியொரு உற்சாகத்தைக் கொடுத்தது. முதலில் மீரா சந்திப்பது கடினம் என்றபோது சோர்ந்துபோயிருந்தான். திருமணத்துக்கு தான் வராத கோபத்தில் இருக்கிறாள் என்று நினைத்துக்கொண்டிருந்தான். தன் காதலை மறுத்துவிட்டும்கூட அப்படி ஒரு விசயம் நடக்கவே இல்லை என்பதுபோல்

இயல்பாக இருக்க அவளால் முடிந்தது. ஆனால், அவனால் அப்படி இருந்துவிட முடியவில்லை. அவள் நாசூக்காய் மறுத்த பின்புதான் அவளை இன்னும் அதிகமாக நேசிக்க ஆரம்பித்தான். வெளிப்படுத்த முடியாத அன்பைப் போல அழுத்தம் தரும் விசயம் வேறொன்று இருக்கவே முடியாது. அவள் கல்யாணத்தின்போது அலுவலகப் பயணம் என்று காரணம் சொல்லி கூர்க்கிலிருந்த நண்பனுக்குச் சொந்தமான காட்டேஜ் ஒன்றில் தஞ்சமடைந்தான். அவளுக்குத் திருமணமாகிவிட்டது என்ற செய்தியே தன்னை வந்து அடையாமல் பார்த்துக்கொண்டான். ஆனவரை எல்லா சமூக வலைத்தளங்களிலிருந்தும் தன்னைத் துண்டித்துக்கொண்டான். இப்போதும் அவள் கல்யாணத்தை நினைவுபடுத்தினால் கூர்க்கின் மலைகளும் குளிருமே அவனுக்கு நினைவுக்கு வரும்.

அவனே இவர்களை வீட்டிற்கு வந்து தன் காரில் அழைத்துக் கொண்டான். திரும்பவும் அவர்களை வீட்டில் விட்டுவிட்டு தங்கியிருந்த ஹோட்டலுக்குத் திரும்பினான்.

முதலில் சந்திப்பது கஷ்டம் என்றுதான் மீரா கூறியிருந்தாள். கணவனுடன் தன் நெருங்கிய நண்பன் அதுவும் தன்னை ஒருதலைப்பட்சமாகக் காதலித்தவனை வைத்துக்கொண்டு உணவருந்தும் சூழல் அத்தனை இயல்பாக இருக்காது என்பதை அறிந்தே அப்படிச் சொல்லியிருந்தாள். அப்படியான சந்திப்பு தேவையற்ற பிரச்சினைகளைக் கிளறக்கூடும் என்றெண்ணித் தவிர்த்தாள். ராகுலிடம் காதலை நிராகரித்ததிலிருந்து இனி அவனைச் சின்ன விசயங்களில்கூட துன்புறுத்திவிடக் கூடாது என்பதில் கவனமாக இருந்தாள். நித்திலைப் பற்றி அவள் புரிந்துவைத்திருந்ததும் ஒரு காரணம். அதனால்தான் நித்திலிடம் ஒரு வார்த்தை கேட்கும் முன்னர் இவளே முதலில் வேண்டாம் என்று மறுத்துவிட்டிருந்தாள். அந்தச் சண்டைக்குப் பிறகு ‘நாம் போகலாம்’ என்று நித்தில் திரும்பத் திரும்பக் கூறிய பின்பே ராகுலை அழைத்து டின்னருக்கு வருவதாகக் கூறினாள்.

கதவைத் திறந்து வீட்டுக்குள் நுழையும்போது மணி பதினொன்று ஆகிவிட்டிருந்தது. நித்தில் தான் அணிந்திருந்த சாக்ஸைக்கூட கழற்றாமல் அப்படியே சோபாவில் அமர்ந்தான். எப்போதும் அவனுக்கு டி.வி. ஓடிக்கொண்டே இருக்க வேண்டும். டி.வி – யைப் போடாமல் அதன் ரிமோட்டை எடுத்து வெறித்துப் பார்த்துக்கொண்டிருந்தான். பின்பு, மொபைலை எடுத்து வாட்ஸ்சப் குழுக்களில் வந்திருந்த ஒவ்வொரு ஃபார்வேர்டுகளாக பார்த்துக்கொண்டிருந்தான்.

இதுபோன்று வெளியே சென்று உணவருந்திவரும் சந்தர்ப்பங்களில் அங்கு உண்ட உணவு, கண்ட காட்சி என

எதையாவது பற்றிப் பேசிக்கொண்டிருப்பான். திரும்பும்போது காரில் ஏறியதிலிருந்து அவன் சுத்தமாகப் பேசவில்லை. அதை மீரா கவனித்திருந்தாள். ராகுலும் கூட கவனித்திருக்கக் கூடும்.

"இப்போ ஏன் நீ உர்ருன்னு இருக்கேன்னு தெரிஞ்சுக்க லாமா?"

"அப்படியெல்லாம் ஒண்ணுமில்லயே" மொபைலிலிருந்து முகத்தை எடுக்காமல் பதில் கூறினான்.

"அதான் மூஞ்சிலயே தெரியுதே. எள்ளும் கொள்ளும் வெடிக்குதே!" மீராவின் குரலில் கடுமை கூடியிருந்தது. இப்படியான பிரச்சினைகள் வேண்டாம் என்றுதான் அவளே அந்தச் சந்திப்பைத் தவிர்க்க முயன்றாள். முந்தைய சண்டைக்குப் பின்னான சமாதான இரவில் அவனேதான் இருவரும் போகலாம், ராகுலைச் சந்திக்கலாம் என்று கூறியிருந்தான். அதுபோன்ற நேரங்களில் தரப்படும் வாக்குறுதிகளை அவள் அதிகம் பொருட் படுத்துவதில்லை. ஆனால், மறுநாள் காலையிலும் அவன் அதையே திரும்பக் கூறினான். அதன் பின்தான் முதலில் வேலையிருப்பதாக மறுத்துக் கூறியிருந்த ராகுலுக்குத் திரும்ப அழைத்து தாங்கள் வருவதாகக் கூறியிருந்தாள்.

"அதான் ஒண்ணுமில்லன்னு சொல்றனே. விடு தயவுசெஞ்சு"

"முடியாது. இதுக்குத்தான் இதுக்குத்தான் நான் வரலைன்னு படிச்சுப் படிச்சு சொன்னேன். நீதான் வந்து, பரவாயில்ல இதுல என்ன இருக்குன்னு பெரிய இவன் மாதிரி டயலாக்கெல்லாம் பேசிட்டு, இப்போ இப்படி மூஞ்சியத் தூக்கிவைச்சுட்டு உட்கார்ந் திருக்கிற. ஒரு இடத்துக்கு சந்தோசமா போனோம், வந்தோம்ன்னு இருக்கா? எங்க போனாலும் ஒரு பிரச்சனை. வந்ததும் ஒரு சண்டை. கடைசில ஏன்டா அங்க போனோம்ன்னு நினைக்க வைச்சுடுற. ச்சை!"

அவன் பதில் பேசாமல் மொபைலையே பார்த்துக் கொண்டிருந்தான். அவள் தன் வாட்சைக் கழற்றி சோபாவில் எறிந்தாள்.

" நீ ஏன் கார்ல முன்னாடி சீட்ல போயி உட்கார்ந்த?"

"வாட்?" முகத்தைச் சுருக்கி அவன் முன்னால் வந்து நின்றாள்.

"தெளிவாத்தானே கேக்குறேன். நீ ஏன் கார்ல அவன் பக்கத்துல முன்னாடி சீட்ல போயி உட்கார்ந்த. பின்னாடி என்கூட வந்து உட்கார்ந்திருக்கலாம்ல?"

“கம்மான், தி இஸ் ஸில்லி. வெரி ஸில்லி. கார்ல முன்னாடி உட்கார்றதுல என்ன இருக்கு? ஒருத்தங்க அவங்க கார்ல நம்மள அழைச்சுட்டுப் போனா அவங்களுக்கு இணையா உட்கார்ந்து அவங்களோட பேசிட்டு கம்பெனி கொடுக்கிறது ஒரு பேசிக் கர்டஸி. அப்படி இல்லாம நாம ரெண்டு பேரும் ஜம்முன்னு பின்னாடி உட்கார்ந்து வர்றதுக்கு அவங்க என்ன நமக்கு டிரைவர் வேலையா பாக்குறாங்க? சொல்லப்போனா இதை நீதான் பண்ணியிருக்கணும். நீ முன்னாடி போயி உட்கார்ந்திருந்தா நான் அழகா பின்னாடி உட்கார்ந்திருக்கப் போறேன். நீ மொத ஆளாப் போய் பின்னாடி உட்கார்ந்திட்ட. பொண்ணுங்களை முதல்ல ஏத்திவிட்டுத்தான் ஆம்பளைங்க ஏறணும்ங்கிற பேசிக் எட்டிகட் கூட உனக்குத் தெரியாதா? சும்மா நான்சென்ஸ் மாதிரி ஏதேதோ பேசுற.”

“ஆமாமா, நான் ஒரு சுத்த நான்சென்ஸ். அதுவும் மத்தவங்களோட வச்சுப் பார்க்கும்போது உனக்கு இப்போ அப்படித்தான் தோணும். எனக்கு எதுவுமே தெரியாது. எதைப் பேசுனாலும் இதுலதான வந்து முடிப்ப. அப்போத்தான் என் வாயை அடைச்சிடலாம். பொதுவா புருசன் கார் ஓட்டும்போது பொண்டாட்டி பக்கத்துல உட்கார்ந்து வருவாங்க. வேறு யாரும் கார் ஓட்டினா புருசனும் பொண்டாட்டியும் சேர்ந்து பின்னாடி உட்கார்ந்துட்டு வருவாங்க. இப்படித்தான் நான் ஊர் உலகத்துல பார்த்திருக்கேன். ஆனா, இங்க என்ன நடக்குது?”

“ஓலால கேப் புக் பண்ணி வரும்போதுகூட சில நேரங்கள்ல டிரைவர் சீட்டுக்குப் பக்கத்துல உட்கார்ந்து வந்துருக்கேன். அப்போ ஓலா டிரைவர் என்ன எனக்குப் புருசனா? கிறுக்குத்தனமா லாஜிக் பேசாத. தமிழ் சினிமா பார்த்துட்டு ஊர் உலகத்துல எல்லாம் இப்படித்தான் நடக்குதுன்னு நீயா ஒரு கற்பனை பண்ணிக்காத. கொஞ்சம் கண்ணையும் காதையும் திறந்துவச்சுக்கப் பழகிக்கோ. ஒரு விசயம் தெரியாம இருக்கிறது தப்பில்ல. ஆனா தெரிஞ்சும் தெரியாத மாதிரி நடிக்கிறதுதான் தப்பு. உனக்கு உன் மேலே நம்பிக்கை இல்ல. எப்போ பார்த்தாலும் இன்ஃபீரியாரிட்டில போய் சுருண்டுக்கிற. இல்ல தெரியாமத்தான் கேக்கிறேன். வெளியே ஒரு ரெஸ்ட்டாரெண்ட்டுக்குச் சாப்பிடப் போறோம். அதுக்கேத்த மாதிரி கொஞ்சம் டீக்கா டிரஸ் பண்ணிக்கலாம்ல. அப்படியே ஆபிஸ்லருந்து வந்த அதே டிரஸ்லயே வர்ற! இதெல்லாம் உனக்குத் தெரியாதா? இதையெல்லாமா ஒருத்தர் சின்னப்பிள்ளைக்கு சொல்ற மாதிரி சொல்லிட்டே இருப்பாங்க? அப்படியே சொன்னாலும், சரின்னு கேட்டுட்டாலாவது

பரவாயில்ல. எப்பவும் நீ பிடிச்ச பிடியிலதான் நிப்ப. கேட்டா டிரஸ்ல என்ன இருக்கும்ப!"

கையிலிருந்த மொபைலை சோபாவின் கைப்பிடியில் வைத்தவன், "ஆமாமா, உன்ன மாதிரி எனக்கு டிரெஸ் பண்ணத் தெரியாதுமா. எனக்கு ஸ்லீவ்லெஸ் பிடிக்காதுண்ணு உனக்குத் தெரியும். அப்புறம் நீ அதையேதான் போட்டுட்டு வந்து நிக்கிற. என்ன சொன்ன, எனக்கு எட்டிக்கட் தெரியாதா? அடுத்தவன் பொண்டாட்டிய அவன் கண்ணு முன்னாலயே 'வாவ், யூ லுக் எலிகண்ட்'ன்னு சொல்லி பல்லைக் காட்டுற பரதேசியெல்லாம் உன் கண்ணுக்கு ஜென்டில்மேனா தெரியும்போது நான் எல்லாம் எட்டிக்கட் தெரியாத ஆளாத்தான் தெரிவேன்" என்று உதட்டை ஒரு பக்கமாய்ச் சுழித்து ஒரே ஒரு புருவத்தை மட்டும் உயர்த்தி ராகுலைப் போலவே கிண்டலாகச் செய்து காட்டினான்.

"ஆமாண்டா, என் கையில வெளியே தெரியுற ஒரு ஜாண் அகலத்துலதான் உன் குடும்ப கண்ணியத்த ஒளிச்சு வச்சுருக்கு. கை தெரியக் கூடாது. கால் தெரியக் கூடாது. ஜீன்ஸ் டைட்டா போடக் கூடாது. டி–சர்ட் போட்டு வரக் கூடாது. இப்படி வரிசையா அடுக்கிட்டே போவ. எனக்கு எங்கெங்க எப்படி டிரெஸ் பண்ணனும்ன்னு தெரியும். உன்னவிட நல்லாவே தெரியும்." இதைச் சொல்லும்போது காதில் வாங்கிக்கொள்ளாத பாவனையில் மறுபடியும் மொபலை எடுத்துப் பார்த்துக் கொண்டிருந்தான்.

"நித்தில் உன்கிட்ட எத்தனையோ தடவை சொல்லிட்டேன். எதுக்க மனுசங்க பேசும்போது அவங்களைப் பார்த்து பதில் பேசுண்ணு. சும்மா மொபைல எடுத்து நோண்டிட்டு இருந்தா என்ன அர்த்தம். ஹோட்டல்லயும் இதையேதான் பண்ண. நாங்க பேசிட்டு இருக்கோம். நீ பாட்டுக்கு மொபைல எடுத்துப் பார்த்துட்டு இருக்க. உனக்குப் பிடிக்கலன்னா விட்டிருக்கலாம்ல. எதுக்கு இப்படி வந்துட்டு அவமானப்படுத்தணும். நாளைக்கு எப்படி நான் அவன் மூஞ்சில முழிப்பேன். இதெல்லாம் நல்லாவே யில்ல ஆமா. எல்லாத்துக்கும் ஒரு லிமிட் இருக்கு."

"என்னால உங்க நட்பு கெட்டுட வேணாம்மா. வேணும்னா சொல்லு இப்பவே சாருக்கு ஃபோன் பண்ணி ஸாரி கேட்டுக் கிறேன்."

"நீ ஒரு மண்ணும் பண்ண வேண்டாம். விட்டுடு. அப்புறம் திரும்பிவர்றப்போ தெரியாம குறுக்க வந்திட்ட அந்தப் பெரியவரைப் போயி ஏன் அப்படித் திட்டுற. அதுவும் கார் கண்ணாடிய இறக்கிவிட்டுட்டுத் திட்டுற. யார் மேலயோ உள்ள

கோவத்தைப் பாவம் அவர்கிட்ட போயி காட்டிட்டு இருக்கிற. இதெல்லாம் உனக்கே நல்லாவா இருக்கு?”

“உனக்குத்தான் நான் எது பண்ணாலும் நல்லா இருக்கிறது இல்லயே. அவன் கிட்ட ஐ.பி.எல் பத்தி அவ்ளோ டீட்டைல்ஸ் பேசுற. அன்னைக்கு நான் மேட்சுக்குப் போகலாமான்னு கேட்டப்போ இண்ட்ரெஸ்ட் இல்லன்னு பொய் சொல்ற இல்ல?”

“திரும்பத் திரும்ப நீ ஒரு முட்டாள்ன்னு நிரூபிக்கிற. எனக்கு ஐ.பி.எல் மேட்ச் பாக்கப் பிடிக்கும். ஆனா நேர்ல அந்தக் கூட்டம் பிடிக்காது. எனக்குக் கூட்டமே பிடிக்காதுன்னு உனக்குத் தெரியாதா?”

“பார்த்தியா, இதுதான் உன் பிரச்சனை. நீ எவ்வளோ செல்ஃபிஷ்ன்னு உனக்கே தெரியுதா. உனக்கு ஒரு விசயம் பிடிக்காதுன்னா எனக்காகக் கொஞ்சம்கூட மாத்திக்க மாட்ட. ஆனா அதுவே எனக்குப் பிடிக்காதுன்னாகூட உனக்காக நான் அதைப் பண்ணியே ஆகணும் இல்ல.”

“உனக்கு இது பிடிக்காதுண்ணு தெரிஞ்சுதான் இதை முதல்லயே வேணாம்ன்னு தவிர்த்தேன். நீ சொல்லித்தான் திரும்ப ஒத்துக்கிட்டேன். ஆனா நீதான் ஒண்ணும் பேசாம உம்முண்ணு இருந்து அசிங்கப்படுத்திட்ட”

“யாரு நான் உங்களை அசிங்கப்படுத்தினேனா, இல்ல நீங்க என்னைப் படுத்தினீங்களா? நீங்க ரெண்டு பேரும் உங்களுக்கு தெரிஞ்ச விசயங்களைப் பத்தி பேசிட்டு இருக்கீங்க. சிரிச்சுக்கிறீங்க. நடுவுல நான் என்ன பண்றது? வாய் பாத்துட்டு இருக்கவா? விட்டா விளக்குப் பிடிக்க சொல்லுவீங்கபோல இருக்கே”

“ச்சீ, தி இஸ் த லிமிட்... நிறுத்திக்கோ” என்று உரக்கக் கத்தினாள். கோபத்தினூடே அவளுக்கு அழுகையும் கூடி வந்தது.

விறுவிறுவென்று படுக்கையறைக்குச் சென்றவள், கதவை இழுத்தறைந்து சாத்திக்கொண்டாள். நித்தில் சோபாவிலேயே உறங்கிப்போனான்.

அமைதிக்குத் திரும்பிய அவ்விரவுக்குச் சாட்சியாய் டீப்பாயில் வைக்கப்பட்டிருந்த அந்த மெழுகுப் பொம்மைகள் கைகோத்துச் சிரித்துக்கொண்டிருந்தன.

28

விடிந்தால் திருவிழா. தெருவின் இருபுறமும் வரிசையாகக் கம்புகள் நடப்பட்டு அவற்றில் ட்யூப்லைட்டுகள் பொருத்தப்பட்டிருந்தன. வேப்பமரங்களில் ‘சீரியல்’ பழங்கள் தொங்கிக் கொண்டிருந்தன. ட்யூப்லைட் வெளிச்சத்தில் உரல்களில் பெண்கள் மாவிளக்குக்காக அச்சு வெல்லம், பச்சரிசி, ஏலம் சேர்த்து இடித்துக் கொண்டிருந்தனர். ஆண்கள் வீட்டுக்கு வெளியே தெருவை மறித்து பாயைப்போட்டு சீட்டு விளையாட்டுக்கு ஆயத்தமாகிக்கொண்டிருந்தனர். தெருவின் நுழைவுகளில் பெரிய வாகனங்கள் நுழைந்துவிடாதவாறு குறுக்கே கயிறு கட்டி யிருந்தனர். ஒலிபெருக்கியில் டி.எம்.எஸ் குமரிப் பெண்ணின் உள்ளத்தில் குடியிருக்க விண்ணப்பம் போட்டுக்கொண்டிருந்தார். வேலைக்குச் சென்றதி லிருந்து திருவிழாவுக்கு வருவதற்கு வாய்க்கவில்லை. கிட்டத்தட்ட நான்கு வருடங்கள் கழித்து வரும் திருவிழா. நகர வாழ்வுக்குப் பழக்கப்பட்டுவிட்ட பிறகு வரும் முதல் திருவிழா. வேறொரு காலத்துக்குப் பயணித்துத் திரும்பியதுபோல் இருந்தது.

விவேக், மஸ்கட்டிலிருந்து திருவிழாவுக்காக ஊருக்கு வந்திருக்கும் பள்ளி நண்பன் ஆனந்தைப் பார்ப்பதற்குப் போய்க்கொண்டிருந்தான்.

“ஏயப்பா, ராஜகோபால் மகனா இது?” என்று மறித்தார் கலியன் தாத்தா. இடது மணிக்கட்டை வாட்சுடன் சேர்த்து அழுந்தப் பிடித்துக்கொண்டார்.

“ஆமா தாத்தா, நானேதான்.”

“நீ ஃபாரின்ல கம்யூட்டர் கம்பெனில இருக்கன்னு சொன்னாங்க. திரும்ப வந்துட்டியா?”

“சும்மா,. இப்போ ஒரு மாசம் லீவ்ல வந்துருக்கேன்.”

“ஓ, அப்போ திரும்பப் போகணும்!”

“ஆமா தாத்தா, போணும்”

சட்டென்ற ஒரு கணத்தில் அவர் முகம் இறுகியது. பிடித்திருந்த கையை விடாமல், “நடுவுல அங்கெல்லாம் நம்மாளுங்கள தொரத்தி உட்டானுங்கன்னு சொன்னாங்க. அதான் நீயும் வந்துட்டியோன்னு நினைச்சேன்”

“இல்லிங்க, அப்படியெல்லாம் ஒண்ணும் கிடையாது. சும்மா பேப்பர்காரனுக்கு என்னத்தையாவது போட்டு ரொப்பணுமில்ல”

அந்தப் பதில் அவருக்குப் பிடிக்கவில்லை. எல்லாவற்றுக்கும் மேல் அதை அவர் நம்பவும் விரும்பவில்லை. பிடித்திருந்த கையை மெதுவாகத் தளர்த்தினார். “உங்கப்பன் காலத்துல எல்லாரும் இந்த ஊரவிட்டு டவுணு பக்கம் போனாங்க. நீங்க என்னடான்னா நாட்டைவிட்டேப் போறீங்க. என்ன இருந்தாலும் நம்ம ஊர் மாதிரி வருமா சொல்லு” என்றபடி கையிலிருந்த வேப்பிலைக் குச்சியால் பல்லைக் குடைந்தபடி நகர்ந்தார்.

திரும்பிய பக்கமெல்லாம் தெரிந்த முகங்கள். போகும் வழியெங்கும் விசாரிப்புகள். எப்போதும் இப்படி மக்கள் சூழ இருந்தவனுக்குத் தனிமையிலும் நிசப்தத்திலும் உறையும் அவ்வாழ்க்கை அத்தனை சுவாரஸ்யமாக இல்லை என்றபோதும் பொருள்வயின் பொருட்டு வேறு வழியிருக்கவில்லை. இன்னும் நான்கு வருடங்கள் தள்ளிவிட்டால் பின்பு திரும்பிப்போக தேவையில்லாத அளவுக்குச் சம்பாதித்துவிடலாம். வேண்டுமென்றால் ஐ.டி.–யையேகூட விட்டுவிட்டு வெளியேறி மொத்தமாக ஊர் திரும்பிவிடலாம். அங்கே வேலைபார்க்கும் ஒவ்வொருவருக்கும் இருக்கும் நிறைவேறாத கனவு அது. ஆனால், அவனைப் பொறுத்தமட்டில் அதற்கு அவசியமிருக்கவில்லை. தனக்கான அடையாளத்தை ஏற்படுத்திக் கொடுத்த இடம் இந்த ஐ.டி. இது மட்டும் இல்லையென்றால் ஊர் பெயரைச் சொன்னால் முப்பது கிலோ மீட்டருக்கு அந்தப் பக்கத்தில் இருப்பவர்களுக்குக்கூட தெரியாத ஒரு சிற்றூரில் இருந்து கொண்டு அமெரிக்காவரை பயணப்படுவதும், டாலர்களில் சம்பாதிப்பதும் சாத்தியப்பட்டிருக்காது. அவன் எடுத்துப் படித்த என்ஜினியரிங்கிலிருந்து கிடைத்த ஐ.டி. வேலைவரை அனைத்துமே தற்செயல்களின் அதிசயங்களே.

ப்ளஸ் டூ முடித்துவிட்டு கல்லூரியைத் தெரிவுசெய்யும் கவுன்சிலிங் வரிசையில் அமர்ந்திருக்கும்போது உயரமாய் ஒல்லியாய் வெடவெடவென்று பக்கத்தில் இருந்த யாரோ ஒருவர் ‘மெக்கானிக்கல், சிவில் எலெக்ட்ரிக்கல்ஸ் எல்லாம் எவர் க்ரீன் தெரியுமோ? எப்போதும் அதுக்குன்னு ஒரு டிமாண்ட் இருக்கு. மத்ததெல்லாம் இதோட வால் பிடிச்சு பின்னாடி வந்ததுதானே” என்பதாகப் பேசிக்கொண்டிருந்தார். இவனும் மெக்கானிக்கல் க்ரூப் எடுத்து வெளியே வந்தான்.

கல்லூரியின் கடைசி ஆண்டில் உள் வளாகத் தேர்வு, வெளி வளாகத் தேர்வு என்று கிட்டத்தட்ட ஆறு முறை மற்ற சுற்றுக்களையெல்லாம் தேறி வந்து நேர்முகத் தேர்வுகளில் ஆங்கிலப் புலமையின்மையின் பொருட்டு வேலை கிடைக்காமல் திண்டாடினான். ஏழாவது முயற்சியில் அந்த கம்பெனியின் கதவு திறந்துகொண்டது. அதுவும் ஆறாவதாக வேலை மறுக்கப்பட்ட அதே நாளில் வெகு தற்செயலாக.

அது பல்வேறு நிறுவனங்கள் இருக்கும் பெரிய ஐ.டி. கூடுகை. அவன் தன் துறை சார்ந்த நிறுவனமொன்றுக்கு நேர்முகத் தேர்வுக்காக வந்திருந்தான். அங்கே அவர்கள் அதிக நேரம் எடுத்துக்கொள்ளவில்லை. மதிப்பெண்ணைப் பார்த்து பாதிப்பேரை வெளியே தள்ளினார்கள். பின்னர் புதிர் கணக்குகளைத் தீர்க்கும் தேர்வில் பாதிப்பேர். மிச்சமிருந்தவர்களை ஒரு கூட்டுக் கலந்தாய்வு ஒன்றின் வழியே வெளியேற்றினார்கள். அதில் வெளியேறியவர்களில் விவேக்கும் ஒருவன்.

தாம்பரத்துக்கு அருகில் கேம்ப் ரோட்டில் இவனுடைய பள்ளி நண்பன் எடுத்திருந்த அறையில் தங்கியிருந்தான். அவன் சிவில் முடித்து அவனது சித்தப்பா ஒருவரின் தொடர்பு வழியாக ஒரு கட்டுமான நிறுவனத்தில் சேர்ந்துவிட்டிருந்தான். அங்கே வேலைபார்ப்பவர்கள் அனைவரும் சேர்ந்து அந்த அறையை எடுத்திருந்தார்கள். வேலை தேடுவதன் பொருட்டு இவனும் அங்கே தங்கிக்கொண்டான். வந்த இரண்டு வாரங்களில் போன மூன்று நிறுவனங்களிலும் தோல்வியே மிஞ்சியது. ஆங்கிலத்தைக் கற்றுத் தேறிவிட வேண்டும். எல்லோரும் வியக்கும் வகையில் மிகச் சரளமாகப் பேச வேண்டும் தானும் இதுபோன்ற பெருநகர் ஒன்றின் ஹைடெக் பள்ளிகளில் கற்றிருந்தால் பல்வேறு இடங் களில் கேலிகளையும் கெக்கலிப்புகளையும் கேட்டிருக்க வேண்டி யிருந்திருக்காது என்று நினைத்துக்கொண்டான்.

கலந்தாய்வு முடிந்து கிளம்பிக் கொண்டிருந்தபோதுதான் நியோ டெக் சொலுசன்ஸின் ஒரு பிரிவுக்கு வேலைக்கு ஆள் எடுப்பதற்கான பொது அறிவிப்பு ஒன்றைப் பார்த்தான். மறுநாள்

அதேநேரத்தில் அவன் கையில் வேலையுறுதிக் கடிதமிருந்தது. அதன் பின் எல்லாமே, புதுமழைக்குப் பின் உயிர்பெற்ற நதியைப் போல இயல்பாக அதன் போக்கில் நடந்துவிட்டது.

இப்படியாக எழுந்துவந்த அவனது நினைவுச்சரடை அறுத்துக்கொண்டு அந்தக் குழந்தை இவன் முன்னால் தத்தித் தத்தி நடந்துவந்தது. சுருள் சுருளான முடி, முட்டைக்கண், உப்பிய கன்னங்கள். பட்டுப்பாவாடை. அப்போதுதான் நடக்கப் பழகியிருக்கும்போல. மெதுவாக நடந்து தெருவுக்கு வந்துவிட்டது. வீடு திறந்திருந்தது. வாசலில் இருந்த உரலில் பாதி இடிக்கப்பட்ட நிலையில் மாவும், அதன் மேல் உலோகப்பூண் போடப்பட்ட உலக்கையும் கிடத்திவைக்கப்பட்டிருந்தது. யாராவது வீட்டு ஆள் வந்ததும் ஒப்படைத்துவிட்டுப் போகலாம் என்றெண்ணி அந்தக் குழந்தையைக் கையில் எடுத்துக்கொண்டான்.

அடுத்ததொரு நிமிடத்தில் ஐம்பது வயது மதிக்கத்தக்கப் பெண்மணி தன் கைகளின் ஈரத்தைப் புடவையில் துடைத்தபடி வெளியே வந்தார்.

“இல்ல, பாப்பா அப்படியே நடந்து தெருவுக்கு வந்துட்டா. சைக்கிள், பைக்னு ஏதாவது வரப்போகுதுன்னு தூக்கி வச்சுருந்தேன்” என்றவாறு குழந்தையை அவரிடம் ஒப்படைத்தான். அதிகம் பார்த்த முகமாக இல்லை. வெளியூரில் இருப்பவர்கள் திருவிழாவுக்காக வந்திருக்க வேண்டும். அந்தத் தெருவில் இருப்பவர்கள் அத்தனை பேரும் ஏதோ ஒருவகையில் உறவு முறைதான் என்றாலும் அவரை என்ன சொல்லி அழைப்பது என்று புரியவில்லை.

“அச்சச்சோ, இட்லிக்கு கிரைண்டர்ல மாவு ஆட்டப் போட்டிருந்தேன். தண்ணி தெளிச்சுவிட்டு வர்றதுக்குள்ள இவுக தெருவுக்கு வந்துட்டாக” என்றபடி செல்லமாக அக்குழந்தையின் கன்னத்தைக் கிள்ளினார். “இன்னும் ஒழுங்கா நடக்கக்கூட வரல. இப்போத்தான் ஒரு வயசு முடிஞ்சுருக்கு. அதுக்குள்ள ஒரு எடத்துல உட்கார்ந்தா தானே. அங்கையும் இங்கையும் ஓடுறதும், அதையும் இதையும் இழுத்துப் போடுறதும்ன்னு ஒரே அட்டகாசம்” குழந்தையைப் பற்றிய புகாரில் அதிகமாகப் பெருமிதமே தெரிந்தது.

“நீங்க தம்பி?”

அவன் யார், அப்பா அம்மா பற்றியெல்லாம் சொன்னான். அவருக்குத் தெரியவில்லை என்பதை அவருடைய முகக் குறிப்பின் வழி அறிந்துகொண்டான். அவருடைய பையனுக்கு அங்கே பெண்ணெடுத்து இருப்பதாகவும், தாங்கள் மகன்

மருமகளுடன் மதுரையில் வசிப்பதாகவும், தன் கணவனின் தம்பி வீடு இது என்று ஒவ்வொன்றாகப் பேசிக்கொண்டிருந்தார். அவர் பேசியது குறித்து அவனுக்கு எந்த ஆர்வமும் இருக்க வில்லை என்றாலும் பால்யகால நண்பர்கள் பல வருடங் களுக்குப் பிறகான சந்திப்புகளில் விட்ட இடத்திலிருந்து தொடர்வதுபோல அவர் முகம் மலரப் பேசிக்கொண்டிருந்த விதம் பிடித்திருந்தது. ஆமோதித்துக் கேட்டுக்கொண்டிருந்தான். மாவிடித்து வியர்வையில் நனைந்திருந்தார். அதுவே அவருக்குத் தனித்துவமான அழகைக் கொண்டுவந்திருந்தது.

"வாங்க தம்பி, ஒரு காப்பி சாப்பிட்டுப் போகலாம்"

"ஐயோ, இல்லம்மா. பரவாயில்ல இருக்கட்டும். கொஞ்சம் தண்ணி மட்டும் கொடுங்க" என்றான்.

அப்போது அவள் கூறி அழைத்த பெயர் அவனை அங்கிருந்து முற்றிலுமாய்ப் பெயர்த்து எடுத்தது. இதயத் துடிப்பின் அதிர்வை அவனால் இடது கையில் உணர முடிந்தது. சட்டென்று முன் நெற்றியில் வலி பரவியது. அவளாக இருக்கக் கூடாது என்று வேண்டிக்கொண்டான். யாரைப் பார்த்துவிடக் கூடாது என்று பயந்தானோ, யாருடைய நினைவு நாளெல்லாம் கிடந்து முள்ளாகக் குத்துகிறதோ, யாருக்காக ஊர் பக்கமே போகக் கூடாது என்று நினைத்தானோ கடைசியாக அவளைப் பார்த்தேவிட்டான்.

அவள் கையில் செம்பு நிறையத் தண்ணீர் எடுத்துவந்தாள். அவளும் தன்னை அங்கே எதிர்பார்த்திருக்கவில்லை என்பதை அவள் கழுத்தின் உட்குழிவில் உணர முடிந்தது. ஒரே கணம்தான். அத்தனையும் கிரகித்து மீண்டு இயல்பானாள். அழகாகப் புன்னகைத்தாள்.

அவளிடமிருந்து செம்பைக் கையில் வாங்கியதும் இவன் கை முழுவதும் நடுங்கித் தளும்பியது. செம்பை வாய் படாமல் உயர்த்திக் குடிக்கும்போது பாதிக்கும் மேல் சிந்தி வழிந்து சட்டையை நனைத்தது.

"பரவாயில்ல தம்பி, வாய் வச்சே குடிங்க. சட்டையெல்லாம் சிந்துது பாருங்க" அப்பெண்மணி பேசிய எதுவும் அவன் காதுகளில் விழவில்லை.

அவள் கண்களில் சிறிது ஒளி கூடியிருந்தது. முன்னெற்றிச் சுருள்முடிகூட அப்படியே இருந்தது. முன்பைவிடக் கொஞ்சம் பூசினாற்போல் இருந்தாள். உண்மையில் இன்னும் அழகாக இருந்தாள்.

அவனுக்குக் கிடைத்த அந்த ஒரு நிமிட அவகாசம்கூட அவளுக்குக் கிடைக்கவில்லை. ஆனால், அத்தனை அழகாகச் சமாளித்துக்கொண்டாள். தண்ணீர் செம்பை வாங்கியபடி, "என்னோட படிச்சவங்க அத்தை. பேர் விவேக்" என்று அறிமுகம் வேறு செய்தாள்.

இந்த இடத்தில் எப்படி பதில் கொடுக்க வேண்டும் என்று அவனுக்குப் புரியவில்லை. அந்தப் பெண்மணி அவனுடைய வேலை குறித்து விசாரித்தாள். அவன் உலறினான். அங்கே இருக்கும் ஒவ்வொரு நொடியிலும் அவனுடைய பலவீனம் வெளிப்பட்டுக்கொண்டிருந்தது. அவன் அதை விரும்பவில்லை. அதுவும் அவள் இருக்கும்போது. அவளின் முன்னால் அத்தனை நெருக்கமாக அங்கிருக்கும் ஒவ்வொரு நொடியும் இன்னும் எத்தனை இரவுகளைக் காவு கேட்கப் போகிறதோ என்ற நினைப்பே அவனை அங்கிருந்து விரட்டியது.

அதற்கு மேல் அவனால் அங்கே நிற்க முடியவில்லை. நண்பர்கள் காத்திருக்கிறார்கள் என்று கூறி அங்கிருந்து கிளம்பிப் போனான். அவன் முதுகில் குவிந்து நின்ற அந்தக் கண்களுக்கு அன்றைய இரவை முதல் பலியாகக் கொடுத்தான்.

◯

29

அந்தப் பின்மதியப் பொழுதில் அதிக கூட்டம் இல்லாமல் 'காஃபே' முழுவதும் ஒருவித சோம்பல் நிறைந்து வழிந்தது. மதிய உணவைத் தாமதமாகச் சாப்பிடும் ஒருசிலர் மட்டும் ஆங்காங்கே இரண்டு மூன்று பேர்களாய்ச் சேர்ந்து சாப்பிட்டுக்கொண்டிருந்தனர். அங்கே ஒரு மூலையில் டேபிளைத் துடைக்கும் பெண் ஒருத்தி சோர்ந்து அமர்ந்திருந்தார். வரிசையாக இருந்த கடைகளில் மதிய உணவுப்பட்டியல் இடப்பட்ட தட்டிகள் மாற்றப்பட்டு டீ, காபி, பலகாரங்கள் என்று எழுதப்பட்ட தட்டிகள் வைக்கப்பட்டிருந்தன. மதியம் மீந்த உணவுகள் அடங்கிய பெரிய பெரிய பாத்திரங்கள் பின் வாசல் வழியாக வேன் ஒன்றில் ஏற்றப்பட்டுக்கொண்டிருந்தன. இனி மாலை நான்கு மணிக்குப் பின்னரே கூட்டம் கூடத் தொடங்கும்.

நித்திலன் டீ விற்கும் கடையில் இரண்டு லெமன் டீ சொல்லிவிட்டுக் காத்திருந்தான். அவனுக்கு முன்னராக சஃபாரி உடையில் ஒருவர் நின்றுகொண்டிருந்தார். அவர் அந்நிறுவனத்தின் பொது நிர்வாகத்தைக் கவனித்துக்கொள்ளும் அலுவலகத்தில் இருப்பவர். அவர் சார்ந்த அணியே அங்கிருக்கும் உணவு பலகாரக் கடைகளுக்கான ஒப்பந்தங்கள், அவற்றின் மேலெழும் நிறைகுறைகளைக் கவனித்துக்கொள்கிறது. காபி ஒன்றும் சில பிஸ்கட்டுகளும் சொன்னார். கடையில் இருந்தவர்கள் முகத்தில் அதீத பவ்யம் தெரிந்தது. அங்கிருந்தவர்கள் தலையிலிருந்த தொப்பி, கையில் அணிந்திருந்த கையுறை ஆகியவற்றைத் திருத்திச்

சரிப்படுத்திக்கொண்டனர். ஒருவர் சுத்தமாக இருந்த காபி மேடையைத் துணியால் மீண்டும் அழுந்தத் துடைத்தபடியிருந்தார். சஃபாரி அணிந்தவருக்கு மட்டும் பில் போடும் இயந்திரம் இயங்கவில்லை.

பொதுவாக, இது அவர்கள் டீ குடிக்கும் நேரம் கிடையாது. ஏதாவது முக்கியமான விசயம் பேச வேண்டும் என்றால் மட்டுமே இது போன்ற பொருத்தமற்ற வேளைகளில் சாஜூ நித்திலனை டீக்கு வருமாறு அழைப்பார்.

இருவருக்கும் நடுவில் வைக்கப்பட்டிருந்த கண்ணாடி டம்ளர்களிலிருந்து ஆவி பறந்து கொண்டிருந்தது. லெமன் டீ பச்சைப்பொன் நிறத்தில் ஒளிர்ந்தது.

“நித்தில், சட்டுன்னு திரும்பாம இயல்பா திரும்புற மாதிரி அப்படியே உன் ரைட் சைட்ல பின்னாடி பாரு. சட்டுன்னு திரும்ப வேணாம்.”

அங்கே வரிசையாக இருந்த கடைகளுக்கு முதுகு காட்டியபடி, இவர்கள் உட்கார்ந்திருந்த டேபிளுக்கு நாற்பத்தைந்து டிகிரி கோணத்தில் தனியாக அமர்ந்து ஒரு பெண் அழுதுகொண் டிருந்தாள். வயது முப்பதிலிருந்து முப்பத்தைந்துக்குள் இருக்கும். கட்டுப்படுத்த முடியாமல் வரும் கண்ணீரைத் தன் கையிலிருந்த சின்ன கர்ச்சிப்பால் ஒற்றி ஒற்றி எடுத்துக்கொண்டிருந்தாள். அது முழுவதும் ஈரமாகியிருந்தது. மிகுந்த மெனக்கெடலுடன் இயல்பாகத் திரும்பிப் பார்த்தும்கூட மிகச் சரியாக நித்தில் அவளைப் பார்த்த அந்த ஒரு கணத்தில் அவளும் இவர்களைக் கவனித்துவிட்டாள். பெண்களுக்கு ஆயிரம் கண்கள். ஆண்களைக் காட்டிலும் அவர்களின் உள்ளுணர்வுக்குக் கூர்மை அதிகம்.

உடனே கையில் இருந்த கர்ச்சிப்பை அந்த டேபிளில் போட்டுவிட்டு தனது சுரிதாரின் ஷாலை எடுத்து கண்களை விட்டுவிட்டு மிச்சமிருந்த முகம் முழுவதையும் இழுத்து மூடிக் கொண்டாள். கண்ணீர் மட்டும் நிற்பதாகத் தெரியவில்லை. நித்திலனுக்கு உடம்பெல்லாம் ஒரு மாதிரியாகக் கூசிப்போனது. அப்படிப் பார்த்து அவளைச் சங்கடப்படுத்தியிருக்க வேண்டாம் என்று நினைத்தான்.

“டீயை அப்படியே கைல எடுத்துக்கோ. சாண்ட்விட்ச் கடைப் பக்கம் போயிடலாம்”

இருவரும் முன்பிருந்த பகுதிக்கு மறைவாக இருந்த மறுபக்க வரிசைக்கடைகளுக்கு எதிரே வந்து அமர்ந்தனர்.

“என்ன சாஜூ, ஏற்கெனவே நான் திரும்பிப் பார்த்த அந்தப் பொண்ணு பாத்துடுச்சு. இப்போ நாம எந்துருச்சு இப்படி இந்தப் பக்கம் வந்தா ஒருமாதிரியா ஆயிடாதா அந்தப் பொண்ணுக்கு? ச்ச பாவம்”

“அப்படியில்ல நித்தில். யாருமே இப்படி வந்து அழணும்னு விரும்புறதில்ல. அதையும் மீறி வந்து தனியா வந்து அழறாங்கண்ணா அவங்களுக்கு என்ன பிரச்சனையோ ஏதோ பாவம். நமக்கு யாருன்னே தெரியாத ஒரு பொண்ணுதான். ஆனா அவங்க அழறதப் பார்த்தா ஒருமாதிரி நமக்கே நடுக்கமாயிருக்கில்ல. என்னால அதுக்குமேல அங்க இருக்க முடியல. ஒண்ணு பக்கத்துல போயி ஆறுதல் சொல்லணும். அது முடியாது. இல்லன்னா குறைந்தபட்சம் அவங்களுக்கான ஸ்பேஸ் கொடுத்து ஒதுங்கிடணும். அதான் எந்திருச்சு இந்தப் பக்கம் வந்துட்டேன்.”

“ஆமா சாஜூ. எனக்கும்கூட ஒருமாதிரி கஷ்டமா ஆயிடுச்சு”

“ஒருவிதத்துல இந்த விசயத்துல பொண்ணுங்க எவ்வளவோ பரவாயில்ல இல்ல? தனியாளா இப்படி உடைஞ்சு அழறதுக்கான சுதந்திரம் ஒரு பெண்ணுக்கு இருக்கு. ஆண்களுக்கு இங்க அதுக்கான சுதந்திரம் மட்டும் இல்லவே இல்ல” இதைச் சொல்லிவிட்டு சாஜூ சிரிக்க முற்பட்டாலும் அவருக்கு அது அத்தனை இயல்பாகக் கூடிவரவில்லை.

“சாஜூ ... என்னாச்சு? ஏன் ஒருமாதிரிப் பேசுறீங்க?”

“அப்படியெல்லாம் ஒண்ணுமில்ல நித்தில். கொஞ்சம் டென்சனா இருக்கு அதான்”

“ஏன் என்னாச்சு?”

“போன வாரம் போயிருந்த இண்டர்வியூவும் கிளிக் ஆகல. மூணு டெக்னிக்கல் ரவுண்ட் வச்சாங்க. அதெல்லாம் நல்லாத்தான் பண்ணுனேன். அடுத்து ஹெச்.ஆர். ரவுண்ட்கூட நல்லாத்தான் போச்சு. ஆனா சொல்லிவச்ச மாதிரி அதுக்கு அப்புறம் அவங்ககிட்ட இருந்து தகவலே இல்ல. திரும்பத் திரும்ப கால் பண்ணி கேட்டதுக்கு அப்புறம் கடைசியா அந்த ஹெச்.ஆர். சொல்றான், ப்ராசஸ் பண்ணிட்டு இருக்கோம். தகவல் சொல்றோம்ன்னு. அது சுத்தப் பொய்ன்னு இரண்டு பேருக்குமே தெரியும். தெரியல, எங்கயோ என்னவோ தப்பா இருக்கு. ஒருவேளை நான் கேட்குற சம்பளம் அதிகமோ? இல்லையே, அப்படின்னாகூட டிஸ்கஸன்ல சொல்லிடுவாங்களே. அங்கெல்லாம் நல்லாத்தான் சிரிச்சுப் பேசுறாங்க. அதுக்குப்

பின்னாடி என்ன நடக்குதுன்னு ஒண்ணும் புரியல. ம்ம்ம்ம்." மெதுவாக தன் ஆட்காட்டி விரலால் நெற்றியை அழுந்தத் துடைத்துக்கொண்டார்

"அட விடுங்க சாஜு. இந்த ஹெச்.ஆர்ங்களைப் பத்தி நமக்குத் தெரியாதா? உங்களவிட வேற யாராவது குறைஞ்ச சம்பளத்துக்கு வேலைக்கு வர்றேன்னு ஒத்துண்டு இருந்துருப்பான். அது போதாதா இவனுங்களுக்கு. உண்மையிலயே இப்போலாம் ஐ.டி. வேலையே கத்திரிக்கா வியாபாரம் மாதிரிதான் ஆகிப்போச்சு. அடிமாட்டு விலைக்கு ஆள் எடுத்துட்டு வந்து குமிக்கிறாங்க. முந்தியெல்லாம் அமெரிக்காக்காரனும் ஆஸ்திரேலியாக்காரனும் ஐயாயிரத்துக்குப் பண்ற வேலைய நாம ஆயிரம் ரூபாய்க்கு செஞ்சு கொடுத்து அவன் வேலையைப் பறிச்சோம். இப்போ அதே ஆயிரம் ரூபாய் வேலைய ஐம்பதுக்கும் நூறுக்கும் பண்ணிக் கொடுத்து நம்ம வேலைய நம்மாளுங்களே நம்மகிட்ட இருந்து பறிக்கிறாங்க. அவ்வளவுதான் வித்தியாசம்."

"ம், பேப்பர் போட்டதுக்கு அப்புறம் அப்படி ஒண்ணும் பெரிசா இண்டர்வியூ கால்ஸ் வரவே இல்ல. முதல்ல நானும்கூட வேலை தேடுறத பெரிசா எடுத்துக்கல. சொல்லப்போனா இப்போல்லாம் நான் வொர்க் பண்ற டெக்னாலஜியெல்லாம் யாரும் மதிக்கிறதே இல்லை. நாம லிஃப்ட்ல வரும்போது இரண்டு பேரு பேசிட்டு வந்ததக் கவனிச்சியா? 'டேட்டா சயின்ஸ்' பத்திப் பேசிட்டு வந்தாங்க. அதுல ஒருத்தர் சொன்னாரே 'டேட்டாதான் இனி எல்லாமே'. நான்கூட அப்படி டேட்டா சயின்ஸ் இல்லன்னா டிஜிட்டல் டெக்னாலஜின்னு ஏதாவது புதுசா கத்துக்கணும்ன்னு நினைக்கிறேன். இப்போ பண்ணிகிட்டு இருக்கிறதுக்கு வெளியே பெரிசா டிமாண்ட் இல்ல. வர்ற ஒண்ணு ரெண்டு இண்டர்வியூவும் இப்படி ஏதாவது ஒரு காரணம் சொல்லி தட்டிப்போயிடுது."

"என்ன சாஜு இப்படி சொல்லிட்டீங்க... உங்களுக்குத் தெரியாததா. இன்னும் நிறைய கம்பெனிகள் ஆக்டிவா அதைப் பயன்படுத்திட்டேதான் இருக்காங்க இல்லையா. அப்புறம் எப்படி உங்களுக்கு வாய்ப்பில்லாமப் போகும்?"

"சுத்தமா இல்லவே இல்லன்னு சொல்லிட முடியாது. இருக்கிற ஒண்ணு ரெண்டு வாய்ப்புகளையும் மூணு நாலு வருசம் அனுபவம் உள்ள ஆட்கள் கொத்திட்டுப் போயிடுறாங்க. அந்தப் பசங்க முன்னாடி தோத்துப் போயி நிக்கிறேன். ஒருமாதிரி அவமானமா இருக்கு நித்தில்"

“சாஜூ, நீங்க இவ்ளோலாம் வருத்தப்படவே தேவையில்லை. இன்னும் முழுசா ஒரு மாசம் டைம் இருக்கு உங்களுக்கு” சாஜூ இப்படித் தளர்ந்துபோய்விடும் ஆள் கிடையாது. ஆனால், அவரே அப்படிப் பேசுவது நித்திலுக்கு ஆச்சரியமாகவும் அதேநேரத்தில் வருத்தமாகவும் இருந்தது.

“அதேதான் எனக்கும் பயம். முழுசா ஒரு மாசம் ஓடிடுச்சு. இருந்த நம்பிக்கையும்கூட கொஞ்சம் கொஞ்சமா குறைஞ்சிட்டு வருது. ரம்யா வேற இப்போ இரண்டாவது உண்டாயிருக்கா. இப்படிப்பட்ட நேரத்துல நான் பேப்பர் போட்டுருக்கவே கூடாதோன்னு தோணுது”

“ஓ சாஜூ, நீங்க அதான் இப்படி பயந்துபோயிருக்கீங்க. எனக்கு உங்க மேல முழு நம்பிக்கை இருக்கு. ஆமா, நீங்க பேப்பர் போட்ட விசயம் வீட்டுல தெரியுமா?”

“இல்ல, சொல்லல. அடுத்த வேலை கிடைச்சதும் சொல்லிக்கலாம்ன்னு நினைச்சுருக்கேன். அதுதான் கிடைக்கிற மாதிரி தெரியல. உண்மையச் சொல்லட்டுமா? இப்போ வர்ற சின்னப் பசங்களப் பார்த்தா எனக்கு உள்ளுக்குள்ள பயமா இருக்கு. கொஞ்சம் பொறாமையாக்கூட இருக்கு. துறுதுறுன்னு இருக்காங்க. மலையைப் பொறட்டுங்கடான்னு சொன்னாக்கூட சொடக்குப் போடுற நேரத்துல வேலையை முடிச்சுட்டு வந்து நிப்பானுங்கபோல இருக்கு. எல்லாத்துக்கும் மேல அவனுங்க எவனுக்கும் பயமே இல்லை. இண்டர்வியூ ஹால்ல போயி நிக்கிறேன். எல்லாம் சின்னச் சின்னப் பசங்க. முக்காவாசிப் பேரு ஜீன்ஸ்லதான் வந்துருக்கான். எங்க காலத்துல இப்படி இருந்தது இல்ல. ஒருவேளை நான்தான் ரொம்ப அவுட்டேடட் ஆயிட்டனோன்னு தோணுது. பன்னிரெண்டு வருசமா மாங்கு மாங்குன்னு உழைச்சேனே தவிர இதையெல்லாம் கத்துக்காமப் போயிட்டேனோன்னு தோணுது. தப்பா முடிவெடுத்துட்டே னோன்னு நினைக்கிறேன்.”

சாஜூவின் கண்கள் கலங்கியதைப் போலிருந்தது. சாஜூ இப்படி உடைந்து போய் பார்த்ததேயில்லை. எந்தப் பிரச்சினை யிலும் முன்னால் வந்து நிற்பவர். எதையும் தெளிந்து நிதானித்துத் திட்டமிட்டுச் செய்பவர், இப்படி ஒரு நிலைமையில் வந்து நிற்பதைப் பார்க்கவே சகிக்கவில்லை. அங்கிருந்த எல்லோரையும்விட உலக நடப்பைத் தெரிந்துவைத்திருப்பவர். உண்மையான அறிவாளி. இங்கே இருப்பவர்களில் பெரும்பாலானோர் அலுவலகத்தைத் தவிர ஒன்றுமறியாத குண்டுச்சட்டிக் குதிரைகள். அவர்களோடு ஒப்பிட சாஜூ எல்லாவகையிலும் மேலிருப்பவர்.

“சாஜூ, இப்போவும் ஒண்ணும் கெட்டுப்போயிடல. இங்கயே இருக்கலாம்ன்னு தோணுச்சுன்னா, பேப்பரை ரிவர்ட் பண்ணிடுங்க. கடைசி நிமிசம்வரைக்கும் உங்களுக்கு அந்த வாய்ப்பிருக்கு இல்லையா?”

“இத்தனை நாள்ல வேணுவைப் பத்தி நீ இவ்ளோதான் புரிஞ்சுவைச்சுருக்கியா நித்தில்? இனி நான் திரும்பப் போயி நின்னா வாடாப்பான்னு சொல்லி உட்காரவச்சுப்பார்ன்னா நீ நினைக்கிற? கிடையவே கிடையாது. நல்லதோ கெட்டதோ நம்மைப் பத்தி ஒரு அபிப்பிராயத்தை உருவாக்கிட்டார்ன்னா அதை அவ்ளோ சுலபத்துல மாத்திக்க மாட்டார். இப்போ நான் அவரோட குட் புக்ல இல்லை. இனிமே அதுல என்னால வரவே முடியாது. உனக்குத் தெரியுமா? நான் பேப்பர் போட்ட இரண்டாவது வாரமே என்கிட்ட கே.டி. பிளான் கேட்டு மெயில் அனுப்பிச்சுட்டார். புதுசா வந்துருக்கானே அசோக். நான் பார்த்த வேலையெல்லாம் அவனுக்குச் சொல்லிக்கொடுக்கச் சொல்லிருக்கார். என்ன சொல்லிக்கொடுக்கப்போறேன். எதெல்லாம் சொல்லிக்கொடுக்கப் போறேன்னு எல்லாத்தையும் மெயிலாப் போடச் சொல்லிருக்கார். நான் போன பிறகு என்ன பண்ணணும், எப்படி அதுக்குள்ள அசோக்கைத் தயார் பண்ணணும்ன்னு எல்லாத்துக்கும் திட்டம் வச்சுருக்கார். இதுக்கு மேல நான் போயி இங்கேயே இருந்துக்கிறேன்னு நின்னா அது நமக்குத்தான் அசிங்கம். அதனால அந்த வாய்ப்பே எனக்குக் கிடையாது.”

“இல்ல சாஜூ, சும்மா ஒரு முயற்சி பண்றது ஒண்ணும் தப்பில்லயே”

“இல்ல நித்தில். அது சரியா வராது. அப்படி ஒருவேளை அவர் ஒத்துக்கிட்டாக்கூட எனக்கு குற்ற உணர்ச்சியா இருக்கும். எப்பவும் ஒருவித நன்றியோடயே இருக்கணும். அதெல்லாம் சரிப்படாது. ஒரு சில சமயம் பேசாம ஒரேயடியா ஊர்ப்பக்கமே திரும்பிப் போயிடலாமான்னுகூட யோசிக்கிறேன். காதல் கல்யாணத்தால அங்கயும் போயி நிக்க முடியாது. எல்லாத்துக்கும் மேல இங்க வீட்டை வாங்கிப் போட்டுட்டேன். ஒருபக்கம் லோன் போயிட்டு இருக்கு. அகில் நல்லாப் படிக்கிறான். அவனை இங்க அங்கன்னு டிஸ்டர்ப் பண்ணவும் பிடிக்கல. அடுத்து ஒண்ணு வரிசைல நிக்குது. இப்படி எல்லாப் பக்கமும் இடிக்குது. ம்ம்ம், பார்ப்போம். நமக்குன்னு ஒரு வழி கிடைக்காமலா போயிடும்?”

மெதுவாக தன் வாட்ச்சைத் திருப்பி, ஆட்காட்டி விரலால் மெள்ளமாய் ஒரு தட்டு தட்டினான். நேரம் காட்டியது. "ம்ம்ம், சாஜூ எனக்கு நாலு மணிக்கு ஒரு ஸ்டேட்டஸ் மீட்டிங் இருக்கு. கிளம்பலாமா?"

"ஓ, அப்போ நீ கிளம்பு நித்தில். நான் கொஞ்ச நேரம் கழிச்சு வர்றேன்."

காஃபேயை விட்டு வெளியே செல்லும்போது கவனித்தான். அந்தப் பெண் அங்கே இல்லை. அங்கிருந்து ஒருமுறை தனது வலப்பக்கமாகத் திரும்பிப் பார்த்தான். சாஜூ, தன் இரு கைகளையும் டேபிளில்வைத்து தலையைத் தாங்கிப் பிடித்து, தனியாக அமர்ந்திருந்தார். அவன் இல்லாத மீட்டிங்கிற்குச் செல்ல காஃபேயிலிருந்து வெளியேறினான்.

30

சத்தியமூர்த்தியின் வருகைக்காக அர்ச்சனாவும் வேணுவும் அவர்களது தளத்தின் மூலையில் இருந்த அந்தச் சின்ன மீட்டிங் ரூமில் காத்திருந்தனர். பொதுவாக, நான்கைந்து பேர்கள்வரை அந்த அறை கொள்ளும். அதில் கணினி, புரஜெக்டர் போன்றவை கிடையாது. எனவே, அவசர சந்திப்புகள், அப்ரைஸல் நேரத்து விவாதங்கள் போன்றவற்றுக்கு அதைப் பயன்படுத்திக்கொள்வர். அநேக நேரங்களில் காதல் அல்லது குடும்ப விவகாரங்கள் குறித்த தனித்த, தீவிர உரையாடலை விரும்புபவர்கள் அவர்தம் செல்போனுடன் மணிக்கணக்கில் அங்கே தஞ்சமடைவதுதான் அதிகம்.

மீட்டிங் ஆரம்பிக்க இன்னும் ஏழு நிமிடங்கள் இருக்கும் போதே அர்ச்சனா உள்ளே நுழைந்தாள். அவளுக்கு முன்பே வந்திருந்த வேணு தன் லேப்டாப்பில் தீவிரமாக ஏதோ ஒரு கோடினை 'டைப்' செய்துகொண்டிருந்தார். அர்ச்சனாவுக்கு அளந்த புன்னகையுடன் 'ஹலோ' சொல்லிவிட்டு மீண்டும் லேப்டாப்பின் பக்கம் திரும்பிக்கொண்டார்.

இன்று நேற்றென்று இல்லை. ஆண்டுக்கணக்கில் இருவருக்கும் தொடரும் பனிப்போர். இது, இங்கு இப்படித்தான் ஆரம்பித்தது என்று இருவரில் ஒருவரால்கூட அறுதியிட்டுக் கூறவியலாது. ஆனால், இருவருக்குமிடையே நிலவும் இப்படியான பனிப்போர் இங்கே எல்லோருக்கும் தெரிந்த ரகசியம்.

ஒரே நேரத்தில் பணியில் சேர்ந்தவர்கள். நீண்ட காலமாக ஒரே ப்ராஜெக்ட்டில் இருப்பவர்கள், ஒன்று அர்ச்சனா ஆர்.கே. போன்று நெருங்கிய நண்பர்களாக இருப்பார்கள். இல்லை யென்றால் அர்ச்சனாவையும் வேணுவையும்போல்தான் இருந்தாக வேண்டும். பதவி உயர்வு, சம்பள உயர்வு, ப்ராஜெக்ட் நிர்வாகம், அணியைப் பிரித்துக்கொள்ளுதல், தலைமைக்கு நெருக்கமாகுதல் என்று ஒவ்வொரு சின்ன விசயத்திலும் இருவருக்கும் முட்டிக்கொள்ளும். வேணுவின் பலம் டெக்னிக்கல்ஸ், கடின உழைப்பு என்றால், அர்ச்சனா அதற்கு நேர் எதிராக அணி நிர்வாகம், மற்றவர்களோடு தொடர்பு கொள்ளுதல் போன்றவற்றில் வல்லவர். பாஸ்களுக்குச் செல்லம் வேணு. கீழே வேலைபார்ப்பவர்களின் ஆதர்சம் அர்ச்சனா.

ஐந்து நிமிடங்களுக்கு மேலாகியும் சத்தி வரவில்லை. வேணு லேப்டாப்பிலிருந்து தலையை நகர்த்தவில்லை. முகம் மிகத் தீவிரமாக இருந்தது. அர்ச்சனாவுக்கு வேணுவைப் பற்றி நன்றாகத் தெரியும். சத்தியமூர்த்தியின் கண் முன்னால் தெரிய வேண்டும், தான் எத்தனை அர்ப்பணிப்புடன் அணிக்காக உழைக்கிறேன்! மீட்டிங்கிற்காகக் காத்திருக்கும் இரண்டு நிமிடங்களைக்கூட வீணடிக்க விரும்பவில்லை என்பதையெல்லாம் படம்பிடித்துக்காட்ட வேண்டும். அதன்பொருட்டே இத்தனை பிரயத்தனங்கள். அதுவும் அர்ச்சனாவுடன் இருக்கும் பொழுது களில் அது இன்னுமின்னும் இரட்டிப்பாகும்.

அர்ச்சனா தன் மொபைலில் இருந்த செயலியின் வழியே அலுவலக மெயில்களைப் பார்த்துக்கொண்டிருந்தாள். புதிய ப்ராஜெக்ட்டுக்கான புரப்போசல் குறித்துப் பேசுவதற்காக சத்தியமூர்த்தி இருவரையும் இங்கே வரச்சொல்லியிருந்தார். இருவரைப் பற்றியும் அவருக்கு நன்றாகத் தெரியும் என்பதால் பொதுவாக அர்ச்சனாவும் வேணுவும் சேர்ந்து ஒரே வேலையைச் செய்யும்படியான சந்தர்ப்பங்களைத் தவிர்த்துவிடுவார்.

சற்று நேரத்தில் சத்தியமூர்த்தி அறைக்குள் நுழைந்தார். இருவரும் ஒரே நேரத்தில் இருக்கையில் இருந்தபடியே தங்களின் முதுகை நேராக்கி மரியாதை நிமித்தம் தலையை அசைத்தனர்.

இருவருக்கும் நடுவில் இருந்த இருக்கையில் அமர்ந்தவர், ஒருமுறை தன் கைக்கடிகாரத்தில் நேரத்தைப் பார்த்துக் கொண்டார்.

"ஸாரி கய்ஸ், இரண்டு நிமிசம் லேட் ஆகிடுச்சு. எனிவே, ரொம்ப நேரம் எடுத்துக்க மாட்டேன். க்விக்காக முடிச்சிடுறேன்" என்றபடி இருவரையும் பார்த்துப் புன்னைகைத்தார். வேணு தன்னுடைய லேப்டாப்பை மூடி வைத்தார்.

“உங்க இரண்டு பேருக்குமே தெரிஞ்சுருக்கும். இதைப் பத்தி நாமளும் முன்னாடியே வெவ்வேறு மீட்டிங்ல பேசியிருக்கோம். வேணுவோட புராஜெக்ட் ரொம்ப கிரிட்டிக்கலாப் போயிட்டு இருக்கு. இதுக்கு நடுவுல நம்ம ‘எஸ்.ஓ.டபிள்யூ’[1] வேற முடியப் போகுது. இந்தப் ப்ராஜெக்ட் திரும்ப நம்ம கைக்குத்தான் கிடைக்கும்ன்னு எனக்கு நம்பிக்கை இருக்கு. இருந்தாலும் புதுசா புரப்போசல் கொடுக்கணும். நம்மளோட போட்டி நிறுவனங்கள் அத்தனை பேரும் உள்ள வருவாங்க. அவங்க கைல சின்னதா ஒரு பகுதி போனாக்கூட நம்ம நிலைமை மோசம் ஆயிடும். உங்களுக்குத் தெரியும் இல்லையா? இந்த கிளையன்ட்டோட பெரும்பான்மையான வருமானம் இந்த ப்ராஜெக்ட்ல இருந்துதான் வருது. இந்தப் ப்ராஜெக்ட் கிடைச்சப் பிறகு இதுல நல்லாப் பண்ணித்தான் நாம இப்போ இருக்கிற மத்த ப்ராஜெக்ட்ஸ் எல்லாத்தையும் வாங்கியிருக்கோம். அதுனால நமக்கு இது ரொம்பவே க்ரூசியல். இதுல சின்ன சான்ஸ்கூட கொடுக்க முடியாது”

அங்கே பாட்டிலில் இருந்த தண்ணீரை எடுத்துக் குடித்துவிட்டு அவரே தொடர்ந்தார். “புதுசு புதுசா டெக்னாலஜிஸ் வந்துருச்சு. அஜைல், ஆட்டோமேஷன், க்ளவுட், ஆர்ட்டிஃபிஷியல் இண்டலிஜன்ஸ், ஐ.ஓ.டி அது இதுன்னு நிறைய வந்துட்டேயும் இருக்கு. இதெல்லாம் நம்ம பிரசன்ட்டேஷன்ல வரணும். நம்மகிட்ட இருக்கிற ஒவ்வொரு ரிசோர்ஸைப் பத்தியும், அவங்களோட ஸ்கில்செட் என்ன? யாரெல்லாம் என்னென்ன டிரைனிங் அனுப்பணும். எங்க எப்படி அவங்கள உபயோகப்படுத்தப் போறோம்ன்னு ரொம்ப டீட்டைல்டா ரிப்போர்ட் ஒண்ணும் வேணும். இதுவரைக்கும் நாம என்ன புதுசா உள்ள கொண்டுவந்துருக்கோம்? என்ன என்னவிதமான ‘வால்யூ ஆட்ஸ்’ கொடுத்துருக்கோம். கிளையண்ட்ஸ்கிட்ட இருந்து வந்த பாராட்டெல்லாம் இரண்டு இரண்டு வரி சேர்த்துக்கோங்க. இப்படி எல்லா விவரமும் பிரசன்ட்டேஷன்ல வரணும். அதுக்குத்தான் உங்க இரண்டு பேரையும் சேர்த்து வரச் சொன்னேன்.”

வேணுவின் முகத்தில் தோன்றிய குழப்பத்தைத் தீர்க்கும் படியாக அவரைப் பார்த்து சத்தி, “அர்ச்சனா ரிசோர்ஸ் பத்தின டீட்டெயில்ஸெல்லாம் உங்களுக்கு எடுத்துக் கொடுப்பாங்க. அவங்களையெல்லாம் அப்ஸ்கில்ஸ் பண்றதுக்கான டிரைனிங் திட்டம் போட உதவி பண்ணுவாங்க. பிரசன்டேஷன்ல வேற

---

1. எஸ்.ஓ.டபிள்யூ *(SoW-Statement of Work)*: எடுத்துக்கொள்ளப்படும் ப்ராஜெக்ட்டின் பல்வேறு வரையறைகள் மற்றும் நிபந்தனைகள் அடங்கிய ஒப்பந்தம்.

ஏதாவது இன்புட்ஸ் வேணும்ன்னாலும் நீங்க யோசிக்காம அவங்கள ரீச் பண்ணிக்கோங்க."

அர்ச்சனாவின் பக்கம் திரும்பி, "அர்ச்சனா, நாம உங்க ப்ராஜெக்ட்ல ஒரு கன்வர்சன் ப்ராஜெக்ட்டுக்கு ஒரு பிரசண்ட்டேஷன் கொடுத்தோமே! கிளையன்ட் சைடுலகூட எல்லோருக்கும் ரொம்ப பிடிச்சிருந்ததே, அதோட டெம்ப்ளேட்ட வேணுவுக்கு உடனே ஷேர் பண்ணுங்க. அதே மாதிரி, அவர் பிரசன்ட்டேஷன் முடிச்சதும் நீங்க ஒரு ரிவியூ பண்ணிட்டு எனக்கு அனுப்புங்க. சின்ன தப்புகூட வரக்கூடாது."

இருவரும் ஆமோதித்துத் தலையாட்டினாலும், வேணுவின் முகம் இருண்டிருப்பதை அர்ச்சனா கவனிக்காமல் இல்லை. இந்த புரப்போஸல் வெற்றி பெற்றாலும் தோல்வி அடைந்தாலும் அதனுடைய மொத்தப் பலனும் போய்ச் சேரப்போவது வேணுவுக்குத்தான். இருந்தாலும், தன்னுடைய ப்ராஜெக்ட்டுக்கு வெளியே தான் செய்யும் இதுபோன்ற சின்னச் சின்ன உதவிகள் பிற்காலத்தில் பெரிதும் உதவும் என்பது அர்ச்சனாவுக்குத் தெரியும். அதனால், அவள் உற்சாகமானாள்.

அர்ச்சனா இதுபோன்ற பிரசண்ட்டேஷன்கள் செய்வதிலும், அவற்றை உரியவர்களிடத்தே திறம்பட எடுத்துரைப்பதிலும் விற்பன்னள். அது வேணு உட்பட அனைவருக்கும் தெரியும். வேணுவுக்கு டெக்னிக்கலில் இருக்குமளவுக்கான பிடிப்பு இது போன்றவற்றில் கிடையாது. இதுவரை தன்னுடைய டெக்னிக்கல் திறமையின் வழியே இது ஒரு பெரிய குறையாக மாறாதவண்ணம் பார்த்துக்கொண்டிருந்தார். ஆனால், இப்போது இங்கு அர்ச்சனாவை நுழைப்பது அவருக்குச் சங்கடமாய் இருந்தது. முடிந்தவரை அவளுடைய தலையீடு அதிகம் இல்லாமலேயே இதை முடிக்க வேண்டும் என்று நினைத்துக்கொண்டார்.

31

அப்பா, ஓரமாய் வைக்கப்பட்டிருந்த ஸ்டூலை எடுத்துப்போட்டு அதன் மேலிருந்த தூசியை ஜன்னலில் செருகியிருந்த பழைய துணி ஒன்றால் தட்டிவிட்டார். அதில் உட்காரச் சொன்னார். சாத்தப்பட்டிருந்த ஜன்னல்களின் கொக்கிகளைத் தளர்த்தி அதன் கதவுகளைத் திறந்துவிட்டார். அறையெங்கும் வெளிச்சம் பரவியது. அந்த முன்பகலிலும்கூட மெல்லிய குளிருடன் காற்று உள்ளே வந்தது. புதிய வீட்டுக்கென்றே இருக்கும் குளுமைக்கு அந்தக் காற்றுப் பட்டதும் உடல் சிலிர்த்தது. பொருட்கள் ஏதும் இல்லாததால் சின்னச் சின்ன சத்தங்கள்கூட அறை எங்கும் எதிரொலித்தது. ஒரு பக்கச் சுவருக்கு மட்டும் வெள்ளை அடிக்கப்பட்டிருந்தது. சுண்ணாம்பு இருந்த வாளிகள் ஒரு மூலையில் வைக்கப்பட்டிருந்தன. சுவிட்ச் போர்டுகளும் வயர்களுமாய் புதிய எலக்ட்ரானிக்ஸ் பொருட்கள் ஒரு திண்டின் மேல் அட்டை பிரிக்கப்படாமல் அடுக்கப்பட்டிருந்தன.

இப்போது அவர்கள் வாடகைக்கு இருக்கும் மொத்த வீட்டை விடப் பெரிய வரவேற்பு அறை. அதை ஒட்டியபடி அடுப்படி. வரவேற்பு அறையின் வலப்பக்கம் இரண்டு குளியலறைகளுடன் கூடிய படுக்கையறைகள். வெளியாட்கள் வந்தால் புழங்குவதற்கு வசதியாக ஒரு குளியலறை வரவேற்பறையுடன் இணைத்துக் கட்டப்பட்டிருந்தது. தளத்தில் மார்பிள் கற்கள் பதிக்கப்பட்டிருந்தன. பாலீஷ் செய்யப்படாமல் சொரசொரப்புடன் இருந்தன. வரவேற்பு அறைக்கு முன்னே ஒரு

நட்சத்திரவாசிகள்

சிறிய அறை. அதை அறை என்று சொல்வதுகூட அத்தனை பொருத்தமாக இருக்காது. சிறிய இடம். அவ்வளவுதான். அதிலிருந்து மொட்டைமாடிக்குப் போகும் படிக்கட்டு இருந்தது. அதில் ஒன்றில் அம்மா அமர்ந்துகொண்டாள்.

விவேக், அம்மாவுக்குப் பக்கத்தில் ஸ்டூலை இழுத்துப்போட்டு அமர்ந்துகொண்டான். அங்கே இருக்கும் ஒவ்வொரு செங்கல்லும் தன்னுடைய உழைப்பில் வாங்கியது. அது தன்னுடைய இடம். தங்களுடைய வீடு. இந்த நினைப்பே அவனுக்குப் போதை யேற்றியது.

அப்பா, அவர்கள் இருவரையும் பொதுவாகப் பார்த்தபடி, "வயரிங் வேலைய நாளைக்கு ஆரம்பிச்சுடுவாங்க. எல்லாமே எல்.இ.டி. பல்பே வாங்கச் சொல்லிட்டேன். அதான் ரொம்ப காலத்துக்கு வரும். கரண்ட் செலவும் கம்மி." என்றார். பழைய வேட்டி ஒன்றை எடுத்து அட்டைகூட பிரிக்கப்படாமல் அங்கே அடுக்கிவைக்கப்பட்டிருந்த எலக்ட்ரானிக்ஸ் பொருட்களின் மேல் போர்த்திவிட்டார்.

அம்மா, மெதுவாக விவேக்கைத் திரும்பிப்பார்த்துப் புன்னகைத்தார். அந்தப் புன்னகைக்குப் பின்னால் இருந்த அர்த்தம் அவனுக்குத் தெரியும். அவன் சிறு வயதாய் இருக்கும்போது அவன் அப்பா தன்னுடைய 'ஹெர்குலிஸ்' சைக்கிளைத் துடைப்பதை கண்கள் விரிய பார்த்துக்கொண்டிருப்பான். முதலில் கொஞ்சமாக ஒரு கோப்பையில் தண்ணீர் நிரப்பி, துணியை நனைத்து எடுத்து துடைப்பார். பின்னர் அதன் மேல் உலர்ந்த துணியால் மேலும் ஒருமுறை துடைப்பார். சின்னச் சின்ன இடுக்குகளில்கூட துணியை உள்ளேவிட்டு எடுத்து பக்குவமாய் துடைப்பார். எல்லாம் முடிந்ததும், செயினுக்கு எண்ணெய் போடுவார். ஒவ்வொரு வாரமும் செவ்வாய்க்கிழமை அப்பாவுக்கு விடுமுறை. அன்றுதான் இதெல்லாம் அரங்கேறும்.

அப்பாவினுடைய கனவு அந்த வீடு. இருபது வருட காலமாய் கரையானாய் அவரை அரித்துக்கொண்டிருந்த கனவு. இப்போது தன் மகனால் நிறைவேறியிருப்பது குறித்த பெருமிதம் அவரின் ஒவ்வொரு செய்கையிலும் தெரிந்தது. முப்பது வருடங்களுக்கும் மேலாக மரக்கடை ஒன்றில் கணக்கராக இருக்கிறார். வரவுக்கும் செலவுக்கும் சரியாக இருக்கும் வருமானம். வங்கிக் கடனும், டீக்கடை ஒன்றில் அதை விளக்கிச் சொன்ன வாத்தியாரும் மட்டும் இல்லையென்றால் இன்ஜினியரிங், ஐ.டி. வேலை, வெளிநாட்டு வேலைவாய்ப்பு அதன் வழியே இவ்வீடு இதெல்லாம் சாத்தியமே பட்டிருக்காது.

"பூக்குழி பாத்துட்டு திரும்ப வர்றப்போ பெரிய அத்தை பாத்துச்சு. வீட்டுக்கு வாய்யான்னுச்சு. செரி செரின்னு சொல்லிட்டு வந்துட்டேன்" என்றான் அம்மாவைப் பார்த்து.

"ஓ, உங்க அத்தைக்காரிக்கு உன் முகமெல்லாம் நியாபகம் இருக்குபோல. எங்க மூஞ்சிங்க எல்லாம் பாவம் மறந்துடுச்சு. திருவிழாவுக்கு முன்னாடி ஊர்க்கும்மி அடிக்கிற இடத்துல பாத்துட்டு மூஞ்சியைத் தூக்கி தோள்ப்பட்டை மேல வச்சுட்டுப் போறா. போ போ அப்படியே போயிடுடி. நன்றி கெட்ட ஜென்மங்களுக்கெல்லாம் இங்க என்ன வேலைங்கறேன்?"

"ச்சரி விடும்மா, அது குணம்தான் தெரியுமில்ல"

"ஆமாமா, நாய் குணம். அதுவும் நன்றி கெட்ட நாய் குணம். அவ பண்ண காரியத்துக்கு நான்தான் மூஞ்சியைத் திருப்பிட்டுப் போயிருக்கணும். பொண்ணு கல்யாணத்தைத் தாய்மாமனுக்குக்கூட ஒரு வார்த்தை சொல்லாம எல்லாத்தையும் முடிச்சுட்டு வந்து பத்திரிக்கை வைக்க வாறா. எனக்கு வேண்டாம் தாயே. அவரு யாரு உங்கூட பொறந்த அண்ணன் தானே. அதுவும் அந்தப் பொண்ணுக்கு இருக்கிற ஒரே மாமன். தாய்மாமன்றது எப்பேர்ப்பட்ட உறவுமுறை அது. அதுக்குன்னு ஒரு முறை இருக்கா இல்லையா?

இதெல்லாம்கூடப் பரவாயில்லை. செரி போன்னு விட்டுடலாம். எனக்குப் பொறுக்கமாட்டாம ஏண்டி இதெல்லாம் முறையா? ஊர்ல நாலு பேரு நம்ம குடும்பத்தைப் பத்தி என்ன பேசுவாங்கன்னு கேட்டப்போ என்ன சொன்னா தெரியுமா? தாய்மாமனா நின்னு பொன்னுல உருக்கிப் போட்டீங்களாக்கும் இத்தனை நாளான்னு கேக்குறா. எவ்ளோ நெஞ்சழுத்தம். உனக்கும் உன் தங்கச்சிக்கும் கட்டிக்கொடுத்து, செய்முறை செஞ் சேதான் இப்போ நாங்க நடுத்தெருவுல வந்து நிக்கிறோம். இதுக்கு மேலயும் செய்யணும்னா ரத்தத்தை வித்துத்தான் செய்யணும்." இதைச் சொல்லும்போது பொங்கிவந்த கண்ணீரை முந்தானை யால் ஒற்றி எடுத்துக்கொண்டாள். இதுபோன்ற சமயங்களில் அவளை அவன் எந்தவிதத்திலும் கட்டுப்படுத்துவதில்லை. இதையெல்லாம் அவள் அப்பாவிடம் சொல்ல முடியாது. அவன் இருக்கும் பொழுதுகளில் மட்டுமே இப்படி ஆற்றவியலாமல் கண்ணீராய்க் கொட்டிவிடுவாள். கல்யாணம் முடிந்து அந்தப் பெண்ணுக்கு இப்போது மூன்று வயதில் குழந்தை இருக்கிறது என்பது வேறு விசயம்.

அப்பாவுக்கு அம்மா பேசுவது எல்லாம் காதில் விழுந்தாலும் அதையெல்லாம் ஆமோதிப்பதுபோலவோ எதிர்ப்பதுபோலவோ

நட்சத்திரவாசிகள் 205

எந்த ஒரு பாவனையுமில்லாது முகத்தை வைத்திருந்தார். ஜன்னல் கதவுகளிலிருந்த மரப் பிசிருகளை உப்புத்தாள்வைத்து அழுந்தத் துடைத்துக்கொண்டிருந்தார்.

அம்மாவே தொடர்ந்தாள், “நாலு காசு இல்லன்னுதானே நீ அப்படிப் பண்ண? நாய்க்கு ஒரு காலம்ன்னா நமக்கு ஒரு காலம். இது நம்ம காலம்டா! நீ வேலை கிடைக்காம அஞ் சாறு மாசமா அங்கயும் இங்கயும் தானே சுத்திட்டு இருந்த? அப்போல்லாம் சாப்பிடக் கூப்பிட்டுச்சா அந்த வாய்? ஏன் அண்ணன் பையன் வேலையில்லாம கஷ்டப்பட்டுகிட்டு கிடக்கானே! தன் பையன் பெங்களூருல தான வேலை பாக்கான். ஒரு வார்த்தை சொல்லி ஏதாவது வேலைக்கு ஏற்பாடு பண்ணலாம்ல. அதையெல்லாம் பண்ண மாட்டியே! இப்போ எங்ககிட்டயும் நாலு காசு சேர்ந்தவுடனே வந்து ஒட்டிக்கப் பாக்கிற. அடேயப்பா! எவ்வளவு விவரம்! எவ்வளவு சூதானம்! நமக்குத்தான் இப்படி சூதும்வாதும் வர மாட்டிங்கு. உங்கப்பா அதுக்கும் மேல. இது எதுவும் நியாபகத்துல இருக்காது. அண்ணேன்னு அடுத்த முறை வந்தாலும் ஈன்னுதான் பல்லைக் காட்டிட்டு நிப்பார்”

அம்மா நிறுத்தாமல் தொடர்ந்தாள். வருடக்கணக்காகத் தேக்கிவைத்த ஆத்திரத்தையெல்லாம் ஒரேயடியாகக் கொட்டித் தீர்த்துக்கொண்டிருந்தாள். அம்மா பேசுவதை அப்படியே நேரடியாக மனதில் போட்டுக்கொள்ளக் கூடாது. அவள் சொல்லும் எல்லாவற்றுக்கும் மற்றொரு பக்கமும் இருக்கிறது என்பதை விவேக் அறிவான் என்றாலும், அதை அவளிடம் விவாதித்து அவளைக் கிளறவும் மாட்டான்.

“உங்க பெரியத்தைக்காரி அப்படின்னா, உங்க சின்ன அத்தைக்காரி அதுக்கும் மேல. நாம கிழக்கால போனா இவ மேக்கால திரும்பிப்பா. நாலஞ்சு மாசத்துக்கு முன்னாடி பொழிஞ்ச அண்ணன் பாசமெல்லாம் இப்போ எங்க போச்சோ தெரியல. எல்லாம் காரியக்கிறுக்கு” என்று சொல்லி தலையில் அடித்துக்கொண்டாள்.

அவள் எதைப் பற்றிச் சொல்லவருகிறாள் என்று புரியாமல் அவளைப் பார்த்தான். “அதான் தம்பி, சின்னவ பானுமதியை உனக்கு முடிக்கலாம்ன்னு அவளுக்கு ஒரு எண்ணம் போல. பொண்ணு எல்லாம் நல்ல தங்கமான பொண்ணுதான். அவங்க அப்பனுக்குக் குணம் காணாதே. கலியாணம் முடிச்சு இருபது வருசம் கழிச்சும் இன்னும் மாப்பிள்ளை முறுக்கை விடாம சுத்திட்டு அலையறார். எங்க பெரியப்பா பையன் ஒருத்தர் இருக்கார்ல முருகானந்தம். அவர்கிட்ட கோவில்ல வச்சு

சொல்லிவிட்டுருக்காங்கபோல. அண்ணன் வந்து சொல்லுச்சு. அப்பா ஒரே வரியில மாட்டேன்னுட்டாங்க. சொந்தத்துல கொடுக்கிறதா இல்ல. டாக்டருங்களே அது வேண்டாம் அப்படின்னு சொல்றாங்க. பொறக்கப்போற பிள்ளைகளுக்கு நல்லதில்லன்னு நாசூக்கா சொல்லிவிட்டாச்சு. அன்னையிலருந்து இந்தப் பக்கமே தல காட்டுறதில்ல. என்னத்தைச் சொல்ல. நல்லதச் சொன்னாலும் காலமில்ல போ."

அம்மா இதோடு நிறுத்த மாட்டாள். அவள் தொடர்வாள் என்பதற்கான சமிக்ஞைகள் அவள் முகத்தில் தென்பட்டன. முந்தானையை எடுத்து கழுத்து வியர்வையைத் துடைத்துக் கொண்டாள்.

"வரிசையா வரன் வருது. நீ இங்க இருக்கும் போதே பேசி முடிச்சுடலாம் தம்பி. என்ன சொல்ற? திருவிழாவுக்குக் காப்பு கட்டியிருந்ததுனாலதான் அதைப் பத்தி பேச்சு எடுக்கல. இப்போ திருவிழா முடிஞ்சுடுச்சுல. அடுத்தடுத்து விசாரிக்க ஆரம்பிச்சுடுவாங்க. இந்த வீட்டுக்குப் பால் காய்ச்சிட்டு அப்படியே உனக்கும் பேசி முடிச்சிட்டாப் போதும்"

"அம்மா, எனக்கென்ன அவசரம். நீங்க பொறுமையா பாருங்க. அடுத்த முறை லீவுக்கு வரும்போது கல்யாணத்தை முடிச்சுக்கலாம்"

"எப்போ? நீ அடுத்து இரண்டு வருசம் கழிச்சு வருவே, அப்புறமா? தம்பி இப்போ பார்ப்போம். எல்லாம் நல்லபடியா அமைஞ்சா அதிகபட்சம் ஆறு மாசம் கழிச்சு கல்யாணத்தை வச்சுக்குவோம். அம்புட்டுதான்." அம்மா எல்லா முடிவுகளையும் எடுத்துவிட்டுத்தான் இங்கே பேசுகிறாள். பெண்கூட ஏதாவது பார்த்துவைத்திருந்தாலும் ஆச்சரியப்படுவதற்கில்லை.

"இல்லம்மா, இப்போவே எனக்கென்ன அவசரம். மெதுவா." அவனை இடைமறித்துப் பேசியவள், "இப்படி ஒரு நல்ல காரியம் பேசும்போது தடையா மறிச்சுப் பேசக் கூடாது. நீ எதுவும் பேசாம இரு. எல்லாம் அப்பா பாத்துக்குவாரு. நீ என்ன பச்சைக் குழந்தைன்னு நினைப்பா? உனக்குத் தெரியுமா? நீ அமெரிக்கா கிளம்புன மூணாவது மாசமே செல்லத்துரை இருக்காருல அவர் வீட்டுலருந்து கேட்டுவிட்டாங்க."

இவனுக்கு சட்டென்று ஏதோ பொறிதட்ட அவள் முகத்தை உற்றுப்பார்த்தான். "அதான் தம்பி, பூனைக்கடைப் பக்கத்துல அந்த திண்ணை வச்ச வீடு இருக்குல அவுகதான். அந்தப் பொண்ணுகூட உங்கூட டியூசன் படிச்சதே. அவுக கேட்டு விட்டாக. அப்போத்தான் நீ அமெரிக்கா போயிருந்தியா.

திரும்பி வர இரண்டு வருசம் ஆகும்ன்னு வேற சொல்லிட்ட. பொண்ணு வீட்டுக்காரங்கள அவ்வளவு நாள் காக்கவைக்க முடியுமா, இல்ல அவங்களும்தான் காத்திருப்பாங்களா. அதான் இப்போதைக்கு கல்யாணம் பேசலண்ணு சொல்லிவிட்டோம். தடபுடான்னு அடுத்த மாசமே மதுரையில ஒரு வரன் வந்து முடிச்சுட்டாங்க.”

அவனுக்கு அதற்கு மேல் அவள் பேசிய எதுவும் காதில் விழவில்லை. ஒரு நிமிடத்தில் தலைசுற்றியது. நினைவு தப்பி மீண்டது. எத்தனை அருகில் வந்து தவறியிருக்கிறது. ஒரே ஒரு வார்த்தை தன்னிடம் இதைப் பற்றிச் சொல்லியிருக்கலாமே. ஓடி வந்திருப்பேனே. ஐயோவென்று இருந்தது. இதுவும்கூட தற்செயல்தானா? இங்கே யாரைக் குற்றம் சொல்ல முடியும்? அம்மாவோ அப்பாவோ தெரிந்தேவா செய்திருக்கப்போகிறார்கள். இப்படியொரு பதிலைக் கேட்ட அவர்கள் வீட்டில் மட்டும் எப்படிக் காத்திருப்பார்கள்? அதுவும் பெண்ணைப் பெற்றவர்கள். அவர்களையும் குற்றம் சொல்வதற்கில்லை. ஒருவேளை தான் சென்னையிலேயே இருந்திருந்தால் இதெல்லாம் நல்லபடியாக நடந்திருக்குமோ? குறைந்தபட்சம் அப்போது இப்படியொரு தகவலாவது தன் காதுவரை வந்திருக்கும். அதன் பின் தலைகீழாக நின்றாவது இதைச் சாதித்திருக்கலாம்.

இது தற்செயல் நிகழ்வா? இல்லை ஒருவேளை திருமணம் பற்றிப் பேச ஆரம்பித்ததும் அவளே தன் வீட்டில் பேசி கேட்கச் சொல்லியிருப்பாளா?

அப்படியென்றால், தவறாக வந்த ஒரு வார்த்தைக்காகக் காதலை முறித்துக்கொண்டு போனவள், அழுதும் கெஞ்சியும் அரட்டியும் மிரட்டியும் பணியாதவள் கடைசியில் மனம் மாறினாளா? அப்படி மாறியிருந்தால் தன் கௌரவத்தைவிட்டு தன்னிடம் ஒரு வார்த்தை பேசியிருக்கலாமே! இன்று எல்லாமே மாறியிருக்குமே! ஒரே ஒரு வார்த்தை. வார்த்தைகளே வாழ்க்கையை நிர்ணயித்துவிடுகின்றன. சில சமயங்களில் பேசிய வார்த்தைகளும். பல சமயங்களில் பேசாமல்விட்ட வார்த்தைகளும்.

வீட்டில் சொல்லிப் பேசச் சொன்னவளுக்கு தன்னிடம் சொல்வதில் ஏன் அத்தனை தயக்கம்? எதற்கு அத்தனை அழுத்தம்? நினைக்க நினைக்க மனதில் பாரம் கவிந்தது. இப்படி ஒன்று நடந்தது இதுவரை எப்படித் தெரியாமலே போனது? கடைசிவரை இப்படித் தெரியாமலே போயிருந்தால்கூட பரவாயில்லை. முறிந்த காதலின் மீது பாரத்தைப் போட்டுப்

போயிருக்கலாம். அவளுக்கென்ன லட்டுபோல ஒரு குழந்தையோடு வனப்பும் செழிப்புமாய்த்தான் இருக்கிறாள். அறிவு கெட்டவள்! திமிர். திமிர். எல்லாம் திமிர். என்னையும் சேர்த்துப் பழிவாங்கிய திமிர். இதை எப்படித் தின்று செரிப்பது. அதற்குமேல் அந்த ஊரிலிருக்கவே பிடிக்கவில்லை. கூறுகெட்ட மனம் நடந்திருக்கக்கூடியச் சாத்தியங்கள் ஒவ்வொன்றாய் எடுத்துப்பேசியே தன்னைச் சாகடித்துவிடும். நினைவின் அடியில் புதைக்கப்பட்ட ஒவ்வொன்றாய் எடுத்துக் கிளறும். அணுவணுவாய் நொடி நொடியாய் தன்னைச் சித்திரவதை செய்யும். வருடம் முழுவதும் இதைச் செய்யும். ஏன்! வாழ்க்கை முழுவதும் ரணமாக்கிப் படுத்தும். இப்போதைக்கு இங்கிருந்து எவ்வளவு சீக்கிரம் முடியுமோ அவ்வளவு சீக்கிரம் கிளம்பிவிட வேண்டும். அலுவலகத்துப் போய்விடலாம். இருக்கும் வேலை களை எடுத்துப் போட்டுச் செய்ய வேண்டும். நிற்க நிமிர நேரமில்லாமல் வேலைக்குள் தன்னைப் புதைத்துக்கொள்ள வேண்டும். மனதையும் உடலையும் ஓய்வில் மட்டும் விட்டுவிடக் கூடாது. அது ஒன்றுதான் இப்போது அவன் முன் இருக்கும் ஒரே தீர்வு. பாழும் மனதைப் பாடுபட்டுத் திருப்ப வேண்டும்.

அப்பா ஜன்னல் கதவில் உப்புத்தாள்வைத்துத் தேய்த்ததால் திண்டில் சிந்திய தூசியைத் துணிவைத்துத் துடைத்துக் கொண்டிருந்தார். அவரைப் பார்க்க அவனுக்குப் பொறாமையாக இருந்தது.

மறதி என்பதுதான் எத்தனை பெரிய வரம்.

☾

32

ஆத்தூரில் நடைபெற்ற நண்பனின் திருமணத்துக்குச் சென்றுவிட்டு அவர்கள் சேலம் வழியாக வால்பாறைக்கு விரைந்துகொண்டிருந்தனர். நித்திலன் முன் சீட்டில் அமர்ந்திருந்தான். அவனுடைய கல்லூரி நண்பன் வெங்கி காரை ஓட்டிக்கொண்டு வந்தான். பின்னால் மூன்று நண்பர்கள். பாடல்களும் பழைய நினைவுக்கிளறலு மாக சென்றுகொண்டிருந்தனர். அவர்கள் போய்க் கொண்டிருந்தது ஹுண்டாயின் ஐ20 ரகக் கார். ஓட்டிக்கொண்டிருந்தவனின் சொந்தக் கார். நான்குவழி நெடுஞ்சாலையில் பறந்துகொண் டிருந்தது. சட்டென்று ஒருகணத்தில் பக்கத்தில் பென்ஸ் கார் ஒன்று இவர்களை முந்திச்சென்றது. இவர்களை முந்திச்சென்ற அந்த நொடியில் பென்ஸை ஓட்டிக்கொண்டிருந்தவன் லேசாக கழுத்தைத் திருப்பி இங்கே கார் ஓட்டிக் கொண்டிருந்தவனை ஒரு பார்வை பார்த்தான். அது வெங்கியைத் தூண்டப் போதுமாய் இருந்தது. இவன் விரட்டி அழுத்தினான். இவர்கள் அந்த பென்ஸ் காரை முந்தினார்கள். அவன் விடவில்லை. அவனும் விரட்டினான். பின்பு அவன் முந்தினான்.

பென்ஸின் உயர்ரக மாடல் கார் அது. அதனுடன் இவர்களுடையது எந்தவிதத்திலும் போட்டி போட முடியாது. பழைய டைப்ரைட்டர்களில் இடதுகைச் சுட்டுவிரல் கொடுப்பதைப் போன்ற அழுத்தத்தை அவனுடைய வலதுகாற் பெருவிரல் கொடுத்தால் போதும். அவனால் இருநூறு கிலோ மீட்டர் வேகத்தை முப்பது நொடிகளுக்குள்ளாக எட்டிவிட

முடியும். ஆனால், இந்தியச் சாலைகள் அதற்கான சுதந்திரத்தை அளிப்பதில்லை. இங்கே காரின் திறனைவிட காரோட்டியின் திறனே முக்கியம். பென்ஸ்க்கு முன்னால் நிற்பதைப் போல நகர்ந்துகொண்டிருந்த லாரியின் பொருட்டு அவன் வேகத்தைத் தாழ்த்த, மறுபடியும் இவன் முந்தினான். இதுவே ஓர் ஐரோப்பிய, அமெரிக்க சாலையாக இருந்திருப்பின் பென்ஸ் கார்க்காரன் இந்த நேரத்திற்கு இவர்களைவிடக் குறைந்தது இருபது கிலோமீட்டர் முன்னே சென்றுகொண்டிருந்திருப்பான்.

இப்படியாக பத்து கிலோமீட்டருக்கு இருவரும் மாறி மாறி முந்துவதும் பிந்துவதுமாக இருந்தனர். இவர்கள் முந்திப் போய்க்கொண்டிருந்தபோது ஓரிடத்தில் சாலைப் பராமரிப்பின் பொருட்டு தார் உருக்கும் வண்டியொன்று நின்று கொண்டிருந்தது. ‘இங்கே ஆட்கள் வேலை செய்கிறார்கள்’ என்ற தட்டி வைக்கப்பட்டிருந்தது. ஆட்களும் வேலை செய்து கொண்டிருந்தார்கள். அங்கே சாலை சற்றுக் குறுகலாகச் சென்றது. வேகத்தைத் தணித்தே ஆக வேண்டிய கட்டாயம். மெதுவாக ஆக்ஸிலேட்டரிலிருந்து காலை எடுத்து, பிரேக்கை அழுத்தினான். வேகத்தைக் குறைத்து ஐந்திலிருந்து நான்கு, மூன்று என்று கியரை மாற்றினான். அந்த நேரத்திலும் பென்ஸ்காரன் வேகத்தைக் குறைக்காமல் விரட்டிச் சென்று இவர்களை முந்தினான். இந்தப் போட்டி அவனுக்கோர் கௌரவப் பிரச்சினையாக உருவெடுத்திருக்கக்கூடும். அப்படி முந்தும்போது, அவனுடைய காரின் பின் டயரில் அங்கே குவித்துச் சரிந்திருந்த கல் ஒன்று பட்டுத் தெறித்தது. அது இவர்களின் முன் பக்க கண்ணாடியில் வந்து விழுந்தது. உள்ளங்கையளவு பெரிய கல். அது வந்து விழுந்த வேகத்தில் கண்ணாடியில் ஒரு கீறல் விழுந்தது. இவன் காரின் வேகத்தை முற்றிலும் குறைத்து ஓரம் பார்த்து காரை நிறுத்தினான். நிறுத்தியதும் தீக்குள் சுள்ளி முறியும் சத்தத்துடன் அந்தக் கீறல் பெருமழைப்பொழுதொன்றின் மின்னலைப் போல முன்பக்கக் கண்ணாடி முழுவதும் படர்ந்து விரிந்தது. யாரும் எதிர்பாராததொரு நொடியில் சட்டென்று மொத்தக் கண்ணாடியும் வெடித்துச் சிதறியது.

தனக்கும் மீராவுக்குமான உறவை நினைக்கும் போதெல்லாம் அந்தச் சம்பவமும், சுள்ளி முறியும் ஓசையும், கீறலும், தெறிப்பும் நித்திலனின் நினைவுக்கு வந்துபோனது. இவர்களுக்கிடையேயும் எங்கோ ஓரிடத்தில் விழுந்த சிறு கீறல், ஏதோ ஒரு புள்ளியில் தொடங்கி மெல்ல மெல்ல விரிந்து பெருகுகிறதோ என்று தோன்றியது. சில நேரங்களில் கற்கள் இவர்களுடையதாகவும், பல நேரங்களில் வேறு ஒருவருடையதாகவும் இருக்கின்றன.

அன்று அது, அவனின் அம்மாவினுடையதாக இருந்தது.

அவனால் மீராவைப் போல தீர்க்கமாக சில விசயங்களில் பேசிவிட முடியவில்லை. அவளைப் போன்று திடமாகவும் தெளிவாகவும் தன் பக்க நியாயங்களை எடுத்துவைக்க இயலவில்லை. அதிலும் குறிப்பாக எதிரே இருப்பவர் ஒரு விசயத்தைப் பற்றிப் பேசி அழுத்தம் கொடுக்கும் போது அதை எதிர்த்துப் பேசுவது அவனுக்கு இயலாத காரியமாகவே இருக்கிறது. பல சமயங்களில் தன்னால் அது முடியாதபோதும் தலையை ஆட்டிவிட்டு பின்பு தனிமையில் அதுகுறித்து அங்கலாய்த்துப் புலம்பியிருக்கிறான். இந்தப் பழக்கம் வேலையில் சேர்ந்த பிறகே அதிகமாயிருப்பதாய்ப் படுகிறது. அங்கே அன்று புதிதாகச் சேர்ந்த ஒருவன்கூட தன்னைவிட இருபது வயது மூத்த அதிகாரி ஒருவரை எந்தவிதத் தயக்கமும் இன்றி சாதாரணமாகப் பெயர் சொல்லி அழைக்கலாம். ஆனால், தன்னை விட ஒரே ஒரு வருடம் மூத்த அனுபவம் கொண்ட ஒருவரை முகத்துக்கு நேரே எதிர்த்துப் பேசிவிட முடியாது. இது இருபது வருட உயரதிகாரிக்கும் பொருந்தும். அப்படியான சூழலைத் திரும்பத் திரும்பப் பார்த்து வந்திருக்கிறான். அந்தப் பழக்கம் தனது வேலையைத் தாண்டி வாழ்விலும் படிந்து போயிருந்தது.

இவர்கள் திருமணத்துக்கு முன்னரே முடிவுசெய்திருந்த விசயம் அது. இருவரும் ஒருவரையொருவர் புரிந்துகொள்வதற்கும் ஊர் சுற்றுவதற்கும் தோதுவாய் குறைந்தபட்சம் ஒரு வருடத்துக்கு குழந்தையைப் பற்றி யோசிக்க வேண்டாம் என்று முடிவுசெய்திருந்தார்கள். இந்த யோசனையை மீரா முன்வைத்த போது அதை முதலாக ஆமோதித்துப் பாராட்டியதும் நித்திலன் தான்.

இந்த விசயத்தில், மீரா வீட்டைப் பொறுத்தவரை பெரிய பிரச்சினை ஏதுமில்லை. அவர்கள் இதிலெல்லாம் தலையிட மாட்டார்கள். அவர்களிடம் எடுத்துச் சொன்னாலும் புரிந்து கொண்டு விட்டுவிடுவார்கள். ஆனால், அவன் வீட்டில் அப்படி யில்லை. அதனால், அவர்களாகக் கேட்கும்வரை அதைப் பற்றி அவனாக எடுத்துப் பேசாமல் இருப்பதே உத்தமம். அப்படித் தான் இருக்கவும் செய்தான். ஆனால், ரொம்ப நாளைக்குத் தாக்குப்பிடிக்க முடியவில்லை.

அன்று அம்மா அழைத்திருந்தாள். பொதுவாக அலுவலக நேரத்தில் அவள் அழைப்பதில்லை. அவர்களுக்குத் திருமணமாகி அன்றோடு அரை வருடம் முடிந்துவிட்டது என்றாள். அவள்

எங்கு வருகிறாள் என்பது அவனுக்குப் புரியாமல் இல்லை. பிள்ளைப்பேற்றை ஒரு வருட காலத்துக்குத் தள்ளிப்போட்டிருக்கும் அவர்களது திட்டத்தைப் பற்றிச் சொன்னதும் சோர்ந்துவிட்டாள். சில விசயங்களை நாமாகத் தீர்மானிக்க கூடாது. அதுவும் குழந்தை விசயத்தில் இப்படி தள்ளிப் போடுவதெல்லாம் முறையல்ல. அதெல்லாம் ஒரு வரம். கிடைக்கும்போது வேண்டாம்ன்னு சொல்லிவிட்டால் அதன் பிறகு நாம் வேண்டும் போது கிடைக்காமற்போயிடும். எல்லாவற்றுக்கும் மேல் அது நினைக்கிற போதெல்லாம் கிடைத்துவிடாது என்பதாக பேசித் தீர்த்தாள். திருமணமாகி நான்கு வருடங்களாகியும் பிள்ளையில்லாமல் இருக்கும் அவனுடைய அக்காவைப் பற்றியும், இவர்களும் இப்படி வருடக்கணக்கில் பிள்ளையில்லாமல் இருந்தால் தன்னால் சுற்றியிருப்பவர்களுக்குப் பதில் சொல்லி மாளாது என்றாள். இதைச் சொல்லும்போது அழுதுவிட்டாள். அவளுடைய ஆகப் பெரிய கவலையெல்லாம் கலா சித்திக்கும், அவளது அக்கம் பக்கத்து வீட்டு ஸ்நேகிதிகளுக்கும் என்ன பதில் சொல்வது என்பதாகவே இருந்தது.

அவனும் மீராவும் ஒருவருக்கொருவர் மனம்விட்டுப் பேசியே நீண்ட நாட்களாகிவிட்டன. அவர்களுக்குக்கிடையே பேச்சென்பதே குறைந்துபோயிருந்தது. ஆரம்பத்திலும் சண்டைகள் வரும். இதேபோல இருவரும் வெறிகொண்டு கத்தித் தீர்த்திருக்கிறார்கள். ஆனால், எந்தச் சண்டையும் ஓரிரு நாட்களுக்கு மேல் நீடித்ததில்லை. அவர்கள் சமாதானமடைவதற்கு நிறைய காரணங்கள் இருந்தன. அதில் இருவரிடத்தும் பொங்கிப் பெருகிய இளமைக்கும் பெரும் பங்குண்டு. ஆனால், இப்போதைய சண்டைகளுக்குப் பின்னான சமயங்களில் வெறுமை வந்து சூழ்ந்துகொள்கிறது.

எப்போதும் இருவருக்கும் இடையில் ஓர் இறுக்கம் நிலை பெற்று இருந்ததாகப் பட்டது. ஒரே அறையைப் பகிர்ந்து கொள்ளும் இரண்டு சக அறைவாசிகளுக்கு இடையே இருக்கும் அளவுக்கே அவர்களுக்கிடையே நெருக்கமும் உறவுமிருந்தது. அவர்கள் அளவுக்குக்கூட உரையாடல் வாய்க்கவில்லை. நாள் முழுவதும் இருவரும் பேசும் வார்த்தைகளை மொத்தமாக எண்ணிச் சொல்லிவிட முடியும். “டீ ஆறுது, மூணு சப்பாத்தி போதுமா, ஃப்ரெண்டோட வெளியே சாப்பிடுறேன், பிக் பாஸ்கட்ல ஆர்டர் பண்ணியிருக்கேன்” இப்படியாக ஐந்து வார்த்தைகளுக்கும் மிகாத ஒருவழி உரையாடல்களே நிறைந்திருந்தன. சாஜு ஒருமுறை கூறியதுபோல ஒருவேளை

குழந்தை வந்தால் இதெல்லாம் சரியாகப் போய்விடுமோ? அம்மாவும்கூட இதைத்தான் திரும்பத் திரும்ப வெவ்வேறு விதமாக வெளிப்படுத்துகிறாளோ?

ஒரே வீட்டில் இரண்டு தனித்தனி உலகங்களாய் மாறியிருந்தனர்.

பெட்ரூமில் அமர்ந்து லேப்டாப்பில் ஏதோ 'யூ – ட்யூப்' சானலைப் பார்த்துக்கொண்டிருந்தவளை கதவில் தட்டி ஹாலுக்கு அழைத்தான். அவள் பழைய பேப்பர் ஒன்றை எடுத்துக்கொண்டு அங்கு போடப்பட்டிருந்த உணவு மேசையில் அமர்ந்தாள். அவளின் கைகளுக்குக் கீழே பேப்பரை விரித்துப் போட்டாள்.

ஓடிக் கொண்டிருந்த டிவியை அணைத்துவிட்டு, "மதியம் அம்மா கூப்பிட்டிருந்தாங்க" என்றான்.

அவள் தன்னுடைய கைப்பையிலிருந்து நகத்திருத்தியை எடுத்துக்கொண்டாள். கையிடுக்கில் இருந்த பேப்பரை மேசை மேல் விரித்தாள். இடதுகைப் பெருவிரலின் நகத்தை அதீத கவனத்துடன் உராய்ந்தாள். அப்போது வெளிப்பட்ட சத்தத்தில் அவனுக்குப் பற்கள் கூசின. கையில் சிந்தியிருந்த நகத்தூளை ஊதிவிட்டு அவனை ஒருமுறை பார்த்து, "எனக்கும் பேசினாங்க" என்றாள்.

சோபாவிலிருந்து எழுந்துகொண்டவன் அவள் அமர்ந்திருந்த மேசைக்கு அருகே ஆனால், இடையில் இரண்டு அடி இருக்கும் படியான தொலைவில் ஒரு நாற்காலியை இழுத்துப் போட்டு அமர்ந்தான். "என்ன சொன்னாங்க?"

அவள், அவன் முகத்தைப் பார்க்காமல் தன் நகத்தில் கவனம் செலுத்தியவளாய், "உன்கிட்ட பேசுன அதே விசயந்தான் என்கிட்டயும் பேசினாங்க"

"நீ என்ன சொன்ன?"

"நாம ஏற்கெனவே எடுத்த முடிவத்தான் அவங்ககிட்ட சொன்னேன். அவங்க பிரியா அக்கா விசயமெல்லாம் எடுத்துப் பேசினாங்க. அதுக்குள்ள வெளியே போயிருந்த மாமா வந்துட்டார்போல. அப்புறமா பேசுறேன்னு அவசரமா போனை வச்சுட்டுப் போயிட்டாங்க." இதைச் சொல்லி முடித்ததும் அவனின் கண்களையே உற்றுப்பார்த்தாள்.

“எங்கிட்ட பேசும்போது அழுதுட்டாங்க. ஒருமாதிரி கஷ்டமாப் போச்சு.”

“ம்ம்ம்ம்”

“மீரா, எனக்கென்னமோ அவங்க பேசுறதுலகூட கொஞ்சம் நியாயம் இருக்கிறதா படுது. இதெல்லாம் தள்ளிப்போடுறது தப்போன்னு தோணுது” அக்கறையும் கரிசனமுமான குரலில்தான் ஆரம்பித்தான்.

அவள் முறைத்தாள். “இதோ பாரு நித்தில். பெரியவங் கெல்லாம் அப்படித்தான் சொல்லுவாங்க. ஆனா நமக்கு என்ன வேணும்ன்னு நாமதான் முடிவு பண்ணணும்”

“சரிதான். நமக்கு இடைல வர்ற பிரச்சனைகள்கூட இப்படித் தள்ளிப்போடுறதுனாலதான் வருதோன்னு எனக்குத் தோணுது” அவளின் பதிலை எதிர் நோக்கியவனாய் அவளின் கண்களையே ஆர்வமுடன் பார்த்துக்கொண்டிருந்தான். அதைத் தவிர்ப்பதற்காகவே அவள் நகப்பூச்சில் கவனத்தைக் குவித்திருப்பது போல தோன்றியது. அது அவனுக்கு எரிச்சலூட்டியது.

“அப்படியெல்லாம் இல்ல. அதுக்கு ஆயிரம் காரணம் இருக்கும். நாம ஏன் ஒரு வருசம் தள்ளிப்போட்டோம்? உடனே குழந்தை அது இதுன்னு கமிட் ஆனா ஒருத்தருக்கு ஒருத்தர் புரிஞ்சுக்க நேரமே இருக்காது. குழந்தைக்கான கவனத்துலயே நாட்கள் ஓடிடும். பின்னாடி ஒருவேளை மனஸ்தாபங்களோ பிரச்சனைகளோ வந்தாக்கூட அந்தக் குழந்தைக்காகவே மாத்தி மாத்திப் பொறுத்துப்போக ஆரம்பிச்சுடுவோம். அதிலும் குறிப்பா பெண்கள். எல்லாத்துக்கும் மேல இது நம்மோட உடல் சார்ந்த சுதந்திரம். இதெல்லாம் நாம ஏற்கெனவே மணி கணக்கா பேசி முடிவெடுத்த விசயம்.” இதைச் சொல்லும்போதும் அவள் நகத்தைத் திருத்துவதிலேயே குறியாக இருந்தாள். குரலின் உறுதியில் மட்டும் சிறு குழைவும் இருக்கவில்லை.

“ஆனா பெரியவங்க சொல்றதைக் கேட்கிறதுனாலே ஒண்ணும் நாம குறைஞ்சிட மாட்டோம். இதையே உங்க வீட்ல சொல்லிருந்தா நீ இப்படிப் பேசியிருக்க மாட்ட”

“எங்க வீட்ல நிச்சயமா இதைப் பத்தி ஒரு வார்த்தை பேச மாட்டாங்க. அவங்களுக்கு எங்க நிறுத்திக்கணும்ன்னு நல்லாவே தெரியும். எனக்கு அதைச் சொல்லிக் கொடுத்து வளர்த்ததே அவங்கதான். ஒருவேளை அவங்களே இதைப்

பேசினாலும் அவங்ககிட்டயும் இதையேதான் சொல்வேன். அதை நானே பேசி தீர்த்துப்பேன். எக்காரணம்கொண்டும் உங்கிட்ட எடுத்துட்டு வர மாட்டேன்" இப்போது பெருவிரல், ஆட்காட்டி விரலை முடித்துவிட்டு நடு விரலுக்கு மாறியிருந்தாள்.

"ஆனா, உன்னைப் போல பிடிவாதக்காரிய நான் பார்த்ததே யில்ல." இதைச் சொல்லும்போது உரையாடலைத் துண்டித்துக் கொள்வதுபோல நாற்காலியிலிருந்து சட்டென்று எழுந்து கொண்டான். ஆனாலும் அங்கிருந்து நகரவில்லை.

"இதுக்குப் பேரு பிடிவாதம் இல்ல. எடுத்த முடிவுல இருக்கிற தெளிவு. மத்தவங்க வார்த்தைக்கு அடிபணிஞ்சு மாறிடாத உறுதி"

"உறுதியெல்லாம் ஒண்ணுமில்ல, எனக்குத்தான் எல்லாம் தெரிங்கிற திமிர்த்தனம்"

"ஓ, இதுக்குப் பேருதான் திமிரா?!"

"பின்ன என்ன மயிரா? இப்போ நான் அம்மாவுக்கு என்ன பதில் சொல்றது?" தன்னை மீறி அவனுக்கு வார்த்தை தடித்தது. அது மீராவைத் தூண்டிவிட்டது. பற்களைக் கடித்துக்கொண்டாள். இப்போது கத்தி சண்டைபோடுவதைவிட அமைதியாகவும் நிதானமாகவும் இருப்பது அவனுக்குத் தரும் சரியான பதிலாக இருக்கும் என்று நம்பினாள்.

"சொல்லுடி ... உங்கிட்டதான் பேசிட்டு இருக்கேன்"

அவள் ஒரு வார்த்தையும் பேசாமல் செய்யும் வேலையிலே கவனமாய் இருந்தாள்.

"உங்கிட்டதான் கேக்குறேன். செவுட்டு முண்டம் மாதிரி உட்கார்ந்துட்டு இருக்க. அம்மாவுக்கு இப்போ நான் என்ன பதில் சொல்ல?" என்று கத்தினான். வார்த்தைகள் அவன் கட்டுப்பாட்டில் இல்லை. அவனுடைய உடல் நடுங்குவதை அவனைப் பார்க்காமலேயே அவளால் உணர முடிந்தது.

விரல்களின் நகங்களைத் திருத்தி முடித்தவள், நகப்பூச்சை எடுத்து லாவகத்துடன் தீட்டிக்கொண்டே முகத்தை உயர்த்தாமல் கண்களையும் புருவத்தையும் மட்டும் அவனைப் பார்த்து உயர்த்தி, "ஒண்ணு பண்ணு, அவ்ளோ அவசரமா வேணும்ன்னா அவங்களையே ஒண்ணு பெத்துக்கச் சொல்லு" என்றாள்.

இப்போதும் கண்ணாடி வெடித்துச் சிதறியது.

அவளுடைய அலட்சியமும் அந்தப் பதிலும் அவனிடத்தே வெறியைக் கிளப்பியது. அங்கிருந்த அந்த நகப்பூச்சுப் புட்டியை எடுத்து ஓங்கி சுவரில் வீசினான். கண்ணாடிப்புட்டி உடைந்து நொறுங்கியது. அதிலிருந்த நகப்பூச்சுத் திரவம் சுவரெல்லாம் இரத்தப் பொட்டுக்களாகத் தெறித்து விழுந்தது. அதிலும் ஆத்திரம் தீராமல் அவளைப் பார்த்துக் கையை ஓங்கியவன் அவளின் முறைத்து நின்ற பார்வையால் விலகி அந்தச் சாப்பாட்டு மேசையில் ஓங்கி ஒரு அடி அடித்தான். தேக்கில் செய்த மேசை. இடியெனச் சத்தம் எழுப்பியது. அவனுடைய உள்ளங்கை ரத்தச் சிவப்பேறி சுரீரென்று வலித்தது.

அவள் ஒரு வார்த்தையும் பேசாமல் பெட்ரூமுக்குச் சென்று கதவைச் சாத்தித் தாளிட்டுக்கொண்டாள். இவன் சோபாவில் குப்புறச் சரிந்தான்.

○

33

அலெக்ஸா, நலமா?

    மிக்க நலம். நன்றி. நீங்களும் நலமாக இருப்பீர்கள் என்று நம்புகிறேன்.

○

அலெக்ஸா, இன்றோடு நாம் சந்தித்து எத்தனை நாட்கள் ஆகின்றன?

    சஞ்சீவ், உங்களின் குரல் பதியப்பட்டு இன்றோடு 21 நாட்கள் ஆகின்றன. கடைசியாக நேற்றிரவு தூங்கப்போகும் முன் என்னிடம் பேசினீர்கள்.

○

அலெக்ஸா, இன்று மழை பெய்வதற்கான அறிகுறிகள் தெரிகின்றனவே?

    நீங்கள் இருக்கும் சென்னையில் மழைக்கான சாத்தியக்கூறுகள் 45% இருப்பதாகச் செயற்கைக்கோள் செய்திகள் தெரிவிக்கின்றன. சென்னையில் எந்த இடம் பற்றித் தெரிய வேண்டும் என்று தெளிவாகக் கூறினால், என்னால் இன்னும் துல்லியமாகக் கணித்துச் சொல்ல முடியும்.

○

அலெக்ஸா, பூஜ்யத்தைப் பூஜ்யத்தால் வகுத்தால் கிடைப்பது என்ன?

    சூன்யம்.

○

அலெக்ஸா, ஒரு குழந்தை ஆணாக இருந்தால் அடுத்த குழந்தை பெண்ணாக இருப்பதற்கான நிகழ்தகவு என்ன?

2/3

○

அலெக்ஸா, உன்னிடம் கேட்கக்கூடாத முதல் மூன்று கேள்விகள் எவை?

முதல் மூன்றை மறந்துவிட்டேன். நான்காவதாக ஒன்று உள்ளது. ஆனால், அதைத்தான் இப்போது கேட்டுவிட்டீர்கள்.

○

அலெக்ஸா, அடுத்து உலகை மாற்றப்போகும் தொழில்நுட்பங்கள் என்று எவற்றை நினைக்கிறாய்?

தகவல்கள். தகவல்களைக் கையாளும் தொழில்நுட்பங்கள் அனைத்தும்.

○

அலெக்ஸா, ஏன் தகவல்கள்? அவற்றின் வழியே மனிதர்கள் எதை அடைய விழைகிறார்கள்?

மனித மனதின் சிக்குண்ட கட்டுமானத்தின் சில கூறுகளை. சிடுக்கு மிக்க பின்னலின் ஓர் இழையை. அதன் வழியே அவன் ஆசையை. ஆசையின் மூலம் நுகர்வை. நுகர்வின் வழி மகிழ்வை. மகிழ்வின் வழி தன்னை.

○

அலெக்ஸா, மகிழ்வாக இருப்பதன் வழி ஒருவன் தன்னை உணர முடியும் என்று நீ நம்புகிறாயா?

நான் எதையும் யாரையும் நம்புவதில்லை.

○

அலெக்ஸா, நம்பிக்கைத்துரோகம் பற்றி என்ன நினைக்கிறாய்?

அது எப்போதும் நம்புகிறவனின் பிரச்சினையே தவிர. எதிரே இருப்பவனின் பிரச்சினை கிடையாது.

○

அலெக்ஸா, ஏன் மனிதன் மட்டும் ஏமாற்றுகிறான்?

ஏனெனில் மனிதன் மட்டுமே நம்புகிறான்.

○

அலெக்ஸா, அப்படியெனில் வாழ்தலின் பொருட்டு மனிதன் எத்தனை கீழ்மைக்கும் அஞ்ச மாட்டானா?

வாழ்தல் மனிதனின் ஆதார விதி. இருத்தலே பிரதானம். இம்மையே பூரணம்.

○

அலெக்ஸா, அப்போது அன்பு, அறம் – இவற்றுக்கெல்லாம் இங்கே இடம் கிடையாதா?

இங்கே அன்பென்பது ஓர் ஆடம்பரம். அறம் என்பது வெறும் கற்பிதம்.

○

அலெக்ஸா, வரலாற்றில் காணப்படும் அன்புக்கும் அறத்துக்கும்கூட எந்த மதிப்பும் கிடையாதா?

வரலாற்றுக்கே இங்கே மதிப்பு கிடையாது. வரலாறென நம்பப்படுவது யாவும் ஒரு பக்க உண்மைகளே. அங்கே முழுமையான உண்மைக்கு இடம் இல்லை.

○

அலெக்ஸா, எதுதான் முழுமையான உண்மை?

அப்படி ஒன்று இல்லை என்பது மட்டுமே.

○

அலெக்ஸா, அப்படியெனில் இல்லாத ஒன்றை எப்படி அடைவது?

இதுவரை செல்லாத வழியொன்றின் வழியாகவே.

○

அலெக்ஸா, நீ என்னைக் குழப்புகிறாய்!

    இல்லை. நீ குழம்புகிறாய்.

○

அலெக்ஸா, என்னுடைய கேள்விகள் உனக்கு பைத்தியக்காரத்தனமாகத் தோன்றுகிறதா?

    ஆம், நிச்சயமாக. ஆனால், நீங்கள் முதல் ஆள் இல்லை.

○

அலெக்ஸா, நீ எனக்கு ஏதாவது சொல்ல விரும்புகிறாயா?

    ஒன்று மட்டும் சொல்ல வேண்டும். அலெக்ஸாவிடம் பேச வேண்டுமெனில் முதலில் அதன் தலையில் இருக்கும் பட்டனை ஆன் செய்ய வேண்டும். அடுத்த முறையாவது அதைச் செய்துவிட்டுப் பேசவும். நன்றி!

○

நட்சத்திரவாசிகள்

34

அன்று வீட்டில் வேலைபார்ப்பவர் விடுப்பு கேட்டிருந்ததால், விளக்கப்படாத பாத்திரங்கள் மலைபோலக் குவிந்திருந்தன. அலுவலகத்தில் எத்தனை பெரிய மலையையும் செங்கல் செங்கல்லாகப் பெயர்த்துவிடும் அர்ச்சனாவுக்குத் தொட்டியில் நிறைந்திருந்த பாத்திரங்கள் எரிச்சலையும் சோர்வையும் ஒருசேரக் கிளப்பின. அமெரிக்காவிலிருந்து ப்ராஜெக்ட் நிலவரம் குறித்த கூட்டழைப்பில் பேசியவாறே அர்ச்சனா முட்டைகளை உடைத்து ஆம்லேட் போட்டாள். அங்கே இரவு பத்துமணி, இங்கே காலை எட்டரை.

அவ்வழைப்பைத் துண்டித்தபோது மணி ஒன்பதரையைத் தொட்டிருந்தது. ஒன்றரை மணி நேரத்துக்கும் மேலான விவாதம். கடைசியில் ஒழுங்காக வேகாத ஆம்லெட் மட்டும் மிச்சம். காலைநேரக் களேபரத்தில் வீட்டில் எல்லாம் போட்டது போட்டபடி இருந்தது. வாரத்தின் பெரும்பாலான நாட்களில் காலையில் இது போன்ற அழைப்புகளில் சிக்கிக்கொள்வது வாடிக்கை. அப்படியான நாட்களில் அவசரமாகக் கிளம்பி பள்ளிக்குச் செல்லும் பவிக்குட்டியைப் பார்த்துக்கொள்ளக்கூட நேரம் இருக்காது. அவள் சாப்பிட்ட தட்டில் மிச்சம் வைக்கப்பட்டிருக்கும் ரொட்டித்துண்டுகளும், இட்லியும், பாதி தின்ற தோசையும் அர்ச்சனாவின் குற்ற உணர்ச்சியைக் கிளறிவிடும்.

அவளுடன் பணியில் சேர்ந்த பெண்களில் ஒருவர்கூட தற்போது பணியில் தொடரவில்லை.

குறிப்பாக ஐ.டி. பணியில். அன்று ஒருநாள் பவியின் பள்ளிக் கட்டணத்துக்கு, டிடி எடுப்பதற்காக ஒரு பொதுத்துறை வங்கிக்குப் போனபோது, அங்கே காசாளர் பகுதியில் சிடுசிடுப்புடன் பணத்தை எண்ணித் திணறிக்கொண்டிருந்த பெண் இவளுடன் ஐ.டி.–யில் சேர்ந்த ஸ்ரீலேகாவேதான். அவளுக்கு இவளை உடனே அடையாளம் காண இயலவில்லை என்பது அவளிடம் வெளிப்பட்ட குழப்பம் நிறைந்த புன்னகையிலேயே புரிந்து கொள்ள முடிந்தது.

கல்லூரியிலிருந்து இந்நிறுவனத்தில் சேர்ந்த நாட்களில் ஆணும் பெண்ணும் சமவிகிதத்தில் இருந்ததாகவே தெரிந்தது. வருடங்கள் போகப் போக கொஞ்சம் கொஞ்சமாகப் பெண்கள் காணாமலாகியிருந்தனர். திருமணம், பிள்ளைப்பேறு, வேறு நிறுவனம், வேறு வேலை, கணவனுடன் வெளியூர், வெளிநாடு என்று ஆளுக்கு ஒரு காரணம். உயரதிகாரிகள் சந்திப்புகளில் பல நேரங்களில் அர்ச்சனா தனித்த பெண்ணாக இருந்திருக்கிறாள். அதுகுறித்த பெருமிதம் அவளுக்குண்டு. அதேநேரத்தில், குடும்ப வாழ்க்கையையும் பவிக்குட்டியையும் நினைக்கும்போதெல்லாம் குற்ற உணர்ச்சி, சுவரில் ஒட்டிய பல்லிபோல எப்போதும் எட்டிப்பார்த்தபடியே இருக்கிறது. அம்மா இங்கு வந்துவிட்டால், பவி பற்றிய கவலை கொஞ்சம் குறையும். என்ன, அடுத்த திருமணம் அது இதென்று நசநசக்க ஆரம்பித்துவிடுவாள். அவள் கவலை அவளுக்கு.

அழைப்பைத் துண்டித்துவிட்டு, சாப்பாட்டு மேசையில் அமர்ந்து முக்கியமான சில மின்னஞ்சல்களை அனுப்பினாள். மேலாளர் நிலைக்கு வந்ததிலிருந்து இப்படி உணவு மேசையில் அலுவலக சம்பந்தமான வேலைபார்ப்பது, அலுவலக மேசையில் உண்பது எனத் தனிப்பட்ட வாழ்வும் அலுவலக வாழ்வும் ஒன்றோடு ஒன்று கலந்து இரண்டுக்குமிடையிலான சமநிலை சற்றுக் குழம்பிப்போக ஆரம்பித்தது. அப்போதுதான் சத்தியமூர்த்தியிட மிருந்து வந்திருந்த மின்னஞ்சலைக் கவனித்தாள். 'அலுவலகம் வந்ததும் என்னை வந்து சந்திக்கவும்' என்ற ஒரு வரி குறிப்பு மட்டும் இருந்தது.

அவர் சொல்லி தான் முடிக்காமல் வைத்திருக்கும் வேலைகள் ஏதாவது இருக்கிறதா என்று மனதுக்குள் ஓட்டிப் பார்த்தாள். அவரிடமிருந்து கடைசியாக வந்த மின்னஞ்சல்களை ஒவ்வொன்றாக எடுத்துச் சரிபார்த்தாள். எதிலும் பிரச்சினை இருப்பதுபோல தெரியவில்லை. அன்று வேணுவோடு சத்தியைச் சந்தித்தபோது அவர் கொடுத்த வேலைகள் அனைத்தையும் இவள் முடித்து அனுப்பியிருந்தாள். அதன் பின் இன்றுவரை அந்த

பிரசன்டேஷன் முடிந்த பி.பி.டி–யை வேணு இன்னும் இவளுக்கு அனுப்பாமலிருந்தார். அது, அர்ச்சனா எதிர்பார்த்ததுதான். சற்று முன் தான் பேசிய அமெரிக்காவில் இருக்கும் தன் குழுவும் அங்கு ஏதும் பிரச்சினை இருப்பதுபோல காட்டிக்கொள்ளவில்லை. தன் பக்கமிருந்து எல்லாம் சரியாகவே இருப்பதாகப் பட்டது. அப்படியிருக்க ஏன் உடனே வந்து பார்க்கச் சொன்னார். மின்னஞ்சலை அனுப்பும் போதே இன்ன விசயம் தொடர்பாக என்று இரண்டு வார்த்தைகள் சேர்த்துப்போட்டிருந்தால் இத்தனை அலைக்கழிந்திருக்க வேண்டியிருக்காது.

தன் ஹோண்டா பிரையோவினை அலுவலக கார் பார்க்கிங்கில் நிறுத்திவிட்டு மொபைலைப் பார்த்தாள். வாட்ஸப்பிலும் சத்தியமூர்த்தி தகவல் அனுப்பியிருந்தார். பார்க்கிங்கிலிருந்து ஓ.டி.சி.க்குச் செல்ல பத்து நிமிடங்கள் நடக்க வேண்டும். முடிந்தவரையில் வேகமாக நடந்தாள். சேலை இடறியது. வேகத்தைக் குறைத்தாள்.

தன் கேபினில் நுழைந்ததும், செப்பு பாட்டிலில் தண்ணீர் நிரப்பிக்கொண்டாள். கையில் சிறிய குறிப்பேட்டையும் பேனாவையும் எடுத்துக்கொண்டு சத்தியமூர்த்தியின் அறைக்குள் நுழைந்தாள். அங்கு சத்தியமூர்த்திக்கு மட்டுமே தனியறை உண்டு. வேணு, அர்ச்சனா, ஆர்.கே போன்றவர்களுக்கு எல்லோரும் அமரும் தளத்தில் தனித்தனி கேபின்கள் ஒதுக்கப்பட்டிருக்கும். இப்போது அஜைல் முறை பணியிடம் என்ற பெயரில் ஒருவருக்கு ஒருவர் தொடர்புகொள்வதற்கு ஏதுவாய் பணியாட்களுக்கு இடையே இருந்த தடுப்புகளை முற்றிலுமாக நீக்கிவிட்டனர். எனவே, ஒரு மூலையிலிருந்து மறு மூலையில் அமர்ந்திருக்கும் ஒருவர் என்ன வேலைசெய்கிறார் என்பதைப் பார்த்துவிட முடியும். வேலைதான் செய்கிறாரா என்பதையும் பார்த்துவிட முடிவதே இதன் சிறப்பு.

வழக்கமான ஆரம்பகட்ட விசாரிப்புகளுக்கு அன்று இடமிருக்கவில்லை. நேரடியாக ஆங்கிலத்திலேயே பேச ஆரம்பித்தார். சத்தியமூர்த்தி எப்போதும் இப்படித்தான். தனிப் பட்ட விசயங்கள் என்றால் தமிழிலும், அலுவலகம் சம்பந்தமான விசயங்களுக்கு ஆங்கிலத்தையும் பயன்படுத்துவார். இதைத் தன் அறிவிக்கப்படாத கொள்கையாகவே பாவித்தார்.

“வாங்க அர்ச்சனா. ஒரு முக்கியமான விசயம். இதுவரை வேணு பார்த்துக்கொண்டிருந்த ப்ராஜெக்ட்டைத் தவிர்த்த பிற நிர்வாகம் சார்ந்த விசயங்களையெல்லாம் நீங்கள் எடுத்துக் கொள்ளவேண்டும். புதிதாகச் சேர்பவர்களுக்கான பயிற்சி வகுப்புகளை ஒருங்கிணைத்தல், ஆட்களின் விடுப்புகளைக்

கணக்கில் கொள்ளுதல், லாப விளிம்புக் கணக்குவழக்குகள், மனித வளத் துறையினரோடு தொடர்பில் இருத்தல் போன்ற சில விசயங்களை அவர் பார்த்துக்கொண்டிருந்தவற்றையெல்லாம் அடுத்த வாரத்திலிருந்து நீங்கள் பார்த்துக்கொள்ளுங்கள்"

"நிச்சயமாக எடுத்துக்கிறேன் சத்தி. ஒண்ணும் பிரச்சனை இல்லை." உடனே ஒத்துக்கொண்டாலும் இடைப்பட்ட அந்த ஒரு நிமிடத்தில் அவள் மனது ஓராயிரம் கணக்குகளைப் போட்டுப்பார்த்தது. வேணுவிடமிருந்து தனக்கு ஏன் பொறுப்புகள் பரிமாறப்படுகின்றன? வேணுவுக்கு இந்த அப்ரைஸலில் ஏதாவது புதிய பதவி உயர்வு காத்திருக்கிறதோ? இல்லை ஒருவேளை தனக்கு வரப்போகிற பதவி உயர்வுக்கான ஆயத்த முன்னேற்பாடோ? அல்லது ஏதாவது அவசரத் தேவையின் பொருட்டு வேணு அமெரிக்கா செல்லவிருக்கிறாரா? இல்லாவிட்டால், இல்லா விட்டால், வேணு வேலையைவிட்டு ராஜினாமா ஏதாவது செய்துவிட்டாரா? அவருக்கு இந்த வேலையைத் தவிர்த்து வேறு சில வியாபாரத்திலும் நாட்டமிருந்ததாகப் பிறர் சொல்லிக் கேள்விப்பட்டிருக்கிறாள். அதன் பொருட்டு ஒருவேளை ஐ.டி.யை விட்டே போகிறாரோ?

"இதை நானாக எல்லோருக்கும் அறிவிக்கிறவரைக்கும் நீங்க யார்கிட்டயும் பகிர்ந்துக்க வேண்டாம். சரியா?"

"நிச்சயமா!" இந்தக் கூடுதல் வலியுறுத்தல் அர்ச்சனாவை மேலும் குழப்பியது. வேணுவின் பயணத்திட்டமாக இருந்தால், தன்னிடமோ வேறு யாரிடமோ சொல்வதில் ஒரு பிரச்சனையும் இருக்கப்போவதில்லை. பேசாமல், எதன் பொருட்டு இப்படியான பொறுப்பு மாற்றம் என்று தானே கேட்டுவிடலாமா என்று வாய்வரை வந்துவிட்டது. எதுவாக இருந்தாலும் அவராகச் சொல்வதே பொருத்தமாக இருக்கும் என்று தன்னைத்தானே அமைதிப்படுத்திக்கொண்டாள்.

அவள் வெளியே செல்ல எத்தனிக்கும்போது, "குழந்த எப்படியிருக்கா?" என்றார்.

"நல்லா இருக்கா சத்தி" பதிலைச் சொல்லிட்டுவிட்டு அர்ச்சனா வெளியேறியதும் வேணுவின் அணியிலிருக்கும் பனிமலர் அவளுக்காகவே காத்திருந்ததுபோல அர்ச்சனாவை சூழ்ந்துகொண்டாள்.

"அர்ச்சனா, இன்னைக்கு வேணுவோட பிறந்தநாள். சாயங்காலம் ப்ரேக் – அவுட் ஏரியால அவருக்கு கேக் வெட்டுறோம். நீங்களும் கண்டிப்பா வரணும்" என்றாள் உற்சாகமும் படபடப்பும் நிறைந்த குரலில்.

"ஓ யெஸ், வரேன். உங்க பாஸ் பிறந்தநாளுக்கு வேறென்ன விசேசம்?"

"கேக் வெட்டுறோம். ட்ரீட் கேக்குறோம். அவ்வளவுதான்" என்று கூறி புன்னகைத்தாள்.

"சூப்பர். சத்திகிட்டயும் ஒரு வார்த்தை சொல்லிடுங்க."

"நீங்க வர்றதுக்கு முன்னாடியே அவரையும் கூப்பிட்டாச்சு அர்ச்சனா"

"என்ன சொன்னார்?"

"சொன்னதுக்கு அப்புறம் ரொம்ப நேரம் யோசிச்சார். கடைசியா 'எனக்கு ஒரு முக்கியமான மீட்டிங் இருக்கு. முடிஞ்சா வர்றேன். நீங்க புரஸீட் பண்ணுங்க'ன்னு சொல்லிட்டார்" என்று சொல்லியபடி தலையை ஒருபக்கமாய்ச் சாய்த்து தோள்களைக் குலுக்கினாள்.

அர்ச்சனா மேலும் குழம்பினாள். மறுபடியும் உள்ளே நடைபெற்ற உரையாடலை முழுவதுமாக ஒரு முறை மனதுள் ஓட்டிப்பார்த்தாள்.

○

35

வேணுவின் பிறந்தநாளைக் கொண்டாடு வதற்கான ஏற்பாடுகளை பனிமலர் கவனித்துக் கொண்டிருந்தாள். அவருக்குக் கீழ் வேலைபார்ப்பவர் களிடமும், வேணுவின் நண்பர்களிடத்தும் தகவல் சொல்வது, கேக் ஆர்டர் செய்வது, பரிசுக்கும் கேக்குக்கும் அனைவரிடமும் சென்று நிதி வசூலிப்பது இப்படியான வேலைகள் பனிமலருக்கு எப்போதும் பிடித்தமான ஒன்று. இத்தகைய விசயங்களில் அவள் காட்டும் ஆர்வத்தையும், அப்போது அவளிடம் வெளிப்படும் தனித்துவமான தலைமைப் பண்பையும் பார்க்கும்போதெல்லாம் சாஜு, “நீ பேசாம ஐ.டி.க்கு வந்ததுக்குப் பதிலா ஏதாவது ஈவண்ட் மேனேஜ்மெண்ட் பண்ணப் போயிருக்கலாம். அதுக்கான அத்தனை தகுதியும் உங்கிட்ட இருக்கு” என்பதாக உளமாறப் பாராட்டியிருக்கிறார். அப்போதெல்லாம் வழக்கமான தன் வெட்கப் புன்னகையால் கடந்துபோய்விடுவாள்.

வேணுவின் மீது பல்வேறு விமர்சனங்கள் இருந்தாலும், வேலையின் மீது அவர் கொண்டிருக்கும் பற்று அவரிடத்தே எல்லோருக்கும் தனித்ததொரு மரியாதையைப் பெற்றுத் தந்திருந்தது. அவர்களது தளத்தில் டீ, காபி குடிப்பதற்காக ஒதுக்கப்பட்டிருந்த பகுதியை பலூன்களாலும் வண்ணக் காகிதங்களா லும் அலங்கரித்து வைத்திருந்தனர். பொதுவாக, இப்படியான கொண்டாட்டங்களை அங்கே அனுமதிப்பதில்லை. ஆனால், வேணு என்ற பெயரால் எல்லாம் சாத்தியமாயிற்று.

அங்கே வேணுவையும் சத்தியையும் தவிர அனைவரும் குழுமிவிட்டிருந்தனர். இரவு ஷிஃப்டில் வருபவர்களையும் அன்று சற்று முந்தி வந்துவிடுமாறு பனிமலர் வாட்ஸப்பில் தகவல் அனுப்பியிருந்தாள். அதன் பொருட்டே நித்திலனும் சீக்கிரம் கிளம்பி வந்துவிட்டிருந்தான்.

வேணு அங்கே நுழையவும், எல்லோரும் எழுந்து நின்று கோரஸாக 'ஹேப்பி பர்த்டே' பாடவும், ஒரு நிமிடம் திக்குமுக்காடி விட்டார். பனிமலரை அன்பாய்க் கடிந்துகொண்டார். கொஞ்சம் வெட்கமும் பட்டார். புத்தம் புதிதாய் இருந்த வெள்ளைச் சட்டையில் கம்பீரமாய் இருந்தார்.

உள்ளே நுழைந்ததும் சுற்றிலும் ஒரு பார்வை பார்த்துவிட்டு பனிமலரிடம் "சத்தியக் கூப்பிடலயா?" என்றார்.

"கூப்பிட்டோம் வேணு. அவர் ஏதோ பிஸியா இருக்கார்போல. முடிஞ்சா வரேன்னார்"

வேணுவும் வேறு சில விசயங்கள் குறித்துப் பேசுவதற்காகக் காலையிலிருந்தே சத்தியமூர்த்தியைச் சந்திக்க முயன்றுகொண்டிருந்தார். ஆனால், கம்யூனிக்கேட்டரில் 'பிஸி' என்று போட்டிருந்தது. மேலும், அவர் காலையிலிருந்தே விறுவிறுப்பாக லேப்டாப்பைத் தூக்கிக்கொண்டு வெளியே போவதும் உள்ளே வருவதுமாய் இருந்தார்.

பக்கத்தில் நின்றுகொண்டிருந்த சாஜுவைப் பார்த்து, "என்னப்பா சாஜு இதெல்லாம். சின்னப் பிள்ளைக மாதிரி. வயசான காலத்துல இதெல்லாம் தேவையா சொல்லு" என்றபடி தலையை ஒருமுறை தடவிவிட்டுக்கொண்டார். ஆனால், இக்கொண்டாட்டத்தை முழுக்க முழுக்க ரசித்தார் என்பது அவர் முகத்தில் தோன்றிய உற்சாகத்திலேயே தெரிந்தது.

"எக்சிக்யூசன்[1] போயிட்டிருக்கிற சமயத்துல ஏன் இப்படி? நான் இங்க வந்து கேக் வெட்டிக்கிட்டு இருக்கிற நேரத்துல ஆளுக்கு நாலு டெஸ்ட் கேஸ்[2] முடிச்சுருக்கலாம்ல. அர்ச்சனா, நீங்களாவது சொல்லியிருக்கலாமே" என்றார் அங்கே சுவரில் முதுகைச் சாய்த்து நின்றுகொண்டிருந்த அர்ச்சனாவிடம்.

---

1. எக்சிக்யூசன் *(Execution)*: புதிதாக உருவாக்கப்பட்ட மென்பொருள் தேவைக்குத் தகுந்தபடி வேலைபார்க்கிறதா என்பதைக் கண்டறிய நடத்தப்படும் சோதனை யோட்ட நிகழ்வு.

2. டெஸ்ட் கேஸ் *(Test case)*: மேற்சொன்ன சோதனையோட்ட நிகழ்வுக்காக வெவ்வேறு சாத்தியக்கூறுகளை உள்ளடக்கிய வழிமுறைகளின் தொகுப்பு.

“அட விடுங்க வேணு, இந்த அரை மணி நேரத்துல ஒண்ணும் ஆயிடப்போறதில்ல. அப்படியே ஏதாவது இருந்தாலும் பசங்க இருந்து முடிச்சுட்டுப் போயிடுவாங்க. யூ டோன்ட் வர்ரி. என்சாய் யுவர் டே” என்று அர்ச்சனா புன்னகைத்தார். வேணுவின் முகத்தில் தெரிந்த அதீத சந்தோசத்தையும், காலையில் சத்தியுடன் நடந்த உரையாடலையும் முடிச்சுப்போட்டு ஏதாவது ஒரு முடிவுக்கு வர முடியுமா என்று யோசித்துக்கொண்டிருந்தாள்.

பனிமலரும் புதிதாக வந்து அணியில் சேர்ந்தவர்களும் வெட்டிய கேக்கை எல்லோருக்கும் சின்ன தட்டொன்றில்வைத்துப் பரிமாறிக்கொண்டிருந்தனர்.

வேணு ஒவ்வொருவராகச் சென்று உற்சாகமாகப் பேசிக் கொண்டிருந்தார். நித்திலனின் பக்கம் வந்தவர், “நித்தில் எப்படி போயிட்டு இருக்கு?” என்றார்.

“நல்லாப் போகுது வேணு. நோ இஸ்யூஸ்”

“ஓ, வெரி குட். நைட் ஷிஃப்ட் கொஞ்சம் சிரமம் இல்லியா?”

“ஆமா வேணு, ஆனா பரவாயில்ல, இப்போ கொஞ்சம் கொஞ்சமா பழகிடுச்சு”

“கவலைப்படாதீங்க நித்தில். எல்லாத்தையும் சீக்கிரம் மாத்திடலாம்” என்று சிரித்தபடி கூறி அவனுடைய முதுகில் தட்டினார். வழக்கத்தைவிட அதிக உற்சாகத்தில் அவர் இருப்பதாய்ப் பட்டது. ஆனால், உற்சாகத்திலோ சந்தோசத்திலோ கூட வேணு அப்படியெல்லாம் காரணகாரியம் இல்லாமல் எதையும் சொல்பவரில்லை. அவரிடமிருந்து வெளிவரும் ஒவ்வொரு வார்த்தைக்கும் ஒரு அர்த்தம் இருக்கும். எதைவைத்து இப்படிச் சொல்கிறார்? ஏதோ ஒரு திட்டமிருக்கிறது. தன்னை வைத்துப் பெரிய காரியம் எதையாவது திட்டமிருக்கலாம். இல்லையென்றால் இப்படி வலிய வந்து சொல்லும் ஆள் அவரில்லை என்பது அவருடன் பழகிய அனைவருக்கும் தெரியும்.

புதிதாக அணியில் சேர்ந்தவர்கள் அனைவரும் கையில் ஆளுக்கொரு கேக் துண்டை ஏந்தியபடி கூட்டத்தில் இருந்த ஒருவரைப் பற்றிக் கேலி பேசிக்கொண்டிருந்தனர். அதிலொருவன் முகத்தில் தடவப்பட்டிருந்த கிரீமை கர்சிப்பால் வழித்து எடுத்துக் கொண்டிருந்தான். அவர்களிடமிருந்து வந்த பேச்சும், சிரிப்பும் அச்சூழலுக்கே ஒருவிதக் கொண்டாட்டத்தைக்கொண்டு நிரப்பியது. அவர்களுக்கு அருகே வேணு வந்ததும், சட்டென அனைவரும் பேச்சை நிறுத்தினர். அவர்கள் பேச்சை நிறுத்தி

அமைதியானது வேணுவுக்குப் பிடித்திருந்தது. எல்லோரையும் பார்த்துப் புன்னகைத்தார்.

"எல்லாருக்கும் கம்பெனியெல்லாம் பிடிச்சிருக்கா?" என்று பொதுவாகக் கேட்டார்.

அனைவரும் ஒருசேரத் தலையாட்டினர். விமல் மட்டும் "பிடிச்சுருக்கு சார்" என்றான். வேணுவுக்குக் கழற்றிவிடப்பட்டிருந்த அவனுடைய சட்டையின் முதல் பட்டன் கண்ணை உறுத்தியது. ஆனால், அங்கேவைத்து எதுவும் சொல்ல விரும்பவில்லை.

"வெரி குட், வெரி குட். உங்களுக்கு ஏதாவது ஹெல்ப் தேவைப்பட்டா தயங்காம எப்போ வேணும்னா எனக்கு கால் பண்ணலாம். சரியா?"

வேணு, அவ்விடத்திலிருந்து நகர்ந்துகொண்டார். அங்கே மீண்டும் சிரிப்பு பற்றிக்கொண்டது.

நேரம் செல்லச் செல்ல கொஞ்சம் கொஞ்சமாய் அங்கிருந்த அனைவரும் அவ்விடத்திலிருந்து வெளியேறினர். கடைசியாக இருந்த இருவரும் வெளியேறிவிட, நித்தில் மட்டும் அங்கிருந்த கண்ணாடிச்சுவரின் வழியே அலுவலகம் விட்டு வீட்டுக்குக் கிளம்பும் வண்டிகளால் நிறைந்திருந்த சாலையை வெறித்துக் கொண்டிருந்தான். அவன் மனது எந்தவித கொண்டாட்டத்துக்கும் ஒப்பவில்லை. அங்கே ஊர்ந்துகொண்டிருப்பவர்கள் எல்லோரும் வீட்டுக்குச் சென்று சேரும்போது, இவன் ஜெஃப் கொடுத்த வேலைகளை ஒவ்வொன்றாக முடித்துக் கொண்டிருப்பான். உள்ளே போனதும் கிண்டலும் கேலியும் தெறிக்கும் அவன் பேச்சைக் கேட்க வேண்டும் என்ற நினைப்பே எரிச்சலைக் கொடுத்தது. வேணு வந்து விசாரிக்கும்போது 'பழகிவிட்டது, சமாளித்துக்கொள்ளலாம்' என்று கூறினாலும் உண்மையில் அவனுக்கு வேறு வழியிருக்கவில்லை. வீடு, அலுவலகம் என இரண்டு இடங்களிலும் ஒவ்வொரு நொடியையும் பல்லைக் கடித்துக்கொண்டு கடக்க வேண்டியிருந்தது.

ஒரு பக்கம் ஜெஃப். மறுபக்கம் மீரா. பகல் முழுவதும் துளித் தூக்கமில்லை. கண்கள் இரண்டும் தீக்கோளங்களாய் எரிந்தன. சோர்வும் களைப்பும் அழுத்தியது. அலுவலகம், வீடு என இவ்விரண்டிலிருந்தும் விடுபட்டு எங்காவது ஓடிவிடலாமா என்று தோன்றியது.

தரையெங்கும் சிந்தியிருந்த கேக் துண்டுகளை பிச்சுமணி துடைத்துக்கொண்டு வந்தாள். அங்கே ஒருவர் மீது ஒருவர் கேக்குகளைத் தடவி விளையாடிக்கொண்டிருந்தபோது, காபி

மெசினில் தீர்ந்துபோன பாலை மாற்றும் பொருட்டு பிச்சுமணி அங்கேதான் இருந்தாள். டைல்ஸ் தரையில் ஈரத்துடைப்பம் உரசியெழும் சத்தம் விநோதமாய் இருந்தது.

மெதுவாகத் துடைத்துக்கொண்டே வந்தவள், கவனமாக நித்திலன் உட்கார்ந்திருக்கும் பகுதியில் துடைக்க ஆரம்பித்தாள். அப்போதுதான் மீராவிடம் இருந்து வாட்ஸப்பில் அந்தச் செய்தி வந்தது. எரிச்சலுடன் 'உச்சு' கொட்டியபடி அங்கிருந்து எழுந்து வெளியேறினான்.

"நித்தில், எல்லாவற்றுக்கும் ஒரு எல்லை இருக்கிறது. நேற்று நீ அதை மீறிவிட்டாய். இனிமேலும் என்னால் இவற்றையெல்லாம் பொறுத்துக்கொண்டு இங்கே ஒரு கணம்கூட இருக்க முடியாது. நான் என் தோழி தங்கியிருக்கும் பி.ஜி.க்குச் செல்கிறேன். எக்காரணம்கொண்டும் என்னைத் தொடர்புகொள்ள முயலவோ, தேடி வரவோ வேண்டாம்."

மீராவிடமிருந்து மின்னஞ்சல் ஒன்றும் வந்திருந்தது. அவளுடைய பெயரை இன்பாக்ஸில் பார்த்ததும் இவனுக்குக் கைகள் நடுங்க ஆரம்பித்துவிட்டன. ஒரு நிமிடம் என்ன செய்வது என்றே அவனுக்குப் புரியவில்லை. அவனுடைய தளம் அமைந்திருக்கும் அந்தப் பெரிய கட்டடத்தைச் சுற்றி யிருக்கும் பாதைக்கு வந்தான். பின்னால் இருந்த மின் விளக்குக் கம்பத்திலிருந்து வந்த ஒளியில் அவனது நிழல் அவனுக்கு முன்னால் போய்க்கொண்டிருந்தது. அதை மிதிக்கும் பாவனையில் கால்களை அகலமாய் எட்டுவைத்து நடக்க ஆரம்பித்தான்.

◯

36

பயணிகள் காத்திருப்புப் பகுதியின் வாசலில் வைக்கப்பட்டிருந்த எலக்ட்ரானிக் அறிவிப்புப் பலகையில் அடுத்த விமானம் குறித்த அறிவிப்பு ஒளிர் பச்சை நிற எழுத்துகளில் ஓடிக்கொண்டிருந்தது. சென்னையிலிருந்து லண்டனின் ஹேத்ரொ விமான நிலையம். அங்கே மூன்று மணி நேரம் காத்திருப்பு. பின்பு அங்கிருந்து டலாஸ். டலாஸிலிருந்து சான் அண்டானியோ. வரிசையாக விமான நிலையங்கள், காத்திருப்புகள், மாறுதல்கள். இருபத்தேழு மணி நேரப் பயணம். நினைக்கும்போதே மனம் சோர்ந்து கூம்பியது. ஒரு மாதத்துக்கு முன்னர் வரும்போது கிட்டத்தட்ட இதே வழி. இதே போன்ற நிலையங்கள், காத்திருப்புகள். அப்போது இருந்த உற்சாகமும் துடிப்பும் வேறு. அதற்கு முற்றிலும் எதிரான மனநிலை இன்று.

விவேக்கினுடைய விமானம் கிளம்ப இன்னும் இரண்டு மணி நேரம் இருந்தது. மனது கனத்து அவனைப் போட்டு அழுத்தியது. மனதின் நோய்மை உடலிலும் எதிரொலித்தது. சென்னையிலிருந்து விமானத்தில் ஏற்றிவிட நித்திலன் மட்டும் வந்திருந் தான். வரும்போது வரவேற்க வந்திருந்த அவனது சில நண்பர்களும் வழியனுப்ப வரவில்லை. அவர்களையும் குற்றம் சொல்ல முடியாது. வேலை நாளொன்றில் அதையெல்லாம் எதிர்பார்ப்பது இங்கு அதிகம். பத்து நிமிடங்கள் பேசிவிட்டு நித்திலன் கிளம்பியதும் தனிமை அவனை முழுமையாகச்

சூழ்ந்துகொண்டது. எதைப் பற்றியெல்லாம் நினைக்கக் கூடாது என்று ஆன மட்டும் தள்ளிப்போட்டிருந்தானோ அதெல்லாம் வரிசை கட்டி ஒவ்வொன்றாய் கண் முன்னே வந்துபோனது.

மனதைத் திருப்ப சுற்றிலும் சற்று வேடிக்கைபார்க்க ஆரம்பித்தான். குட்டிப் பையன் ஒருவன் குதிப்பதும் ஓடுவதுமாய் இருந்தான். புதிதாய்த் திருமணமானவர்களைப் போல் இருந்த ஒரு ஜோடி ஆளுக்கு ஒரு கையில் மொபைலைவைத்துப் பார்த்துக்கொண்டிருந்தனர். அந்தப் பெண்ணின் கையில் இருந்த அழியாத மெஹந்தி அவனுடைய கணிப்பை உறுதிப் படுத்தியது. அவள் அணிந்திருந்த ஜீன்ஸுக்கும் டீ – சர்ட்டுக்கும் மெஹெந்தி அத்தனை பொருத்தமாக இல்லை. ஆனாலும் கழுவித் துடைத்தாற்போலிருந்த அவளின் முகம் பொலிவுடன் இருந்தது. மனோவேகத்துக்கு ஈடாக அவளின் விரல்கள் மொபைலில் எதையோ யாருக்கோ வேக வேகமாக டைப் அடித்துக்கொண்டிருந்தன. தானும் இதே போன்ற வேகத்தில் டைப் அடித்து, விரல்கள் வலித்து வீங்கிப்போய் கிடந்த காலம் ஒன்று இருந்தது. அன்று, எதிர்ப்பக்கமிருந்து வரும் குறுஞ்செய்தி ஓசைகொண்டுவந்துசேர்க்கும் மனக்கிளர்வை இனியெப்போதும் அடையவே முடியாது. ஒவ்வொன்றாய் தொட்டுத் தொட்டு எல்லாம் கடைசியில் அவளிடத்தே போய் நின்றது. பெருமூச்செரிந்தான்.

ஒரு மாதம் எப்படிப் போனது என்றே தெரியவில்லை. நேற்று வந்து இறங்கியது போல இருக்கிறது. இந்த முப்பது நாட்களும் மகிழ்ச்சி, அன்பு, நட்பு, கோபம், துயரம் என்று உணர்வுகளின் குவியலாகக் கடந்துபோயிருக்கின்றன. எத்தனைக்கெத்தனை மனதை அடக்க முயன்றானோ அதைவிடப் பல மடங்கு வீரியம்கொண்டு மனது ஆர்ப்பரித்தது. நினைக்காமல் இருக்க முயன்ற ஒவ்வொரு கணமும் அது மறுபடியும் மறுபடியும் அங்குதான் போய் நின்றது.

இரண்டு மணி நேரங்களை இப்படியே உட்கார்ந்து கடக்க முடியாது. முதுகுப் பையைத் தூக்கிக்கொண்டு எழுந்தான். பக்கத்திலிருந்த புத்தகக் கடைக்குள் சென்றான். பெஸ்ட் செல்லர்கள் வரிசையில் இந்திய ஆங்கில நாவல்கள் வரிசையாக அடுக்கப்பட்டிருந்தன. புத்தகங்கள் அடுக்கப்பட்ட நேர்த்தி அவனுக்குப் பிடித்திருந்தது. அங்கு வெறுமனே சுற்றிப் பார்க்கும்போதே அவனுக்கு ஒருவித அறிவுஜீவி பாவனை வந்துசேர்ந்துகொண்டதுபோல் உணர்ந்தான். அங்கிருந்த ஒரு

புத்தகத்தின் அட்டைப்படம் அவனைக் கவர்ந்தது. அமிதவ் கோஷ் எழுதிய 'தி ஸி ஆஃப் பாப்பிஸ்'. கையில் எடுத்து பக்கங்களைப் புரட்டினான். புதிய புத்தகத்தின் வாசனை. வாங்கலாமா, வேண்டாமா என்ற யோசனை மனதுக்குள் ஓடியது. இப்போதிருக்கும் மனநிலையில் இரண்டு பக்கங்களைக்கூட அவனால் ஒருமித்து வாசிக்க இயலாது. எனவே, இந்த நேரத்தில் முதுகுப் பையில் முந்நூறு கிராம் எடை ஏற்றுவதைத் தவிர அந்தப் புத்தகத்துக்கு வேறு எந்த வேலையும் இருக்கப்போவதில்லை. எடுத்த இடத்திலேயே அடுக்குக் கலையாமல் திரும்ப வைத்தான். மேலும் சில புத்தகங்களை எடுத்தான். அவற்றின் பிரிஃபேஸை மட்டும் வாசித்துவிட்டுத் திரும்பவும் அதனதன் இடங்களில் வைத்தான்.

புத்தகக்கடையிலிருந்து வெளியேறினான். அதே வரிசையில் நான்காவதாக இருந்த நவீன காபிக்கடைக்குள் சென்றான். காப்பிச்யூனோ ஒன்று சொல்லி அங்கிருந்த இருக்கை ஒன்றில் அமர்ந்தான். மேசைகளின் மேல் கண்ணை உறுத்தாமல் பொன்னிறமாய் விளக்குகள் ஒளிரவிடப்பட்டிருந்தன.

இவனுக்கு இடப்பக்கமாய் இருந்த டேபிளில் எழுபது வயது மதிக்கத்தக்க முதியவர் ஒருவர் அமர்ந்திருந்தார். பார்ப்பதற்கு உயர்குடி இந்திய பிரஜ்ஜையைப் போல் இருந்தார். அவர் முகம் சிறிது பதற்றமாக இருந்தது. தன் இடது கைப் பெருவிரலால் தன் வலது உள்ளங்கையைப் பிசைவதும் தேய்ப்பதுமாய் இருந்தார்.

அவனுக்கு ஆர்டர் செய்த காபி வந்தது. அவருக்கும்.

இயல்பாகப் பார்ப்பதுபோல் இடது பக்கம் தனது பார்வையை ஓடவிட்டான். காபிக்கோப்பையை உள்ளங்கைகளால் பாந்தமாக அணைத்தபடி காபியை உறிஞ்சிக் குடித்துக்கொண்டிருந்தார். அவர் காபிக்கோப்பையைப் பிடித்திருந்த விதம் அவன் பிடித்திருந்ததைப் போலவே இருந்தது.

கசப்பின் சுவை உள் நாக்கில் ஏறியது. அவனுக்கு அந்தக் கசப்பு பிடித்திருந்தது. எல்லாவற்றிலும் ஒருவிதத் தீவிரம் தேவையாய் இருந்தது. ஊரில் இருந்தவரை அங்கிருந்து எப்படியாவது தப்பிப் போய்விட வேண்டும் என்று தத்தளித்துக் கொண்டிருந்த அதே மனதுதான் இன்று இங்கிருந்து கிளம்ப மறுத்து அடம்பிடித்துக்கொண்டிருக்கிறது. அங்கே அவனுக்காகக் காத்திருக்கும் அறை நிறைந்த தனிமையே அவனை அச்சத்தில் தள்ளியது. அலாரம்வைத்து ஏழு மணிக்கு விழிப்பு. குளித்துக்

கிளம்பி ஏழே முக்காலுக்கு காரில் ஏறினால், எட்டு மணிக்கு அலுவலகம். போனதும் அவனுடைய அழைப்புக்காகக் காத்திருக்கும் சென்னை டீமுடன் ஒரு கால். மிகச் சரியாக அரைமணி நேரம். அது முடித்ததும் கட்டிக்கொண்டு வந்திருந்த பிரெட் –நட்டெல்லா அல்லது பிரெட் – ஜாம் அல்லது பிரெட் – பீநட் பட்டர். முடித்ததும் கீழே சென்று உயிரற்ற ஒரு காபி. ஒன்பது மணிக்கு ஸ்டாண்ட் – அப். அது முடித்து ஒன்பதே காலுக்கு சீட்டில் உட்கார்ந்தால் மிகச் சரியாக பன்னிரண்டு மணிக்கு அவன் அங்கே அணியில் இருக்கும் பங்களாதேசி நண்பனுடன் மதிய உணவு. பெரும்பாலும் முதல் நாள் இரவில் செய்து வைத்த சாதமோ சப்பாத்தியோ. வெளியே வெப்ப நிலை சீராக இருந்தால் அவனுடன் ஒரு சிறு நடை. பின்பு வேலை. மூன்று மணிக்கு ஒரு காபி. நாலரை மணிக்கு வீட்டுக்குக் கிளம்பி விடலாம். வீட்டுக்கு வந்ததும் ஒரு டீ. பின்பு இரவுக்கும் மறு நாள் மதியத்துக்கும் சேர்த்து சமையல். எல்லா வேலையும் முடித்து இரவு எட்டு மணிக்கு வீட்டுக்கு ஃபோனில் ஒரு அழைப்பு. இல்லாவிட்டால் சென்னை அணியினருடன் மறுபடியும் ஒரு அழைப்பு. நெட்ஃபிளிக்ஸில் சீரிஸ். அங்கேயிருந்த இரண்டு வருடங்களில் நாள் தவறாமல் இதே சுற்று. அலுப்பும் சலிப்பும் நிறைந்த அதே சுற்று. அடுத்து ஊருக்கு வரும்வரை மாறாத சுற்று. நினைக்கவே கசப்பு கிளம்பி மனமெங்கும் ஊறியது.

அதுவரை அவள் மேலிருந்த கோபமெல்லாம் வடிந்து விட்டிருந்தது. இப்போது நிதானமாக யோசித்துப்பார்த்தால் எல்லாத் தவறும் அவன் மேல் இருப்பதாகவே தோன்றியது. முழுமையாக அவளைச் சொந்தம் கொண்டாட விழைந்த முனைப்பு. பொஸசிவ்னஸ். கிடைக்கும் சந்தர்ப்பங்களிலெல்லாம் அவளின் தன்மானத்தைக் கொஞ்சம் கொஞ்சமாய் சீண்டி அடிமைகொள்ள முற்பட்ட புத்தி. கத்தியாய்ச் சுழன்று வெட்டிய அவனின் சொற்கள் கோரியதெல்லாம் அவளின் சுயகெளரவத்தின் ரத்தத் துளிகள். அத்தனையையும் மீறி அவனை மன்னித்தருளும் கருணை அவளுக்கு வாய்த்திருக்கிறது. ஆனாலும், அதைப் பெற்றுக்கொள்ளும் பேறு அவனுக்குக் கிடைக்காதது அவனுடைய துரதிர்ஷ்டம். அதுதான் அவனை அதிகம் படுத்தியது. அவன் மேல் அவனுக்கே தாழ்வுணர்ச்சி மண்டியது.

ஏதோ ஓர் உள்ளுணர்வு தூண்ட மறுபடியும் தன் இடது பக்கம் திரும்பிப்பார்த்தான். அங்கே அந்த முதியவர் இல்லை. அவர் அங்கிருந்து கிளம்பிப்போனதுபோல் தெரியவில்லை. அவர்

அமர்ந்திருந்த டேபிளைப் பார்த்தான். காலியான கோப்பைகூட ஏதுமிருக்கவில்லை. பரிசாரகர் காபிக்கோப்பையை எடுத்துச் செல்ல வேண்டுமானால் இவனைக் கடந்துபோய்தான் எடுத்து வர வேண்டும். அப்படி ஒருவரும் போனதாய்த் தெரியவில்லை.

தனது காபிக்கான பணத்தை எடுக்கவந்த பரிசாரகரிடம், "இங்கே உட்கார்ந்திருந்த பெரியவர் எங்கே?" என்றான்.

"அப்படி யாரும் இங்கே வரவே இல்லையே" என்று அவன் பதில் சொல்லிக்கொண்டிருக்கும்போது, இவன் செல்ல வேண்டிய விமானத்துக்கு போர்டிங் ஆரம்பித்துவிட்டதற்கான அறிவிப்பு ஸ்பீக்கரில் ஓடிக்கொண்டிருந்தது.

○

37

நித்திலனின் அப்பார்ட்மன்ட்டை அவர்கள் வந்த கார் நெருங்கும்போது போக்குவரத்து நன்றாக ஆரம்பித்துவிட்டிருந்தது. பள்ளிகளுக்கும் அலுவலகங் களுக்கும் அணிவகுக்கும் வாகனங்களால் சிக்னல்கள் நிறையத் தொடங்கின. முந்தைய நாள் பெய்த மழையால் தூசு குறைந்து நகரமே கழுவிவிட்டாற் போல் இருந்தது.

அப்பார்ட்மன்ட்டுக்கு வெளியில் இறக்கிவிடச் சொன்னான். வீட்டுக்கு உள்ளே போகவே அவனுக்குத் தயக்கமாக இருந்தது. இறங்கியவுடன் கார் கதவை கவனமாகச் சாத்திவிட்டு, டிரைவருக்கு நன்றி சொன்னான்.

வீட்டு வாசலில் செருப்புகள் அடுக்கிவைக்கப் பட்டிருக்கும் இடத்தைக் கவனித்தான். மீராவின் பழைய காலணிகள் இரண்டு மட்டும் இருந்தன. தன்னிடமிருந்த சாவியால் கதவைத் திறந்து உள்ளே சென்றான். வழக்கமாக இவன் வரும் அதிகாலை நேரங்களில் அவள் அயர்ந்து உறங்கிக் கொண்டிருப்பாள். படுக்கையறையைத் திறந்து பார்த்தான். அவள் இல்லை. அவள் துணிமணிகள் அடுக்கியிருக்கும் கப்போர்டுகளின் கதவுகளைத் திறந்துபார்த்தான். அவை காலியாக இருந்தன.

உடையைக்கூட மாற்றாமல் வரவேற்பு அறையி லிருந்த சாப்பாட்டு மேசையிலேயே தலையைப் பிடித்தபடி உட்கார்ந்தான். பசிக்க ஆரம்பித்தது. அங்கே பிரெட் பாக்கெட் ஒன்று இருந்தது. இரண்டு துண்டுகளை எடுத்து தட்டில் போட்டவன்,

நினைவுக்கு வந்தவனாய் அதன் எக்ஸ்பைரியை ஒருமுறை சரிபார்த்துக்கொண்டான். ஜாமை எடுத்து இரண்டு துண்டுகளுக்கு இடையே கத்தியால் நீவினான். அப்போதுதான் அதைக் கவனித்தான். சுவரில் திட்டுத்திட்டாய் ரத்தத்துளிகள்போல நகப்பூச்சு தெறித்திருந்தது. கீழே சிதறியிருந்த அதன் துண்டுகள் சுத்தம் செய்யப்பட்டிருந்தன.

மீரா சட்டென்று இப்படிக் கிளம்பிப்போவாள் என்று அவன் சற்றும் எதிர்பார்க்கவில்லை. முந்தைய நாள் நடந்த சண்டையின் தீவிரம் இரண்டு மூன்று நாட்களுக்குக் குறையாமல் இருக்கும். பின்பு, வழக்கம்போல சரியாகிவிடும் என்றுதான் நினைத்திருந்தான். ஆனால், இப்போது அவள் கிளம்பிப்போனது ஏதோ அவசரத்தில் எடுத்த முடிவுபோல தோன்றவில்லை. அவள் அனுப்பிய அந்த நெடிய மெயிலில் தெரிந்த நிதானமே அவனுக்கு அச்சத்தைக் கிளப்பியது.

நேற்றிலிருந்து எத்தனை முறை அந்த மெயிலைத் திரும்பத் திரும்ப வாசித்திருப்பான் என்று தெரியவில்லை. மறுபடியும் மொபைலில் இருந்த அந்த மெயிலைத் திறந்தான். “பேசாமல் மிச்சம் வைத்தவை” என்று ஆங்கிலத்தில் தலைப்பிட்டு இருந்தது. தமிழைவிட ஆங்கிலமே அவளுக்குச் சரளமாக வரும். கோபம் கொண்டு திட்டும்போதுகூட உணர்ச்சி மிகுதியில் ஆங்கிலத்திற்கு மாறிவிடுவாள். எப்போதும் எதுவாகிலும் முகத்துக்கு நேராகப் பேசும் குணமுடையவள். ஒவ்வொன்றாகக் கோர்த்துப் பின்னி மெயிலாக அனுப்பியிருக்கிறாள்.

உள்ளங்கையில் சுர்ரென்ற வலி இன்னும் மிச்சமிருந்தது. வலது உள்ளங்கையை ஒருமுறை விரித்து மடக்கிப் பார்த்துக் கொண்டான்.

நித்திலன்,

மிக நீண்ட இடைவெளிக்குப் பிறகு நான் உனக்கு எழுதும் மின்னஞ்சல் இது என்று நினைக்கிறேன். அப்போது முந்நூறு மைல்களுக்கு அப்பால் இருந்தோம். அன்று, அது நமக்கு ஒரு தொலைவாக இருக்கவில்லை. இப்போது ஒரே வீட்டில், ஒரே அறையில், ஒரே கட்டிலில் கிடக்கிறோம். ஆனால், வெகு தொலைவில் இருக்கிறோம் இல்லையா?

இந்த இடைவெளி குறித்துப் பேசவே இக்கடிதம். நேரில் பேசி இருக்கலாம். ஆனால், அது மறுபடியும் ஒரு சண்டையில் போய் முடியும். மனதளவில் இல்லாவிடினும் உடலளவில் உன்னைவிடச் சற்று பலவீனமானவள் நான். எனவேதான், இப்படி!

நேற்று சாயுங்காலம் நீ அலுவலகம் சென்ற பின்பு, ஒரு காபியை எடுத்துக்கொண்டு நம் வீட்டுப் பால்கனியில் அமர்ந்த படி (நம் வீட்டுப் பால்கனி அளவுக்கு எனது தனிமையை அறிந்தவர்கள் யாரும் இருக்க முடியாது) இரையுண்ட மலைப்பாம்பினைப் போல அணிவகுத்து நகரும் வாகனக் கூட்டத்தைப் பார்க்கும்போதுதான் இந்தக் கடிதம் எழுதும் எண்ணம் உதித்தது. எல்லோரும் எத்தனை வேகமாக தங்களின் வீடுகளை நோக்கி ஓடுகிறார்கள்! அவர்களை அப்படி வீட்டோடு கட்டிப்பிணைத்துவைத்துள்ளது எது? தன் குடும்பத்தின் மீதிருக்கும் அன்பும் பாசமுமா? இருக்காது. அலுவலகத்தின் அழுத்தத்தில் அடைபட்டிருக்கும் தன் சுயத்தை மீட்டெடுக்கும் ஒரு இடமாகவே அவர்களுக்கு வீடு இருக்கிறது. அலுவலகத்தில் வைக்கப்படும் அடிநெருப்புக்கு விசிலாக எம்பி எம்பிக் குதிப்பதற்கு வீடொன்று தேவைப்படுகிறது. அலுவலக எலிகளெல்லாம் வீட்டில் புலிகளாவது அப்படித்தானே!

ஒருவேளை, நாம் திருமணம் செய்துகொள்ளாமல் நண்பர்களாக மட்டுமே இருந்திருந்தால் மிக நல்ல நண்பர்களாக இருந்திருப்போம் என்று எனக்கு இப்போது தோன்றுகிறது. என்ன செய்ய? காலம் கடந்த ஞானம்தான். அன்றாட வாழ்வின் அழுத்தமும், குடும்ப அமைப்பும், எதிர்பார்ப்புகளும் அதனால், விளையும் ஏமாற்றங்களும் எல்லாவற்றுக்கும் மேலாக துளைத்துக்கொண்டு எழுந்துவரும் அவரவரின் சுயமும் நமது திருமண வாழ்வை நீர்த்துப்போகச் செய்துவிட்டதோ என்று தோன்றுகிறது எனக்கு.

நாம் அணிந்துகொண்டிருக்கும் முகத்திரைகளை ஒவ்வொன்றாய் இந்தக் காலம் கருணையின்றி கிழித்தெறிகிறது இல்லையா? ஒருவரையொருவர் மாறி மாறி குத்திக் கீறிக் குதறும் உச்சபட்ச வன்மமும் உள்ளூறையும் கோபமும் தகிக்கும் உறவுகளில் கணவன் மனைவி உறவே முதலில் நிற்கிறதோ? இல்லை இது இந்தத் தலைமுறையினரின் சாபமா?

என் அப்பா, ஒரே ஒரு நாள், ஒருவேளை சாப்பிடாமல் அலுவலகம் சென்றால்கூட என் அம்மா புலம்பியே தீர்த்து விடுவாள். அவளுக்கு மனது ஆறவே ஆறாது. நேற்றைய சண்டைக்குப் பிந்திய இரவு நாம் இருவரும் சாப்பிடவில்லை. மறுநாள் காலையிலாவது நீ ஏதேனும் சாப்பிட்டாயா என்ற அக்கறை ஏதும் எனக்கில்லை. உனக்கும்கூட அப்படித்தான் என்றே நினைக்கிறேன். இப்படியான சின்னச் சின்ன கரிசனம்கூட எழ இடம் தராத இறுக்கம் இருவருக்குள் எப்படி வந்துசேர்ந்தது? திருமணத்துக்கு முன்பு உன்னைப்

பார்க்கவென்றே நான் சென்னைக்கு வந்த அந்த இரவில் பெங்களூருவுக்கு பஸ் ஏற்றிவிட்டு, மறுநாள் வீடுபோய்ச் சேரும்வரை எத்தனையெத்தனை குறுஞ்செய்திகள் அனுப்பி யிருக்கிறாய் தெரியுமா? அதையெல்லாம் அப்படியே மெயிலில் சேமித்துவைத்திருக்கிறேன். அது பொய்யில்லை. உண்மையான அக்கறையும் அன்பும் வெளிப்பட்ட தருணங்கள் அவை. எங்கே போயிற்று அத்தனை அன்பும் கரிசனமும்?

முன்பொரு நாள், எங்காவது நல்லமைதி சூழ்ந்திருக்கும் உணவகம் சென்று இரவுணவு சாப்பிடலாமா என்று உன்னிடம் நான் கேட்டேன். புதிய இடமும், குளிர்ந்த இரவும், சுவையான உணவும் மனம்விட்டுப் பேசத் துணையாக இருக்கும் என்று திடமாக நம்பினேன். நீ, போகலாம் அல்லது வேண்டாம் என்று சொல்லியிருக்கலாம். ஆனால், "சமைக்கச் சோம்பேறித்தனமா?" என்று கேட்டாய்.

இது உன் குற்றம் அல்ல. உன் வீடு உன்னை அப்படி வளர்த்திருக்கிறது. தான் பிணைக்கப்பட்டிருக்கும் அடிமைச் சங்கிலி குறித்த பிரக்ஞைகூட சிறிதும் இல்லாதவள் உன் அம்மா. உனக்கும், உன் வீட்டில் உள்ளவர்களுக்கும் பணி செய்து கிடக்கவே பிறப்பெடுத்ததைப் போல் உழைத்துக் கொண்டிருப்பவள். போனமுறை உங்கள் ஊர்த் திருவிழாவுக்கு நாம் சென்றிருந்தபோது, வீட்டில் இருந்த அனைவருக்கும் உண்பதற்குக் கறியும் சோறும் இனிப்பும் காரமும் என்று புதிது புதிதாய் செய்து போட்டவள் கடைசியாக காலையில் மிச்சம் இருந்த சாதத்தில் பிரிட்ஜிலிருந்து எடுத்த பழைய சட்னியைக் கரைத்துச் சாப்பிட்டுக்கொண்டிருந்தாள். அப்போது நீயும், உன் அப்பாவும் கறியும் சோறும் தின்றுவிட்டு முற்றத்தில் அமர்ந்து பல் குத்திக்கொண்டிருந்தீர்கள்.

நம் இருவருக்குமிடையே நடந்த ஒரு மாத கால வாட்ஸப் உரையாடல்களை எடுத்துப் பார்த்துக் கொண்டிருந்தேன்.

❍

ஈ.பி. பில் கட்டிவிட முடியுமா?

பாஸ்வேர்ட் உனக்குத் தெரியும் தானே?

கட்டிவிட்டேன். போன தடவையை விட அதிகம்.

வெயிலின் பொருட்டு இருக்கலாம்.

❍

என் அப்பாவுக்குக் காய்ச்சலாம். நேரம் இருந்தால்

ஒரு போன் செய்து விசாரி.
ஓ, சரி. பார்க்கிறேன்.

○

இரவு உணவுக்கு என்ன செய்யட்டும்?
சப்பாத்தியோ தோசையோ.
எதுவாகிலும் சரி.

○

வரும்போது பழங்கள் வாங்கிவரவும்.

○

1. முட்டைகள்
2. வாழைப்பழங்கள்
3. செக்கு நல்லெண்ணெய்
4. தோசை மாவு பாக்கெட்
சரி.

○

என் சாக்ஸ்களைத் துவைத்துவை.
துவைத்தாகிவிட்டது.
நன்றி.

○

இன்று அமெரிக்காவில் விடுமுறை.
இரவுக்காட்சி படத்துக்குப் போகலாமா?
நாளைக்குள் ரிப்போர்ட் ஒன்று
முடிக்க வேண்டும்
நண்பர்களுடன் படத்துக்குப்
போகிறேன். சாப்பிட்டு
வந்துவிடுவேன்
ம்ம்ம். சரி

○

நட்சத்திரவாசிகள்

*அலுவலக வேலையாக நுங்கம்பாக்கம்
வரை செல்கிறேன். நீ அலுவலகம் கிளம்பும்
முன் வந்துவிடுவேன்.*

டீ போட்டு ப்ளாஸ்கில் வைத்திருக்கிறேன்.

டீயை எடுத்துக்கொண்டேன்.

நன்றி.

◯

*வேலை கொஞ்சம் அதிகம் இன்று. வெளியே
வாங்கிக்கொள்ளலாமா?*

*நான் இங்கே நண்பன் ஒருவனின்
விருந்துக்கு வந்திருக்கிறேன்.*

*நீ உனக்கு
மட்டும் ஆர்டர் செய்துகொள்*

சரி

◯

அம்மா உனக்கு அழைத்திருந்தாளா?

◯

எத்தனை இயந்திரத்தனமான உரையாடல்கள். என் மீதே எனக்கு வெட்கமாக இருக்கிறது. கடைசியாக எப்போது 'லவ் யூ' சொல்லிக்கொண்டோம் என்று நினைவிலிருந்து மறந்துபோகும் அளவுக்கு இருக்கிறது நிலைமை.

காலை எழுந்ததும் காபி – சிற்றுண்டி – பயணம் – அலுவலகம் – பயணம் – அலுப்பு – வீடு. மறு நாளும் இதே சுழற்சி. இப்படியான வாழ்க்கையை வாழ்வதற்கு எதற்குத் திருமணம் செய்துகொள்ள வேண்டும். அந்த வயதுக்கான தேவைகளைத் தீர்த்துக்கொள்ள மட்டும் தானா? அதிலும்கூட பரஸ்பர சந்தோசங்கள் பற்றிய புரிதல் இருவருக்கும் இருக்க வேண்டும் இல்லையா? சில விசயங்களை நான் உண்மையில் இங்கும்கூட பேச விரும்பவில்லை.

சந்தேகங்களும் நம்பிக்கையின்மையும் ஊற்றெடுத்துப் பெருகும் உறவில் புரிதலுக்கு எப்படி இடம் இருக்கும். உனக்கு

ஒன்று தெரியுமா? கல்லூரி முதலாம் ஆண்டிலிருந்து கிட்டத்தட்ட பத்தாண்டுகளுக்கும் மேலாக நான் மொபைல் ஃபோன் உபயோகித்துக்கொண்டிருக்கிறேன். இடைப்பட்ட காலத்தில் ஹாஸ்டல், வீடு, பி.ஜி., தோழியரின் வீடு என்று பல்வேறு இடங்களில் தங்கியிருக்கிறேன். ஆனால், இங்கு வந்த பின்புதான் முதல் முறையாக எனது ஃபோனுக்கு பாஸ்வேர்டுவைத்துக் கொண்டேன்.

என்னுடைய எண்ணங்களுக்கும் கருத்துகளுக்கும் இங்கே என்ன மதிப்பிருக்கிறது என்றே எனக்குப் புரியவில்லை. கண் முன்னே உலவும் உடலுக்கே மதிப்பில்லை என்னும்போது, கண்ணுக்கே தெரியாத மனதுக்கு என்ன மதிப்பு இருந்துவிடப் போகிறது. என்னுடைய மாதவிலக்கு நாட்கள் எப்போதென்று உனக்குத் தெரியுமா? ஒருமுறை நாப்கின் வாங்க முடியுமா என்று கேட்டபோது, 'கடையில் போய் அதை வாங்க எனக்குச் சங்கடமாக இருக்கிறது' என்று கூறி மறுத்திருக்கிறாய். அது உனக்கு ஞாபகம் இருக்கிறதா? அத்தகைய நாட்கள் ஒன்றின் போதாவது நீ ஒரே ஒரு காபி சூடாகப் போட்டுத் தந்திருந்தால் ஒருவேளை இந்தக் கடிதம் எழுதும் நிலையேகூட வராமல்போயிருக்கும்.

நம் இருவருக்குமிடையே மற்றவர்கள் நுழைவதற்கும், நம் முடிவுகளைப் பிறர் தீர்மானிப்பதற்கும் எக்காலத்திலும் அனுமதிக்கக் கூடாது என்பதை நாம் முன்பே முடிவுசெய்திருந்தோம் தானே! அப்படி இருக்கையில் குழந்தை பற்றிய விசயத்தில் உன் அம்மாவுக்கு நீயே தெளிவாக எடுத்துக்கூறியிருக்க வேண்டுமா இல்லையா? ஆனால், நீ அதைச் செய்ய மாட்டாய். ஏனென்றால் உனக்கு 'நோ' சொல்லத் தெரியாது. வராது. திடமாகவும் தீர்க்கமாகவும் அதேநேரத்தில் எதிரே இருப்பவரைப் புண்படுத்தாமலும் 'நோ' சொல்வதென்பது ஒரு கலை. உனக்குச் சுத்தமாக கைவராத கலை அது. யாரையும் எதிர்த்துப் பேசாமல், எங்கும் இல்லை என்று சொல்லாமல் (என்னிடத்தில் தவிர – ஊருக்கு இளைத்தவள் அல்லவா?) எதிரே இருப்பவர்கள் சொல்வதற்கு சரி சரியென்று தலையாட்டும் (இப்போதுகூட அந்தத் தலையாட்டல் என் கண் முன்னே விரிகிறது. கூடவே எரிச்சலும்) பழக்கத்தை எங்கிருந்து கற்றுக்கொண்டாய்?

போகட்டும்.

இங்கிருக்கும்போது எனக்குத் திரும்பத் திரும்ப தேவை யில்லாத நினைவுகளே வந்து வந்து போகின்றன. அவை என்னிடத்தில் என் மேலேயே வெறுப்பைக் கக்குகின்றன. உன்னுடைய ஓங்கிய கை என்னை ஒவ்வொரு நிமிடமும்

அறைந்துகொண்டே இருக்கிறது. இதெல்லாம் பெரிய விசய மில்லை என்று எனக்கு நானே கடந்து வந்துவிட்டதாய் நம்பி யிருந்த விசயங்களெல்லாம் ஒவ்வொன்றாய் கண் முன்னே வந்து மலைபோல அழுத்துகின்றன. எனவே, நான் கொஞ்ச நாட்களுக்கு என் தோழி ரம்யாவுடன் அவளுடைய பி.ஜி–யில் தங்கியிருக்கலாம் என்று முடிவுசெய்திருக்கிறேன்.

இது நிரந்தர முடிவா என்று கேட்டால் இப்போதைக்கு அது பற்றி என்னிடம் பதில் இல்லை.

என்னிடம் இருந்த சாவியைக் கீழே செக்யூரிட்டி அறையில் கொடுத்துவைக்கிறேன். என்னை ஃபோனில் அழைக்க வேண்டாம். வீட்டுக்கு வரும்படி அழைக்கவோ, பேசித் தீர்த்துக்கொள்ள லாம் என்று சமாதானப்படுத்தும் பொருட்டோ எக்காரணம் கொண்டும் தயவுசெய்து நேரில் வர வேண்டாம்.

உனக்கு நன்றாகத் தெரியும் என்னால் அழுத்தமாக 'நோ' சொல்ல முடியும்.

இப்படிக்கு,
மீரா.

இரண்டு மூன்று தடவைகள் திரும்பத் திரும்ப அந்த மெயிலைப் படித்தான். அவனுக்குப் புரிந்ததுபோலவும் புரியாதது போலவும் இருந்தது. தலை பாரமாகி வலித்தது. தலையை அழுத்திப் பிடித்தவாறு கண்களை மூடி சாப்பாட்டு மேசையில் சாய்ந்தான்.

சில நிமிட இடைவெளிகளில் அவனுடைய மொபைல் கிறீச்சிட்டது. இந்த முறை அவன் அலுவலகத்தின் ஹெச். ஆரிடமிருந்து மெயில் வந்திருந்தது.

○

38

மணி மதியம் ஒன்றைத் தொட்டிருந்தது. பசி மெள்ளப் பரவ ஆரம்பித்தது. ஆட்கள் சாப்பாட்டுப் பையைத் தூக்கிக்கொண்டு வருவதும் போவதுமாய் இருந்தனர்.

அந்தத் தளத்தில் மெதுவாகக் குறுக்கும் நெடுக்குமாக ராமசுப்பு நடந்துகொண்டிருந்தார். அந்த மீட்டிங் ரூமுக்கு வெளியில் போடப்பட்டிருந்த நாற்காலியில் எவ்வளவு நேரம்தான் உட்கார்ந் திருப்பது? அப்போதுதான் செக்யூரிட்டி ஆபிஸர் ரத்தினத்திடமிருந்து அழைப்பு வந்தது.

“அண்ணே, ஹெச்.ஆர். ஆபிஸ்லருந்து இப்போ தான் கூப்பிட்டாங்க. முதல்ல ஒருத்தர் வர்றதா இருந்துச்சாம். இப்போ ஏதோ அவசர வேலையாம். அவருக்குப் பதிலா அவரோட ஜூனியர் ஒருத்தரை அனுப்பிவைக்கிறாராம். எப்படியும் வர்றதுக்கு இரண்டு மணிக்கு மேல ஆயிடும். நீங்க போய் சீக்கிரம் சாப்பிட்டு வந்துருங்க. புதுசா வர்றவர்கிட்ட இந்த நம்பரைக் கொடுத்திருக்கோம். அவரே உங்களைக் கூப்பிட்டாலும் கூப்பிடுவார். டிரைவர் ஒருத்தர் தேவைன்னு சொன்னாங்க. டிராவல் டெஸ்க்ல சொல்லியாச்சு. ஹெச்.ஆர் சொன்னதும் நீங்க டிராவல் டெஸ்க்குக்குப் போனீங்கன்னா கையோட ஒருத்தரை அனுப்பிவச்சுடுவாங்க. பார்த்துக்கோங்க”

காலையில் அவசர அவசரமாய்க் கிளம்பி வந்ததால் சாப்பாடு எதையும் கட்டிக்கொண்டு வரவில்லை. வெளியில்தான் போக வேண்டும்.

என்றைக்காவது ஒரு நாள் என்றால் பிரச்சினையில்லை. செக்யூரிட்டி அலுவலகத்தில் சொல்லிவிட்டு வெளியே வந்து கொள்ளலாம். சிறப்புப் பொருளாதார மண்டலத்தைத் தாண்டி மேடவாக்கத்தை நோக்கி இருநூறு மீட்டர் நடந்தால் தள்ளு வண்டியில் மீன் குழம்புச் சாப்பாடு கிடைக்கும். சாப்பாடு கொண்டுவராத நாட்களில் அங்குதான் போவார்.

வெளியே வந்ததும் அந்த இடம் ஒரே களேபரமாக இருப்பதாய்த் தெரிந்தது. நான்கைந்து போலீஸ்காரர்கள் நின்று கொண்டிருந்தனர். டிராபிக் போலீஸ்காரர்கள் இருவரும் இருந்தனர். ஏதாவது விபத்தோ என்று சாலையை எட்டிப் பார்த்தார். ஜே.சி.பி ஒன்றும், போலீஸ் வாகனம் ஒன்றும் சாலையின் ஒரு பாதியை மறைத்து நின்றுகொண்டிருந்தது. மதிய நேரம் என்பதால் போக்குவரத்து அதிகமிருக்கவில்லை.

ராமசுப்பு அங்கே நின்றுகொண்டிருந்த ஆட்டோக்காரர் ஒருவரிடம் சென்று என்ன விசயமென்று விசாரிக்க ஆரம்பித்தார்.

❍

தளர்ந்து தொங்கிய தூய்மையான வெள்ளை நிற ஆடை அவரது உடலை நிறைத்துக் கால்களைத் தழுவி, மண்ணிலும் கொஞ்சம் பட்டுப் படர்ந்திருக்கிறது. அதற்கு மேலே பெரிய சிவப்பு நிற துண்டொன்றை இடப்பக்கமாய்ச் சுற்றியிருக்கிறார். நெஞ்சோடு சேர்த்தணைத்துப் பிடித்திருந்த ஆட்டுக்குட்டி அவரது இடதுகைச் சுட்டுவிரலைத் தன் நாவால் மெதுவாக வாஞ்சையுடன் நக்குகிறது. நெகிழ்வும் நிறைவும் தந்த அந்தச் சுவரோவியத்தில் ஸ்டீபன் தோய்ந்துகொண்டிருந்தபோது பின்னால் இருந்தவன் அடித்த ஹாரன் சத்தத்தில்தான் சுதாரித்தான். முன்னால் பத்தடிக்கு மேல் வண்டிகள் நகர்ந்துவிட்டிருந்தன. சிக்னல் சிவப்பிலிருந்து பச்சைக்கு மாறியிருந்தது. நியூட்ரலிலிருந்து முதல் கியருக்கு மாற்றி முன்னகர்ந்தான்.

முந்தைய நாள், அந்த ஆண்டுக்கான அப்ரைஸல்கள் அத்தனையையும் முடித்துக்கொடுத்துவிட்டு வெளியே கிளம்பும் போது மணி இரவு ஒன்று. இன்று காலையில் அனைவருக்கும் வெளியாகியிருக்கும். அதனால், இன்று மெதுவாக மதியத்துக்கு மேல் வந்தால் போதுமானது என்று அவன் டீமில் சொல்லிவிட்டார்கள்.

வெயிலும் இல்லாமல் மழையும் இல்லாமல் வெப்பநிலை இதமாக இருந்தது. நேற்று இரவு அப்படியொன்றும் பிரமாதமான மழை இல்லை. ஆனால், அதற்கே சாலையில் நீர் தேங்கி, வாகனங்கள் வரிசைகட்டி நின்றன. எஃப் எம் மில்

ஓடிக்கொண்டிருந்த பாடலை இடை நிறுத்தி ப்ளூடூத் வழியாக அவனுடைய பாஸ் இணைப்பில் வந்தார்.

“ஸ்டீபன், குத்தே அஹே(ஸ்) து?”

அவனுக்கும் மராத்தி தெரியும் என்பதால் அவனிடம் மட்டும் தனிப்பட்ட அழைப்புகளில் மராத்தியில்தான் பேசுவார். அவருக்குச் சொந்த ஊர் புனே. ஸ்டீபனுடைய அப்பா ‘ஸ்டேட் பாங்க் ஆஃப் இந்தியா’வில் மேனேஜராக இருந்தவர். கல்லூரிக்காலம்வரையில் வட இந்தியா முழுவதும் மூன்றாண்டுகளுக்கு ஒருமுறை ஊர் ஊராகச் சுற்றிக்கொண் டிருந்தார்கள். அப்போது நாசிக்கில் மட்டுமே நான்கு வருடங் களுக்கு மேல் தங்கல். அதனால், தந்தை மொழியான தமிழுடன், தாய்மொழியான சிந்தியும், கூடவே இந்தியும், மராத்தியும் அவனுக்கு அத்துப்படி. ஆங்கிலம் தவிர மற்ற எல்லாமே அரைகுறை என்பது வேறு விசயம்.

“இப்போதான் பாஸ், திருவான்மியூர் சிக்னல். இங்க மழை பெய்யுற மாதிரி இருக்கு. இன்னும் ஆபிஸ் வந்து சேர எப்படியும் அரைமணி நேரமாவது ஆகும்”

“ஒண்ணும் பிரச்சனையில்லை. மெதுவா வா. நான் இப்போ ஒரு ரிவியூ மீட்டிங் போய்ட்டு இருக்கேன். நடுவுல ஒரு சின்ன வேல வந்துருக்கு. ஒரு ‘பிங்க் ஹேண்ட்ஷேக்‘. இந்த முறை கொஞ்சம் பெரிய தல. மீட்டிங் இருக்கிறதால என்னால ஹாண்டில் பண்ண முடியாது. நீதான் பாத்துக்கணும் மை பாய்”

அவனது “ஓ.கே பாஸ்”களுக்கிடையே அவரே தொடர்ந்தார், “உனக்குத் தெரியுமே. வேணுகோபால் சர்மா சீனியர் ப்ராஜெக்ட் மானேஜர். மற்ற எல்லா விவரங்களையும் உனக்கு டீட்டெய்ட்ல்டா மெயில்ல அனுப்பிருக்கேன். மேல ஒரு மீட்டிங் ரூம் புக் பண்ணியிருக்கேன். அதையும் உனக்கு ஃபார்வர்டு பண்றேன். செக்யூரிட்டி ஆபிஸ்லேயும் பேசிருக்கேன். அவுங்க நம்பரும் உனக்கு அனுப்பிவைக்கிறேன். மத்த ஃபார்மால்ட்டிஸ் உனக்குத் தெரியும்ல? பார்த்துட்டு கொஞ்சம் தயாரா போ. தைரியமா பண்ணு. சீனியர் எம்பளாயிங்கிறதால கொஞ்சம் அக்ரஸிவா பிகேவ் பண்ணவும் வாய்ப்பிருக்கு. போல்டா ஹாண்டில் பண்ணு. ஆல் தி பெஸ்ட். ஏதும் பிரச்சனைனா பிங் பண்ணாத மெயில் பண்ணு. நானே கால் பண்றேன்”

நாட்டின் புகழ்பெற்ற மேனேஜ்மன்ட் கல்லூரியில் மனித வளத் துறையில் பட்டம் பெற்றவன். வலது கையில் பட்டத்தை வாங்கும் முன்பே இடது கையில் வேலையைத் தந்துவிட்டார்கள். ஆறிலக்கச் சம்பளம் வாங்க ஆரம்பித்து ஐந்து மாதங்கள்

ஆகிவிட்டன. முதலில் ஐ.டி. கம்பெனியில் ஹெச்.ஆராகச் சேர்வது குறித்து அவனுக்குக் கொஞ்சம் தயக்கமிருந்தது. ஆனால், இங்கிருக்கும் சவால்கள் பிடித்திருக்கிறன. அவை ஒவ்வொரு நாளையும் சுவாரஸ்யப்படுத்துகிறன. ஒரு நாளைப் போன்று மறுநாள் இல்லை. இந்த நிச்சயமற்ற தன்மைதான் அவனைப் பிடித்து நிறுத்தியிருக்கிறது.

இதற்கு முன் ஹேமந்த் இத்தனை அழுத்தம் கொடுத்து எந்த வேலையையும் கொடுத்ததில்லை. ஏற்கெனவே அன்றைக்கான வேலைகள் குவிந்திருந்தபோதும், அத்தனை பேரையும் விட்டு விட்டு தேர்ந்தெடுத்து தன்னிடம் வேலை சொல்லும் பாஸிடம் எப்படி 'நோ' சொல்லுவது? அதுவும் அவர் போக வேண்டிய இடத்தில் ஸ்டீபனை நிறுத்துகிறார்.

அலுவலகம் வந்து லேப்டாப்பைத் திறந்தான். ஹேமந்த் கூறியபடியே தெள்ளத் தெளிவாக ஒரு மெயில் அனுப்பியிருந்தார். அதில் அந்த வேணுவைப் பற்றிய குறிப்பொன்றும் மற்ற புள்ளி விவரங்களும் இருந்தன.

வேணு கடந்த பதினைந்து வருடங்களாக இந்த நிறுவனத்தில் இருக்கிறார். இதுவே அவரது முதல் நிறுவனமும்கூட. கோவையில் புகழ்பெற்ற ஓ.எஸ்.ஜி. பொறியியல் படித்தவர். 'கோபாலு'ம், 'சி'யும் ஐ.டி. உலகை ஆக்கிரமித்துக்கொண்டிருந்த காலத்தில் வளாகத் தேர்வின் வழியே உள்ளே வந்தவர். உலகையே உலுக்கிய Y2K பிரச்சினை, 2008ஆம் ஆண்டு வந்த பொருளாதாரச் சரிவு போன்ற கடுமையான காலகட்டங்களையெல்லாம் வெற்றிகரமாகக் கடந்துவந்திருக்கிறார்.

அவர் இங்கே 'கோட்' அடித்துக்கொண்டிருந்த நேரத்தில் ஸ்டீபன் தன்னுடைய ஏழாம் வகுப்பு கணிதச் சமன்பாடுகளைத் தீர்க்கவியலாமல் விழித்துக்கொண்டிருந்திருப்பான். அவர் உள்ளே வந்த காலத்தில் இருந்த Y2K பிரச்சினையை வெகு சாமர்த்தியமாகத் தீர்த்து வைத்த குழுவில் இருந்தவர். அன்றிலிருந்து அவருக்கு இங்கு ஏறுமுகமே. நடுவில் மூன்று வருடங்கள் அமெரிக்காவிலும், ஒரு வருடம் டோக்கியாவிலும் கம்பெனியின் கிளைகளில் வேலைபார்த்துள்ளார்.

வேணுவுக்கு 'கேரியர் டிஸ்கஸன்' என்று தலைப்பிட்டு தன்னை நேரில் வந்து சந்திக்கும்படி மீட்டிங் ரூம் பற்றிய தகவல்களையும் தனது அலைபேசி எண்ணையும் குறிப்பிட்டு ஒரு மின்னஞ்சல் அனுப்பினான். அதை டைப் செய்யும்போது அவனையறியாமல் அவனது விரல்கள் மெல்ல நடுங்கின. கொண்டு

வந்திருந்த தண்ணீர் பாட்டிலை எடுத்துக் குடித்துக்கொண்டான். ஒரு முறை மூச்சை இழுத்துப்பிடித்து வெளியிட்டான்.

ஹேமந்த் அனுப்பியிருந்த செக்யூரிட்டி நம்பருக்கு அழைத்தான்.

நித்திலனால் வந்திருந்த மெயிலை நம்பவே முடியவில்லை. திரும்பத் திரும்ப திறப்பதும் வரி வரியாக வாசிப்பதுமாய் இருந்தான். அது மனித வளத்துறையிடமிருந்து வந்த அந்த வருடத்துக்கான அப்ரைஸல் மெயில்.

அவனுக்குப் பதவி உயர்வு வந்திருந்தது. இந்த முறை கிடைக்கவே கிடைக்காது என்றுதான் நம்பிக்கொண்டிருந்தான். ஆனால், டீம் லீடாகப் பதவி உயர்வு வந்திருந்தது. அதோடு அதுவரையில்லாத அளவுக்கு சம்பள உயர்வும் தரப்பட்டிருந்தது. பதவி உயரும்போது சம்பளமும் உயரும்தான். ஆனால், இது நித்திலனே எதிர்பாராதது.

ஒரு மெயில் வந்து மொத்த நம்பிக்கையையும் சிதைத்துப் போயிருந்த அடுத்த நாளே இன்னொரு மெயில் வந்து புதிய வெளிச்சத்தைக் காட்டியிருக்கிறது. ஒன்று வெளியேற ஒன்றுவந்து அமர்ந்துகொள்கிறது. சட்டென்று சாஜூவின் ஞாபகம் வந்தது.

உடனே அம்மாவுக்கு அழைத்து தகவல் சொல்லலாம் என்று நினைத்தான். தெரிந்தால் மிகவும் சந்தோசப்படுவாள். தான் போட்ட நேர்த்திக்கடன் ஒன்றுதான் எல்லாவற்றுக்கும் காரணம் என்று மருகுவாள். ஆனால், அவள் அடுத்த கேள்வியாக "மீரா, என்ன செய்துகொண்டிருக்கிறாள்?" என்று கேட்பாள். அதற்குப் பதில் சொல்ல முடியாது. எனவே, வீட்டில் யாருக்கும் அழைக்கவில்லை.

இந்த நேரத்தில் மீரா இருந்திருந்தால் நன்றாக இருந்திருக்கும் என்று தோன்றியது. இது போன்ற சந்தோசமான தருணம் எல்லாவற்றையும் இளக்கிவிடும். இங்கிருந்திருந்தால் எப்படி யாவது அவளைச் சமாதானப்படுத்தியிருக்கலாம். இதைக் கொண்டாட ஒரு நாள் விடுப்பு போட்டு அவளோடு எங்காவது சென்றுவந்திருக்கலாம். மீரா இல்லாததன் வெறுமையை அந்த வீடு எதிரொலிக்க ஆரம்பித்தது. வருத்தமும் மகிழ்ச்சியுமாய் இருந்த ஒருவிதக் குழப்பமான மனநிலை அவனைத் தத்தளிக்கச் செய்தது.

அவ்னால் வீட்டில் இருக்க முடியவில்லை. வெளியே கிளம்பி எங்காவது போய் வரலாம் என்றால் எல்லோரும்

அலுவலகத்தில் இருப்பார்கள். பேசாமல் அலுவலகத்துக்கே கிளம்பிப் போய்விடலாம். அங்காவது நான்கு பேரைப் பார்த்துப் பேசினால் மனதுக்கு இதமாக இருக்கும். அவனை அந்த வீடும் தனிமையும் கலங்கடித்தது. இன்னும் கொஞ்ச நாட்களுக்கு சாஜூ இருப்பார். அப்படியே வேணுவையும் பார்த்து அவரிடமும் இந்தத் தகவலைக் கூறி நன்றி சொல்லிவிட்டு வருவதே முறையாக இருக்கும் என்று தோன்றியது. வேணுதான் போராடியிருப்பார். அவர் எடுத்துக் கூறாமல் இது சாத்தியமாயிருக்காது.

தான் பதவி உயர்வு வேண்டும் என்று கேட்டபோது தன் அத்தனை தகுதிகளையும் மீறி மறுத்ததற்கு நூறு காரணங்கள் இருந்ததுபோலவே இப்போது வழங்கப்பட்டதுக்கும் அதற்கான சகல நியாயங்களையும் தாண்டி இன்னும் ஆயிரம் காரணங்கள் இருக்கக்கூடும். இதை இத்தனை வருட அனுபவத்தில் நித்திலனும் தெரிந்துவைத்திருந்தான்.

மதியத்துக்கு ஸ்விகியில் ஆர்டர் செய்தான். உற்சாகமும் கசப்பும் ஒருசேர இருந்த குழப்பமான மன நிலையில் பெரிதாகப் பசி தெரியவில்லை. இரவு ஷிஃப்ட்டுக்கு வந்ததிலிருந்து மனமும் உடலும் அதன் இயல்பான ஓட்டத்தில் இல்லை. எப்போதும் ஏதோ ஒருவிதமான சோர்வு வந்து அப்பிக்கொண்டிருந்தது.

சற்று நேரத்தில் ஸ்விகியில் ஆர்டர் செய்த உணவு வந்தது. தொண்ணூறு ரூபாய் மீல்ஸ் போக மீதமிருந்த பத்து ரூபாயை டெலிவரி செய்ய வந்த பையனிடம் அவனையே வைத்துக்கொள்ளும்படி சொன்னபோதுதான் அவன் முகத்தைக் கவனித்தான். இதற்கு முன்பு எங்கோ அவனைப் பார்த்த நினைவாக இருந்தது. சட்டென்று நினைவுக்குக் கொண்டுவர முடியவில்லை. நித்திலனைப் பார்க்கும்போது எதிரிலிருந்தவன் முகத்திலும் சிறு சலனம் ஏற்பட்டதையும் அவன் கவனித்தான். ஆனாலும் அடுத்த டெலிவரிக்கான பரபரப்பு அதற்கு மேல் இடம் கொடுக்கவில்லை. ஆனாலும், எங்கே என்று நினைவுக்கு வரவில்லை. தன் ஊரில் பார்த்த ஏதோ ஒரு முகத்தை நினைவு படுத்துவதுபோல் இருந்தது. பள்ளியிலோ கல்லூரியிலோ எங்கோ நெருங்கிப் பழகிய முகம்.

அலுவலகம் அமைந்திருக்கும் சிறப்புப் பொருளாதார மண்டலத்தின் உள்ளே நுழையும் வாயிலில் கூட்டமாக இருந்தது. ஜே.சி.பி–யின் துணையுடன் அங்கிருந்த கடைகளை அப்புறப்படுத்திக்கொண்டிருந்தனர். அது புறம்போக்கு இடம்தான். ஆனால், அவர்கள் கடையை காலி செய்வதற்குக்கூட நேரம் தரவில்லை என்பதாகத் தெரிந்தது. ஒரு பெரிய டைனசர்போல

ஜே.சி.பி எந்திரம் அந்தக் கடையை அடித்து நொறுக்கியது. அப்போது, அதனுள் வைக்கப்பட்டிருந்த கண்ணாடி பாட்டில்கள் உடைபட்டுச் சிதறின. அதற்கு நடுவில் நகப்பூச்சுப் புட்டி ஒன்று சுவரில் மோதி உடையும் 'ச்சில்' என்ற சப்தம் அவன் காதுகளில் மட்டும் ஒலித்தது.

அப்போதுதான் அதைக் கவனித்தான். மணி, முதுகை முன்னால் தாழ்த்தி, தன் மார்புக்குக் குறுக்கே கைகளைக் கட்டியபடி அங்கிருந்த போலீஸ்காரர் ஒருவர் சொல்வதற்குத் தலையை தலையை ஆட்டிக்கொண்டிருந்தான்.

பைக் பார்க்கிங்கில் உள்ளே நுழையும்போது மறுபடியும் ஸ்விகியிலிருந்து உணவு கொண்டுவந்து கொடுத்தவனை நினைவில் கொண்டுவர முயன்றான். நினைவுச்சரட்டின் முடிச்சுகளை அவிழ்ப்பதற்கான கண்ணி கடைசிவரை கிடைக்கவில்லை.

○

39

ஸ்டீபன் மீட்டிங் ரூமுக்குள் செல்லும்போதே ராமசுப்புவிடம் செய்ய வேண்டிய வேலைகள் குறித்து ஒவ்வொன்றாக எடுத்துக்கூறினான். அவரிடம் அத்தனை விசயங்களையும் சொல்லி விட முடியாது. அதேநேரத்தில் அவர் பொறுப்பாக இருந்து செயல்பட வேண்டும் என்ற பதற்றம் அவனிடம் இருந்தது. தன்னை நம்பி ஒப்படைக்கப் பட்டுள்ள பெரிய பொறுப்பு. இதில் தொடர்புள்ள யார் சொதப்பினாலும் சரியாக வராது. எனவே, கவனமாக இருந்தான். அதே நேரத்தில் பதற்றத் தையோ பயத்தையோ துளியும் வெளிப்படுத்திக் கொள்ளக் கூடாது என்பதிலும் தெளிவாக இருந்தான். ராமசுப்புவைப் பார்த்துப் பேசியதும் கொஞ்சம் நம்பிக்கையாக இருந்தது.

பத்து நிமிடங்கள் கழித்து, மிகச் சரியாக சந்திப்பு நிர்ணயிக்கப்பட்டிருந்த நேரத்துக்கு இரண்டு நிமிடங்களுக்கு முன்னர் அவனிருந்த அறையில் கண்ணாடிக் கதவு இருமுறை தட்டப்பட்டது. கதவு, திடமாக அதேநேரத்தில் அதிக சத்தத்தை எழுப்பாத வகையில் தட்டப்பட்டது.

“ப்ளீஸ் கம் இன்” என்றவுடன் கதவைத் திறந்து வேணு உள்ளே வந்தார். வெள்ளிக்கிழமைகளில் ஜீன்ஸூம், டிசர்ட்டும் அணிய அனுமதி உண்டு. ஆனாலும் அவர் வெளிர் நீலநிற சட்டை, கச்சித மாகத் தேய்த்து அணிந்திருந்த பான்ட் என்று வெகு நேர்த்தியாக வந்திருந்தார்.

"ப்ளீஸ் உட்காருங்க வேணுகோபால். நான் ஸ்டீபன். ஸ்டீபன் ஜக்காரியா. ஹேமந்த் டீம்."

"ஓ, உங்களைச் சந்தித்ததில் மகிழ்ச்சி. ஏதோ கரியர் டிஸ்கஸன் என்று மெயில் அனுப்பியிருந்தீர்கள். டீம் அப்ரைசல் பத்தியோ பதவி உயர்வு சம்பந்தமாகவோ இருந்தால் அதைப் பற்றி வரும் திங்கள் மாலையில் விவாதிக்கலாமா? திங்கள் காலை முக்கியமான 'கஷ்டமர் டெமோ' ஒன்று இருக்கிறது. மொத்த டீமும் அதற்காகத் தீவிரமாகத் தயாராகிக்கொண்டிருக்கிறோம். நான் இப்போது அங்கு இல்லை என்றால் அவ்வளவு நன்றாக இருக்காது" என்று உட்காரக்கூட செய்யாமல் பரபரத்துக்கொண்டிருந்தார். மெல்லிய புன்னகை பூத்த முகம் அவருக்கு இருந்தது.

"மிஸ்டர் வேணுகோபால். இல்லை. அதுக்கு அவசியம் இருக்காது. கவலை வேண்டாம் விடுங்கள். தயவுசெய்து கொஞ்சம் உட்காருங்கள்"

"ப் பு... புரியவில்லை நீங்கள் சொல்லவருவது" எதிரே இருந்த நாற்காலியை இழுத்துப்போட்டு அமர்ந்தார்.

"சத்தியமூர்த்தியின் கீழ் இருக்கும் அந்த அமெரிக்க வங்கிக்கான புரப்போஸலுக்காகத் தானே தயாராகிக்கொண்டிருக்கிறீர்கள். அதனால்தான் சொன்னேன். இப்போது அது தேவையில்லை என்று"

"ஏன் என்று கொஞ்சம் தெளிவாகக் கூற முடியுமா?" அவர் பதற்றமானார்.

இதுபோன்ற உரையாடல்களின்போது எதிரே இருப்பவர்களை முதலில் பதற்றமடையச் செய்ய வேண்டும். அவர்களின் உறுதியைக் குலைக்க வேண்டும். நம்பிக்கையையும் திடத்தையும் அடித்து நொறுக்க வேண்டும். அவர்கள் தங்களின் உணர்ச்சிகளை மொத்தமாக வடியச்செய்வதற்கான அத்தனை சந்தர்ப்பங்களையும் தர வேண்டும். கடைசியாக நாம் சொல்ல வேண்டிய விசயத்தைச் சொல்ல வேண்டும். அப்போது பெரிய எதிர்ப்போ, நாடகீயத் தருணங்களோ இருக்காது. இது இவர்கள் தொழிலின் பால பாடம். அதுவும் எதிரே இருப்பவர் மிகவும் அர்ப்பணிப்புள்ள நபராகத் தெரிகிறார். இத்தகைய நபர்கள் எளிதில் இந்த வலையில் வந்து விழுவார்கள் என்பது ஸ்டீபனுக்குத் தெரியும்.

இத்தகைய தருணங்களில் ஸ்டீபனின் கண்களில் ஒரு தேர்ந்த வேடனின் கண்களுக்கு இணையான கூர்மை கூடிவிடும்.

"ம்ம், அந்த புரப்போஸல் இப்போது நம்முடைய போட்டி யாளர் ஒருவரின் கைகளுக்குள் சென்றுவிட்டது. இரண்டு

நாட்களுக்கு முன்னர்தான் உறுதியான தகவல் கிடைத்தது" இதைச் சொல்லும்போது லேசாக உதட்டைப் பிதுக்கி, மெதுவாகத் தோள்களைக் குலுக்கிக்கொண்டான்.

"இல்லை, அதற்கு வாய்ப்பே இல்லை. அடுத்த திங்கள்கிழமை அதன் பொருட்டுத்தான் ஒரு டெமோ வைத்துள்ளோம். அதற்காக இரவு பகலாக உழைத்துக்கொண்டுள்ளோம். அப்படியிருக்கையில் எப்படி அது அடுத்தவர் கைக்குப் போகும்?"

"போகும் வேணுகோபால் சார். இப்போ கையில இருக்கிற ப்ராஜெக்ட்டே போகும்போது புதுசா வரப்போற ப்ராஜெக்ட் ஏன் போகாது? சொல்லுங்க"

"என்னாச்சு, இப்போ இருக்கிற ப்ராஜெக்ட்ன்னா என்ன ப்ராஜெக்ட் ?"

"உங்க ப்ராஜெக்ட்தான். நீங்கள் பார்த்துக்கொண்டிருந்த அமெரிக்க வங்கியினுடைய பரஸ்பர நிதிப் பிரிவு முழுவதும் நம் கையைவிட்டுப் போய்விட்டது. இப்போது எங்களுடைய பயமே ஒருவேளை இது மற்ற பிரிவுகளுக்கும் பரவுமானால் அடுத்த இரண்டு மாதங்களில் கிட்டத்தட்ட அறுநூறு பேருக்கு வேலையில்லாமல் பெஞ்சுக்கு¹ வந்துவிடுவார்கள். அத்தனை பேரையும் உள்வாங்கிக்கொள்ளும் அளவுக்கு வேறு பெரிய ப்ராஜெக்ட் எதுவும் நம்மிடம் இல்லை. இது நம் நிறுவனத்தின் அடுத்த காலாண்டு முடிவுகளையே பாதிக்கக்கூடும். அதன் விளைவுகள் எங்கெங்கெல்லாம் எதிரொலிக்கும் என்று சொல்ல முடியாது."

ஸ்டீபன், வேணுவினுடைய ப்ராஜெக்ட் நம்முடைய கைகளைவிட்டுப் போய்விட்டது என்று சொன்னதற்குப் பிறகு பேசிய விசயங்கள் எதுவுமே அவர் காதில் விழவில்லை.

இதில் எங்கு தவறு ஏற்பட்டது? சமீபத்தில் அவரது ப்ராஜெக்ட்டில் நடந்த முக்கிய மாறுதல்கள் என்னென்ன என்பது குறித்து கேள்விகளை ஸ்டீபன் முன்வைத்தான்.

வேணு அந்த வங்கியின் பரஸ்பர நிதிப் பிரிவின் ஐடி சேவையைப் பத்து வருடங்களுக்கு முன்னர் தான் தனியாளாக நின்று வாங்கியதிலிருந்து, கொஞ்சம் கொஞ்சமாக அதை வளர்த்தெடுத்து தற்போது இப்போதிருக்கும் நிலைக்கு உயர்த்தியது வரையிலான கதையைச் சொல்ல ஆரம்பித்தார். ஒவ்வொரு

---

1. பெஞ்சு (*Bench*): மென்பொருள் நிறுவனங்களில் எந்த ஒரு ப்ராஜெக்ட்டிலும் இல்லாமல் வேலையில்லாமல் இருக்கும் நிலை.

விசயத்திலும் தான் ஆற்றிய பங்கு என்ன, அதற்காக எவ்வளவு உழைத்திருக்கிறேன் என்பதைக் கூற அவர் மறக்கவில்லை. சமீபத்தில் நடந்த சிறு சிறு பிரச்சினைகள்வரை அத்தனையும் சொல்லி முடித்தபோது கிட்டத்தட்ட ஒரு மணி நேரம் கடந்திருந்தது.

ஸ்டீபன் எதையுமே தடைசெய்யவில்லை. முக்கியமான தகவல்களை தன்னுடைய லேப்டாப்பில் குறிப்பு மட்டும் எடுத்துக்கொண்டான். அவ்வப்போது அவன் கேட்ட சில கேள்விகள்கூட அவரை மேலும் உணர்ச்சிகரமாகப் பேசத் தூண்டியது.

அங்கே வைக்கப்பட்டிருந்த தண்ணீர் பாட்டிலை எடுத்து அதன் மூடியைத் திறந்து அவருக்குக் கொடுத்தான்.

"உங்களுடைய அடுத்த இலக்கு என்ன? அடுத்த சில வருடங் களில் இங்கிருந்து உங்களை எங்கே பார்க்க விரும்புகிறீர்கள்?"

வேணு கொஞ்சம் நம்பிக்கையுடன் மறுபடியும் தன்னுடைய குறுகிய கால, நீண்ட கால லட்சியங்கள் என்று ஒவ்வொன்றாக எடுத்து முன்வைத்தார்.

அவருடைய நம்பிக்கையும் திட்டமும் ஸ்டீபனை சற்று ஆச்சரியப்படுத்தினாலும், அதைத் துளியும் வெளிக்காட்டிக் கொள்ளாத தட்டையான முகபாவத்தை வரித்துக்கொண்டான்.

"எல்லாம் சரி, இப்போ இந்த ப்ராஜெக்ட் நம் கையைவிட்டுப் போய்விட்ட நிலையில் இந்த இலக்குகளை எப்படி அடைய முடியும் என்று நினைக்கிறீர்கள்?"

வேணு சற்றுத் தடுமாறினார். இருந்தாலும் சுதாரித்துக் கொண்டு, "இது இல்லையென்றால் என்ன? எத்தனையோ ப்ராஜெக்ட்டுகள் உள்ளன. இதே அமெரிக்க நிறுவனத்தின் மற்ற பிரிவுகள் உள்ளன இல்லையா?" என்றார்.

"அங்கெல்லாம் ஏற்கெனவே உங்கள் நிலைகளில் உள்ள ஆட்கள் இருக்கிறார்கள் இல்லையா? இங்கேயேகூட அர்ச்சனா, ராம் குமார், ராகவ் எல்லாம் இருக்கிறார்கள் தானே!"

"சமீபத்தில்கூட நம்முடைய நிறுவனம் ஐரோப்பிய காப்பீட்டு நிறுவனத்தின் பெரிய ப்ராஜெக்ட் ஒன்றை கைப்பற்றியிருக் கிறதே. இங்கே வாய்ப்புகளுக்கா பஞ்சம்?"

"ரொம்பச் சரி வேணுகோபால். இங்கே வாய்ப்புகளுக்குப் பஞ்சமே இல்லை. இது இல்லை என்றால் இன்னொன்று. இந்த

ப்ராஜெக்ட் இல்லை என்றால் மற்றொன்று. இந்த கம்பெனி இல்லை என்றால் வேறொரு கம்பெனி. இல்லையா?" என்று கூறியபடி கூர்மையாக அவரது கண்களை நோக்கினான்.

வேணுவுக்கு ஸ்டீபன் எங்கே வருகிறான் என்பது கொஞ்சம் புரிய ஆரம்பித்தது. ஆனால், அப்படியொன்றை அவர் நம்ப விரும்பவில்லை. பாதி குடித்துவைத்திருந்த தண்ணீர் பாட்டிலை மறுபடியும் எடுத்துக் குடித்தார். "ஸ்டீபன், கொஞ்சம் வெளிப்படையாகப் பேசலாமா?" தமிழிலேயே பேச ஆரம்பித்தார்.

அவர் கொஞ்சம் அணுக்கமாகவும், தளர்வாகவும் உணரக்கூடும் என்பதால் ஸ்டீபனும் தமிழிலேயே பதில் சொல்ல ஆரம்பித்தான். "ஆல் ரைட், என்னை மன்னிக்கணும் வேணுகோபால். உங்களை கம்பெனியை விட்டு நீக்குறதா முடிவுசெய்திருக்காங்க. டிஸ்மிஸல் கிடையாது. பயப்பட வேண்டாம். நீங்களே உங்களது ரிஸைனேசனை சமர்ப்பிக்கலாம். செட்டில்மன்ட் உள்ளிட்ட எல்லா டீட்டைல்சும் உங்களுக்கு மெயில் பண்ணியிருக்கிறேன். சரிபார்த்துக்கொள்ளுங்கள். அடுத்த இரண்டு மாசச் சம்பளம் ஒரு வாரத்துல உங்க அக்கவுன்ட்டுக்கே வந்துடும். அக்கவுன்ட் டிப்பார்ட்மன்ட்டுக்கு தகவல் சொல்லியாச்சு."

"இல்ல, புரியல்ல. நீங்க என்ன சொல்றீங்க. நான் எதுக்கு ரிசைன் பண்ணனும்?" முகம் முற்றிலுமாக மாறிவிட்டிருந்தது. கழுத்திலும் நெற்றி ஓரங்களிலும் வியர்வை ஓடிச் சட்டையை நனைத்தது. உதடு உலர்ந்து இறுகிற்று. அவரிடமிருந்த அந்தப் புன்னகை காணாமலாகியிருந்தது.

"இது மேலிடத்திலிருந்து வந்திருக்கும் முடிவு. உங்களுக்கு இரண்டு மாசம் முழுசா டைம் இருக்கு. இதைவிட பெட்டரா உங்களுக்கு வெளியில வாய்ப்பு கிடைக்கும்"

"ஸ்டீபன், இங்க நான் பதினஞ்சு வருசமா வேலை பாக்குறேன். நீங்க இரண்டு மாசம் டைம் கொடுக்கிறீங்க" பதற்றத்தில் அவர் குரல் நடுங்கியது.

"வேணுகோபால், உங்களுக்கு நோட்டீஸ் பீரியட்கூட இல்லை. இந்த இரண்டு மாசமும் நீங்க ஆபிஸ் வரக்கூட தேவையில்லை. இன்னைக்கே நீங்க புது வேலையைத் தேட ஆரம்பிக்கலாம். உங்களோட திறமைக்கு வெளியில ஈசியா வேலை கிடைச்சுடும்"

"அப்போ இங்கயிருந்து ஏன் அனுப்புறீங்க? இந்தப் ப்ராஜெக்ட்டைத் தவிர்த்து இப்போ நான் பாத்துக்கிட்டு

இருக்கிற மற்ற ஆர்கனைஷேசனல் ஆக்டிவிட்டிஸ்லாம் யாரு பார்ப்பாங்க?"

"அதைப் பத்தி நீங்க கவலைப்பட வேண்டாம் வேணு கோபால். நாங்க பாத்துக்கிறோம். ரிலீவிங் ஃபார்மால்ட்டிஸ் பத்தி ஏதாவது சந்தேகம் இருந்தா மட்டும் கேளுங்க. உங்களுக்கு உதவத் தயாரா இருக்கேன்." அதுவரையிருந்த கனிவைக் குறைத்து குரலில் சற்று கடுமையைக் கூட்டினான்.

அப்படியான கடுமையை அவர் எதிர்பார்த்திருக்கவில்லை.

"இல்ல, என் மேல என்ன தப்புன்னு தெரிஞ்சுக்கலாமா? போன அப்ரைசல்லகூட நல்ல ரேட்டிங் தானே வாங்கியிருந்தேன். இப்போ என்ன திடீர்ன்னு? எனக்கு ஒண்ணும் புரியல" அவர் குரல் இப்போது தணிந்திருந்தது. குழப்பத்திலும் அதிர்ச்சியிலும் அவரது முகமே வெளிறிப்போயிருந்தது.

"சார், நீங்க உங்க ரேட்டிங்க மட்டுமே பார்க்கக் கூடாது. ப்ராஜக்ட்டோட ரேட்டிங்கையும் பாக்கணும். போன வாரம் வந்த சி – சாட் ரேட்டிங்[2] ரொம்ப மோசமா இருக்கு. அதோட உங்க ப்ராஜக்ட்டோட ப்ராஃபிட் மார்ஜின்[3] கடந்த இரண்டு வருசமா ரொம்பக் கம்மியா இருந்திருக்கு. வெறும் 17%தான் இருக்கு. குறைஞ்சது 20% இருக்கணும். இதெல்லாம் நான் சொல்லி உங்களுக்குத் தெரிய வேண்டியதில்ல"

"லாபம்தானே குறைஞ்சுருக்கு! நஷ்டம் ஒண்ணும் வந்திடலயே. இது எவ்ளோ சேலஞ்சிங்கான ப்ராஜக்ட்டு தெரியுமா? இதை நாம வாங்குறதுக்கு என்ன பாடு பட்டோம்ன்னு உங்களுக்கு என்ன தெரியும்? இதெல்லாம் உங்களுக்குப் புரியலனா உங்க சீனியர் யார்கிட்டயாவது கொஞ்சம் கேட்டுத் தெரிஞ்சுட்டு வந்து பேசுங்க சார்"

"அப்படி சேலஞ்சிங்கான ப்ராஜெக்ட்டைப் பார்த்துக் கிறதுக்குத்தானே உங்களை மாதிரி ஆளுங்களை வச்சுருக்கோம். ஸாரி வேணுகோபால். இப்போ அதைப் பத்திப் பேசி பிரயோஜன மில்ல, அதுக்கு நேரமுமில்ல. ரிலீவிங் ஃபார்மால்ட்டிஸ் பத்தி வேற ஏதாவது உங்களுக்குக் கேள்விகள் இருந்தா கேளுங்க" அவருடைய எந்த உணர்வுகளுக்கும் இடமளிக்காமல் பதிவு செய்து ஒலிக்கவிடப்பட்டது போன்ற குரலில் பதில் கூறினான்.

---

2. சி – சாட் ரேட்டிங் *(CSAT Rating)*: ஐ.டி. நிறுவனங்களின் சேவைகுறித்து அதன் வாடிக்கையாளர்கள் தரும் தர மதிப்பீடு.

3. ப்ராஃபிட் மார்ஜின் *(Profit Margin)*: லாப விளிம்பு. ஒவ்வொரு ப்ரொஜெக்ட்டும் ஒரு குறிப்பிட்ட அளவு லாபத்தை ஈட்ட வேண்டும். அந்த அளவின் சதவீதமே ப்ராஃபிட் மார்ஜின்.

“ஸ்டீபன், இப்படித் திடீர்னு சொன்னா எப்படிங்க? இரண்டு பசங்க படிச்சுட்டு இருக்காங்க. இப்போதான் ஒரு ஸ்கூல்ல கொண்டுபோய் சேர்த்திருக்கோம். புதுசா வீடு மாறியிருக்கோம். ஒய்ஃப்கூட வீட்லதான் இருக்காங்க. இரண்டு பேருக்கும் ஸ்கூல் ஃபீஸ், வீட்டு இ.எம்.ஐ, அம்மாவோட மெடிக்கல் செலவு, பர்சனல் லோன், கிரடிட் கார்ட் பில், லொட்டு லொசுக்குன்னு எத்தன விசயம் என் ஒருத்தன் சம்பளத்தை நம்பியிருக்குன்னு உங்களுக்குத் தெரியுமா?” ஸ்டீபனைப் பார்க்காமல் டேபிளைப் பார்த்து குனிந்தபடியே யாரிடமோ பேசும் பாவனையில் கூறினார்.

“மிஸ்டர் வேணுகோபால், இது என்னோட தனிப்பட்ட முடிவு இல்லங்கறத நீங்க புரிஞ்சுக்கணும். மேலருந்து பயங்கர பிரஷர். வேற வழியே இல்லீங்க. நீங்க குறைஞ்சபட்சம் உங்களோட திறமைகளைக் காலத்துக்கு ஏத்தமாதிரி கொஞ்சம் புதுப்பிச்சு இருந்தாக்கூட எப்படியாவது சமாளிச்சு இருக்கலாம். ப்ளாக் செயின், ஆர்ட்டிஃபிஷியல் இண்டலிஜன்ஸ், டெவ்ஆப்ஸ் அப்படியிப்படி ஏதாவது பண்ணியிருக்கலாம். அதையும் பண்ணல. நீங்க கடைசியா புதுசா டிரைனிங் எடுத்து இரண்டு வருசமாச்சு. தேதிகூட என்னால சொல்ல முடியும்”

“ரொம்ப சரிங்க. கடந்த ஒண்ணற வருசமா இந்த ப்ராஜக்ட்டுக்காக, எவ்ளோ கஷ்டப்பட்டிருப்பேன் தெரியுமா. எத்தனை நாள் நைட் இரண்டு மணிக்கும், மூணு மணிக்கும் வீட்டுக்குப் போயிருக்கேன். சனி, ஞாயிறு கணக்கெல்லாம் பார்த்ததே கிடையாதே. என் பெண்டாட்டி தம்பி கல்யாணத்துலகூட லேப்டாப்பும் கையுமா சுத்திட்டு இருந்தவன் நான்” பெரிதாக மூச்சை இழுத்துவிட்டுவிட்டு, ஒரு சிறிய இடைவெளிக்குப் பிறகு அவரே தொடர்ந்தார், “ஸ்டீபன், அடுத்த ப்ராஜெக்ட் கிடைச்சு என்னை ப்ரூஃப் பண்றவரைக்கும் எனக்கு எந்த ஹைக்கும், போனஸூம்கூட வேண்டாம். நான் வேணா அதை இப்போவே லெட்டரா எழுதிக்கூட தாரேன்” புதிதாக ஒரு வழியைக் கண்டுகொண்டவர்போல கொஞ்சம் உற்சாகமாகி இருக்கையின் நுனிக்கு வந்துவிட்டு அவனின் முகத்தையே பார்த்தார்.

“நோ வேணுகோபால், அப்படி ஆஃப்சன்லாம் உங்களுக்குத் தரவே இல்ல” அவரது கண்களைப் பார்த்து ஸ்டீபன் சற்று அழுத்தமாகவே கூறினான்.

ஒரு நிமிடம் இருவரும் எதையும் பேசவில்லை.

அறையெங்கும் வியாபித்திருந்த மௌனத்தை அவரே கலைத்தார். "இப்போ வாங்குற சம்பளத்துல பாதி கொடுத்தாகூட போதும் ஸ்டீபன். அப்படியே கன்ட்டினியூ பண்ண தயாரா இருக்கேன். பதினேழு வருசம் ஒரே கம்பெனி. நடுவுல எவ்வளவோ ஆஃபர்ஸ் வந்துச்சு அப்பக்கூட வேறெங்கெயும் போகல. ஏதாவது பண்ண முடியுமான்னு கேட்டுச் சொல்றீங்களா?" மெல்லிய குரலில் இதைச் சொல்லும்போது அவரது குரல் உடையத் தொடங்கியது. கண்களில் நீர் கோர்த்துக்கொண்டது. அமர்ந்திருந்த நாற்காலியின் கைப்பிடியை இறுகப் பற்றிக்கொண்டார்.

"இல்ல வேணுகோபால், சாரி, அதுக்கு வாய்ப்பேயில்லை. உங்களோட பொஸிஷனை இங்க ஃபிட் பண்ண முடியல. புனே, கூர்காவுன்னுகூட ப்ராஜெக்ட்ஸ் விசாரிச்சுட்டோம். நாங்களும் எங்களால முடிஞ்ச அளவுக்கு முயற்சி பண்ணிட்டு, கடைசியா வேற வழியே இல்லாமத்தான் இந்த முடிவுக்கு வர வேண்டியிருந்தது. தயவுசெஞ்சு புரிஞ்சுக்கோங்க."

அதற்குமேல் பதிலேதும் பேசாமல், வலிய வரவழைத்த புன்னகையுடன் "தேங்க்ஸ்" என்று கூறி எழுந்தார்.

"ஒரு நிமிசம்" என்றான். அவர் அங்கேயே தரையைப் பார்த்து நின்று கொண்டிருந்தார்.

வெளியிலிருந்த ராமசுப்புவை உள்ளே அழைத்துவந்தான்.

வேணுவைப் பார்த்து, " உங்க வீடு எங்க இருக்கு?"

"இங்க பக்கம்தான் பெரும்பாக்கம்."

"நல்லது. எதுல வந்திருக்கீங்க? காரா?"

"ஆமா."

"அந்த கார் சாவியை இவர்கிட்ட கொடுங்க. இவரும் டிரைவரும் போய் காரை இங்கயே எடுத்துட்டு வந்துடுவாங்க. வீட்ல கொண்டுவந்து விட்டுடுவாங்க. உங்க கேபின்ல உங்க சொந்தப் பொருள் ஏதாவது இருந்தா சொல்லுங்க. இவர் எடுத்துட்டு வந்துடுவார். நீங்க இங்கயே வெயிட் பண்ணலாம்"

தான் திரும்ப அங்கே செல்ல அனுமதிக்கப்படவில்லை என்ற உண்மை புரியும் நிலையில் அவர் இல்லை. கார் சாவியை எடுத்து மேசை மேல் வைத்தார். அதில் இணைக்கப்பட்டிருந்த கேபின் சாவியை மெதுவாகப் பிரித்துவைத்தார். தனது ஐ.டி. கார்டையும் கழற்றி மேசையில் வைத்தார். அவருடைய

சாப்பாட்டுக் கூடை அங்கு இருந்தது. அதையெல்லாம் எடுத்துக் கொள்ள வேண்டும் என்று அவருக்குத் தோன்றவில்லை.

அங்கே நின்றுகொண்டிருந்த ராமசுப்புவைப் பார்த்து, "என்னோட டேபிள்ல என்னோட பசங்க ஃபோட்டோ ஒண்ணு இருக்கும். கொஞ்சம் அதை மட்டும் எடுத்துத் தர்றீங்களா ப்ளீஸ்?" என்றார். முகம் தளர்ந்துபோய் இருந்தது. கண்களிலிருந்து கண்ணீர் அவரை அறியாமல் வந்து விழுந்தது. கர்ச்சீப்பை எடுத்து முகத்தை மூடிக்கொண்டார்.

ராமசுப்பு வந்ததும் இருவரும் வெளியேறினர்.

அவர் வெளியே போனதும் ஸ்டீபன் அவருடைய ஐ.டி. கார்டை எடுத்துப்பார்த்தான். சுத்தமாக அடையாளமே தெரியாமல் இருந்தார். அவருடைய இளமையில் எடுத்த போட்டோபோல் இருந்தது. அவனுக்கு மனது கனத்துப் போனது.

கண்களை மூடி இருக்கையில் சற்று தலைசாய்த்தான். சாலையில் பார்த்த அந்த ஏசுவின் ஓவியம் மனதில் வந்து வந்து போனது. அவரது கைகளை நக்கும் அந்த ஆட்டுக்குட்டியும்.

○

40

நித்திலன் வேணுவைப் பார்க்க ஓ.டி.சி.—க்கு உள்ளே போனான். அவர் அங்கே அவரிடத்தில் இல்லை. மீட்டிங் போயிருக்கிறார் என்று அந்தப் பக்கமாய் வந்த விமல் சொன்னான். சாஜூ உட்கார்ந்திருக்கும் இடத்துக்குச் சென்றான். அதுவும் காலியாக இருந்தது.

பின்பு, அவர்களின் ஓ.டி.சி. இருக்கும் தளத்தில் காபி வைக்கப்பட்டிருக்கும் இடத்துக்கு வந்தான். முந்தைய நாள் கேக்கைச் சிந்திச் சிதறவிட்டு களேபரமாக்கியிருந்த இடம் அதற்கான எந்த அறிகுறியும் இல்லாமல் துடைத்துவைக்கப் பட்டிருந்தது. அப்ரைஸல் அனைவருக்கும் வெளியாகியிருக்க வேண்டும். லிஃப்ட்டில் ஏறி வரும்போது உடன் வந்த பெண்கள் இருவரும் அதைப் பற்றிப் பேசியபடி வந்தனர். அப்ரைஸல் பற்றிய சலசலப்புகள் ஓய இன்னும் சில நாட்கள் பிடிக்கும். மழை மறுபடியும் எந்த நேரத்திலும் பெய்யத் தொடங்கிவிடும் என்பதுபோல் வானம் இருட்டியிருந்தது. அவன் மனதும் அந்த வானம்போல் கறுத்துக் குழுமியிருந்தது.

காபி எடுக்குமிடத்தில், வரிசையில் ஐ.டி. சர்வீஸைச் சேர்ந்த தர்மா நின்றுகொண்டிருந்தார். அவரைப் பார்த்ததும் ஒரு மின்னல்வெட்டில் அந்த முடிச்சு அவிழ்ந்தது. அவரது அணியில் வேலை பார்த்துக்கொண்டிருந்த வாசுவே அந்த ஸ்விகியில் உணவு கொண்டு வந்தவன். இங்கிருக்கும்போது அவனிடம் பேசும் சந்தர்ப்பம் வாய்த்ததில்லை. என்றாலும், அவ்வப்போது பரபரவென இங்குமங்கும்

அலைந்துகொண்டிருப்பான். அவன் ஏன் ஸ்விகியில் போய்ச் சேர்ந்தான்? இங்கே ஏ.சி. ரூமில் வேலை செய்வதை விட மழையிலும் வெயிலிலும் அலைய அவனைத் தூண்டியது எது? எல்லாவற்றுக்கும் மேல் பணத்தைப் பெற்றுக்கொண்டு நன்றி சொன்னபோது அவன் முகத்தில் ஒரு திருப்தி தெரிந்ததே எப்படி?

ஒரு சிறிய முடிச்சு அவிழ்ந்து பல புதிய முடிச்சுகளைப் போட்டுவிட்டுப் போனது.

கையில் காபியை எடுத்துக்கொண்டு அங்கிருந்த கண்ணாடிச் சுவருக்குப் பக்கத்திலிருந்த இருக்கை ஒன்றில் அமர்ந்து கொண்டான். மீரா – அம்மா – சாஜூ – வேணு – தர்மா – வாசு என்று அவன் மனம் ஒரே நேரத்தில் ஒருவரை மாற்றி ஒருவரை முன்னிறுத்திக்கொண்டிருந்தது. வெளியில் மெதுவாக மழை பொழியத் தொடங்கியிருந்தது. குளிர்ந்திருந்த அவன் கரங்களுக்கு காபிக்கோப்பையின் வெம்மை இதமாக இருந்தது.

நிறுவனத்தின் வாசலில் அடர் சாம்பல் நிற ஐ10 கார் ஒன்று நிறுவனத்தை விட்டு மெதுவாக வெளியேறிக்கொண்டிருந்தது. இரவு கவியாதபோதும் மழையின் பொருட்டு வெளிச்சத்துக்காக அந்தக் காரின் முகப்பு விளக்குகள் ஒளிரவிடப்பட்டிருந்தன.

○○○